KHI LỖI THUỘC VỀ
NHỮNG VÌ SAO

Dư Nhật Minh

The fault in our stars

BIỂU GHI BIÊN MỤC TRƯỚC XUẤT BẢN DO THƯ VIỆN KHTH TP.HCM THỰC HIỆN
General Sciences Library Cataloging-in-Publication Data

Green, John 1977-
   Khi lỗi thuộc về những vì sao : tiểu thuyết / John Green ;   Lê Hoàng Lan dịch. Tái bản lần thứ 11 - T.P. Hồ Chí Minh : Trẻ, 2016.
   364tr. ; 20cm.
   Nguyên bản : The fault in our stars.

   1. Ung thư – Tiểu thuyết. 2. Bệnh nan y – Tiểu thuyết .   3. Tình yêu – Tiểu thuyết . I. Lê Hoàng Lan. II. Ts: The fault in our stars.

   813.6 – dc 23
   G796

Khi lỗi thuộc về... vì sao

8 934974 127192

KHI LỖI THUỘC VỀ NHỮNG VÌ SAO

THE FAULT IN OUR STARS

tiểu thuyết

JOHN GREEN

Lê Hoàng Lan *dịch*

NHÀ XUẤT BẢN TRẺ

TẶNG EM ESTHER EARL

Khi thủy triều dâng, Chú Tulip Hà Lan nhìn chăm chăm ra biển:

"Kết hợp cũng đây – hàn gắn cũng đây – hủy hoại cũng đây – che đậy cũng đây – mà phát hiện cũng đây. Nhìn mà xem, lên đó rồi xuống đó, cuốn theo mọi thứ."

"Cái gì hả chú?" tôi thắc mắc.

"Nước đó," chú Hà Lan trả lời. "Chà, còn thời gian nữa."

– PETER VAN HOUTEN, *Nỗi đau tột cùng*

CHƯƠNG MỘT

Vào cuối mùa đông năm tôi mười bảy tuổi, Mẹ quả quyết rằng tôi sống thật đáng chán, có lẽ vì tôi hiếm khi ra khỏi nhà, cứ nằm bẹp gí trên giường, nhai đi nhai lại một cuốn sách, ăn uống thất thường, và dành khá nhiều thời gian rảnh rỗi của mình để nghĩ về cái chết.

Bất cứ khi nào bạn đọc một cuốn sổ tay, trang web hoặc bất cứ điều gì về ung thư, người ta luôn liệt kê trầm cảm là một trong những tác dụng phụ của căn bệnh này. Nhưng trên thực tế, trầm cảm không phải là tác dụng phụ của ung thư. Trầm cảm là tác dụng phụ của việc chờ chết. (Ung thư cũng là một tác dụng phụ của cái sự chờ chết này. Hầu như tất cả mọi thứ đều vậy, thật đó!) Nhưng Mẹ tin rằng tôi cần được điều trị nên bà đưa tôi đến gặp ông Jim, ông bác sĩ quen của tôi. Bác sĩ Jim cũng đồng tình là tôi quả thực đang bơi trong một bể trầm cảm làm tê liệt mọi hoạt động và khiến tôi thờ ơ với mọi sự xung quanh. Vì thế cần phải điều chỉnh liệu trình chữa bệnh của tôi. Lời khuyên đưa ra là hằng tuần tôi nên đến tham gia Hội Tương Trợ.

Hội Tương Trợ là một sân khấu gồm nhiều diễn viên trẻ mắc đủ loại bệnh ung bướu khác nhau thi nhau luân diễn cùng một vai. Tại sao lại luân diễn vai đó? Tôi nói rồi, là tác dụng phụ của sự chờ chết ấy mà!

Dĩ nhiên Hội Tương Trợ này chán òm như chui vô hòm. Chúng tôi gặp nhau vào thứ Tư hằng tuần dưới tầng hầm của một nhà thờ Tân giáo được xây bằng đá và có hình dạng của cây thập tự. Cả nhóm ngồi tụ thành vòng tròn ở giữa cây thập tự này, nơi hai đoạn thập tự giá giao nhau, ngay chỗ trái tim của Chúa Giêsu.

Tôi nhận thấy điều này bởi vì anh Patrick, Hội Trưởng Hội Tương Trợ và là người duy nhất trên mười tám tuổi trong bọn, cứ huyên thuyên về chuyện trái tim của Chúa Giêsu vào mỗi buổi họp, về tất tần tật những chuyện làm thế nào mà chúng tôi, những bệnh nhân ung thư trẻ tuổi còn sống, đang ngồi ngay giữa trái tim rất thiêng liêng của Ngài và bất cứ chuyện nhăng nhít nào khác.

Sau đây là những gì đã diễn ra chỗ trái tim của Chúa: Khoảng sáu hoặc bảy hoặc mười người trong chúng tôi đi/ đẩy xe lăn đến, lướt mắt qua hàng bánh quy và nước chanh nghèo nàn, ngồi xếp thành một Vòng tròn Tin tưởng, và lắng nghe anh Patrick kể lại câu chuyện lần thứ một ngàn về cuộc đời khốn khổ và nhạt nhẽo của anh – rằng anh bị ung thư tinh hoàn và mọi người cứ đinh ninh rằng anh sẽ chết, nhưng anh đã không chết. Giờ anh ở đây, dưới tầng hầm nhà thờ tại thành phố xinh đẹp hạng thứ 137 của Mỹ. Và anh là một người đàn ông trưởng thành, đã ly dị vợ, nghiện chơi điện tử và hầu như không có bạn bè. Nghề tay trái giúp anh cải thiện cuộc sống đạm bạc hằng ngày là khai thác triệt để bi kịch chống chọi với căn bệnh ung thư trong quá khứ và tìm cách học dần lên thạc sĩ, vốn sẽ chẳng giúp mấy cho tương lai sự nghiệp của anh. Và anh cũng chờ đợi, như cả bọn đang mòn mỏi đợi thanh gươm Damocles đến giải thoát cho mình, một kết thúc mà anh đã may mắn thoát khỏi từ nhiều năm trước, khi căn bệnh ung thư quái ác tước mất của anh cả hai hòn bi. Nhưng cũng còn may là chừa cho anh mạng sống, như những người nhân ái vẫn thường chép miệng an ủi.

VÀ BIẾT ĐÂU CÁC BẠN CŨNG SẼ MAY MẮN NHƯ THẾ!

Sau đó, chúng tôi lần lượt giới thiệu bản thân: Tên, tuổi, chẩn đoán của bác sĩ, và tình trạng sức khỏe ngày hôm nay. Đến phiên mình, tôi nói như thuộc lòng: "Mình là Hazel. Mười sáu tuổi. Mới đầu chỉ là ung thư tuyến giáp nhưng nào ngờ đã có hẳn một binh đoàn hoành tráng di căn từ lâu vào trong phổi của mình. Và mình vẫn ổn."

Mỗi khi chúng tôi giới thiệu hết một lượt, anh Patrick luôn hỏi xem có ai muốn chia sẻ thêm không. Và sau đó lại bắt đầu một vòng tròn tương trợ: cả bọn thi nhau kể lể nào là tranh đấu, chiến đấu và chiến thắng, nào là khối u bị thu hẹp và phải chụp cắt lớp kiểm tra. Để công bằng, anh Patrick cũng cho phép chúng tôi nói về việc chờ chết. Nhưng hầu hết chúng tôi sẽ không sớm gặp tử thần. Đa số sẽ sống đến khi trưởng thành, như anh Patrick vậy.

(Điều này đồng nghĩa với việc sẽ gây ra nhiều cuộc đua tranh trong nhóm, khi mỗi bạn không chỉ muốn đánh bại căn bệnh ung thư mà còn mong hạ gục mấy bạn còn lại. Cũng giống như, tôi thấy điều này thật khó giải thích cho suôn sẻ, chẳng hạn như khi họ nói rằng bạn chỉ có 20 phần trăm cơ hội để sống thêm năm năm nữa thì ngay lập tức bạn nhẩm tính và ra kết quả một phần năm... Rồi bạn nhìn quanh và thầm nghĩ giống như cách một người khỏe mạnh hay nghĩ, là mình phải sống lâu hơn bốn bạn khác trong nhóm.)

Điểm duy nhất gỡ gạc cho Hội Tương Trợ là một anh chàng tên Isaac, với dáng người mảnh khảnh, khuôn mặt dài, mái tóc thẳng màu vàng che khuất một bên mắt.

Và đôi mắt của anh này mới là vấn đề. Anh mắc chứng ung thư mắt, một căn bệnh gần như không thể xảy ra trên đời này. Các bác sĩ đã lấy đi một con mắt khi anh hãy còn là một đứa trẻ. Và bây giờ anh đeo cặp kính dày cộp, làm đôi mắt của anh (cả thật lẫn giả) đều trông siêu to. Giống như nguyên cái đầu chỉ có con mắt giả và con mắt thật luôn nhìn chăm chăm vào bạn. Từ những gì tôi có thể nhớ được trong mấy dịp hiếm hoi khi anh Isaac chia sẻ với nhóm, thì một lần bệnh tái phát đã khiến cho con mắt còn lại của anh cũng trong tình thế 'ngàn cân treo sợi tóc'.

Anh Isaac và tôi giao tiếp gần như chỉ thông qua tiếng thở dài. Mỗi khi ai đó thảo luận về chế độ ăn kiêng chống ung thư, hít bột vây cá mập hoặc bất cứ liệu pháp gì, anh đều nhìn về phía tôi và thở dài thật khẽ. Tôi lắc đầu rất khẽ và cũng thở dài đáp lại.

Vậy là ý tưởng tham gia Hội Tương Trợ xem như hỏng bét. Và sau một vài tuần, tôi thấy đã đến lúc phải la hét, đấm đá phản đối vụ này. Thật ra, vào đúng ngày thứ Tư tôi quen với Augustus Waters, tôi đã đấu tranh kịch liệt với hy vọng sẽ được giải phóng khỏi Hội Tương Trợ, khi đang ngồi trên ghế sa-lông xem tập ba của cuộc tranh tài dài mười hai tiếng trong chương trình *Siêu mẫu Mỹ* mùa giải trước, mà phải thú thật rằng tuy đã xem rồi nhưng tôi vẫn rất thích xem lại.

Tôi: "Mẹ ơi, con không muốn tham gia Hội Tương Trợ nữa đâu."

Mẹ: "Một trong các triệu chứng của trầm cảm là không hứng thú tham gia vào các hoạt động."

Tôi: "Mẹ cứ cho con xem *Siêu mẫu Mỹ* đi. Đó cũng là một hoạt động vậy."

Mẹ: "Xem ti-vi là một hoạt động thụ động."

Tôi: "Ui, con xin Mẹ!"

Mẹ: "Hazel, con đã lớn thành thiếu nữ rồi chứ không còn là trẻ con nữa. Con cần phải kết bạn, ra khỏi nhà, và sống cuộc sống của riêng con."

Tôi: "Nếu Mẹ muốn con là thiếu nữ thì đừng đưa con đến Hội Tương Trợ nữa. Mẹ hãy mua cho con một CMND giả để con có thể lượn lờ ở mấy câu lạc bộ, uống vodka, và *phê* cần sa."

Mẹ: "Mới tập tành hút thì không *phê* được đâu."

Tôi: "Thấy chưa, ít ra thì con sẽ biết được điều đó nếu Mẹ chịu mua cho con một CMND giả."

Mẹ: "Con phải tham gia Hội Tương Trợ."

Tôi: "Khôngggggg."

Mẹ: "Hazel này, con xứng đáng được tận hưởng cuộc sống."

Câu này khiến tôi im bặt, mặc dù tôi cũng không hiểu việc tham gia Hội Tương Trợ thì liên quan gì đến khái niệm *cuộc sống*. Nhưng tôi vẫn đồng ý đi, sau khi đàm phán thành công quyền ghi lại một tập rưỡi chương trình *Siêu mẫu Mỹ* mà tôi bị lỡ không xem được.

Thế là tôi đến gặp Hội Tương Trợ để làm vui lòng Ba Mẹ. Cũng cùng lý do như lần tôi để mặc mấy chị y tá chỉ mới học điều dưỡng lỏm bỏm chừng mười tám tháng đầu độc mình với các loại hóa chất có đủ tên gọi phức tạp. Vì trên đời này có một chuyện còn đau nhức nhối hơn việc bạn bị căn bệnh ung thư hoành hành ở tuổi mười sáu, đó là có một đứa con bị mắc bệnh ung thư.

Mẹ rẽ vào con đường vòng phía sau nhà thờ lúc 4:56. Lúc ấy tôi đang vờ nghịch chiếc bình ô-xy của mình để giết thời gian.

"Con có muốn Mẹ đeo nó vào giúp không?"

"Không, con làm được mà!" Tôi nhanh nhảu đáp. Bình xy-lanh màu lục này chỉ nặng khoảng một ký mấy và có thêm một giá thép nhỏ có chân bánh xe sẽ được cài vào lưng tôi khi di chuyển. Chiếc bình cung cấp hai lít ô-xy cho tôi mỗi phút bằng một ống thông trong suốt, nối từ bình đến dưới cổ tôi thì chia thành hai tuyến chạy bọc sau hai vành tai rồi cuối cùng chập lại trong mũi tôi. Thiết bị quái đản này rất tiện dụng vì hai lá phổi của tôi chẳng còn làm nên trò trống gì nữa.

Mẹ nói khi tôi bước ra khỏi xe: "Mẹ yêu con."

"Con cũng yêu Mẹ. Sáu giờ mẹ nhớ đón con nha!"

"Con nhớ kết bạn nhé!" Mẹ nói với qua khung cửa kính đang mở vào lúc tôi quay lưng bước đi.

Tôi không muốn đi thang máy vì đại loại ta chỉ đi thang máy vào Những Ngày Cuối Cùng tham dự Hội Tương Trợ, thế nên tôi leo thang bộ. Tôi chộp lấy một chiếc bánh quy và đổ một ít nước chanh vào chiếc tách Dixie rồi nhìn quanh.

Một anh chàng đang nhìn tôi chằm chặp.

Tôi khá chắc chắn là mình chưa bao giờ thấy tên này trước đây. Con trai gì mà tứ chi lẻo khoẻo, hắn khiến chiếc ghế nhựa dành cho cấp tiểu học đang ngồi đã nhỏ trông càng nhỏ hơn. Tóc hắn màu gụ đỏ, ngắn và thẳng. Hắn trạc tuổi tôi, có thể lớn hơn tôi một hai tuổi. Hắn ngồi tì vào ghế, tư thế khá tù túng, với một tay đút hờ trong túi quần jean sậm màu.

Tôi quay mặt đi, đột nhiên ý thức về vẻ ngoài tuềnh toàng của mình. Tôi đang mặc một chiếc quần jean cũ rích, hồi xưa cũng ôm khít nhưng giờ đã bị giãn ở những vị trí kỳ quặc, cùng một chiếc áo thun màu vàng quảng cáo cho một ban nhạc mà thậm chí tôi đã không còn hâm mộ nữa. Rồi đến tóc tai: Tôi để tóc ngắn cũn cỡn kiểu con trai, và thậm chí cũng chả buồn, ừm, đại loại như chải tóc cho tươm tất. Hơn nữa hai má tôi, do tác dụng phụ của quá trình điều trị, cứ núng nính béo phệ đến buồn cười. Tôi nhìn giống như một người bình thường cân đối với cái đầu tròn vo như một quả bóng. Đó là chưa kể đến tình trạng hai cổ chân cũng bị sưng phù. Tuy nhiên tôi khẽ liếc trộm hắn, và mắt hắn vẫn dán chặt vào tôi.

Tôi chợt hiểu tại sao người ta gọi đó là *giao tiếp* qua ánh mắt.

Tôi bước vào vòng tròn và ngồi xuống bên cạnh anh Isaac, cách hắn hai ghế. Tôi liếc nhìn lần nữa. Hắn vẫn đang nhìn tôi.

Thôi được, tôi phải thú nhận rằng: Hắn rất bảnh. Nếu một anh chàng chẳng có gì là bảnh cứ nhìn chằm chằm vào bạn không ngừng thì trường hợp tốt nhất được xem như một ánh nhìn vụng về, còn trường hợp tệ nhất là một hình thức tấn công. Nhưng nếu là một anh chàng bảnh bao thì... bạn biết đấy!

Tôi lấy điện thoại ra và bấm bàn phím để xem giờ - 4:59. Vòng tròn dần lấp đầy với những bạn từ mười hai đến mười tám tuổi kém may mắn như tôi và sau đó anh Patrick bắt đầu với nghi thức cầu nguyện: *Đức Chúa Trời, xin Ngài hãy ban cho con sự thanh thản để chấp nhận những điều con không thể thay đổi, lòng can đảm để đổi thay những điều con có thể thay đổi, và sự khôn ngoan để nhận biết sự khác biệt.* Hắn vẫn nhìn tôi chằm chặp. Tôi thấy hơi thẹn thùng.

Cuối cùng, tôi quyết định rằng chiến lược đúng đắn nhất là hãy nhìn lại. Không phải chỉ con trai mới được quyền Nhìn Chòng Chọc như thế. Vì vậy, tôi nhìn hắn một lượt trong khi anh Patrick huyên thuyên lần thứ một ngàn về câu chuyện bị cắt tinh hoàn của anh, vân vân. Và thế là cuộc thi nhìn không chớp mắt bắt đầu. Sau một lúc, hắn mỉm cười và cuối cùng đôi mắt xanh biếc ấy cũng chịu nhìn đi chỗ khác. Khi hắn quay lại, tôi khẽ nhướng mày như nói *"Một - không"*.

Hắn nhún vai. Anh Patrick tiếp tục kể lể và cuối cùng cũng đến đoạn cả nhóm tự giới thiệu. "Isaac, có lẽ hôm nay cậu muốn phát biểu đầu tiên. Anh biết cậu đang trải qua một giai đoạn đầy thử thách."

"Vâng." Anh Isaac đáp. "Tôi tên Isaac, mười bảy tuổi. Rất có thể tôi sẽ phải phẫu thuật trong một vài tuần nữa và sau đó mù hẳn. Tôi không phàn nàn hay gì gì bởi vì tôi biết rất nhiều người trong chúng ta còn bị bệnh nặng hơn. Ừ, nhưng đúng là bị mù thì xui xẻo thật. Cũng may là tôi có bạn gái bên cạnh ủng hộ về mặt tinh thần. Và những người bạn như Augustus." Anh gật đầu và nhìn về phía hắn, kẻ bây giờ đã có tên. "Vậy nên," anh Isaac trầm giọng; mặt cúi gằm nhìn xuống hai bàn tay đang để áp vào nhau tạo hình chóp lều, "chúng ta không thể làm gì hơn nữa."

"Chúng tôi ở đây ủng hộ cậu, Isaac." Anh Patrick nói.

"Nào các bạn, hãy để Isaac nghe thấy điều đó." Thế là tất cả chúng tôi đồng thanh: "Chúng tôi ở đây ủng hộ cậu, Isaac."

Tiếp theo là Michael. Em mới mười hai tuổi và mắc bệnh bạch cầu. Em luôn bảo em bị bệnh bạch cầu. Em vẫn ổn. (Là em nói thế. Em phải đi thang máy.)

Lida mười sáu tuổi và khá dễ thương, đủ để lọt vào mắt xanh của anh chàng bảnh trai kia. Bạn ấy bị một ca nhẹ, vì căn bệnh ung thư ruột thừa đã thuyên giảm từ lâu (mà đến giờ tôi mới biết trên đời này có bệnh ung thư ruột thừa). Suốt mấy buổi tôi tham gia Hội Tương Trợ, buổi nào bạn ấy cũng bảo mình đang *khỏe* lên, tôi có cảm tưởng như bạn ấy đang khoe khoang vậy, cảm giác nhột nhạt cứ như đang bị hai đầu phun ô-xy cù vào lỗ mũi.

Thêm năm người khác phát biểu rồi đến tên đó. Hắn khẽ mỉm cười khi đến lượt mình. Giọng hắn trầm, hơi khàn và quyến rũ chết người. "Tên tôi là Augustus Waters." Hắn lên tiếng. "Tôi mười bảy tuổi. Cách đây một năm rưỡi tôi bị u xương ác tính, cũng xoàng thôi, hôm nay tôi đến đây theo yêu cầu của Isaac."

"Và giờ cậu thấy thế nào?" Anh Patrick hỏi.

"Ồ, khỏe như vâm." Augustus Waters cười nhếch miệng. "Tôi đang ngồi trên một chiếc tàu lượn siêu tốc mà chỉ thẳng hướng đi lên, ông anh à."

Khi đến lượt mình, tôi nói ngắn gọn: "Tên tôi là Hazel.

Tôi mười sáu tuổi. Bị ung thư tuyến giáp di căn vô phổi. Tôi ổn."

Một giờ trôi qua nhanh chóng: Những cuộc đấu tranh chống chọi với cơn bạo bệnh được kể lại; niềm vui chiến thắng giữa những cuộc chiến cầm chắc thất bại; tiếp tục bấu víu vào niềm hy vọng mong manh; gia đình hết ăn mừng lại nghe thông báo 'vô phương cứu chữa'; bạn bè cùng lứa chẳng bao giờ hiểu thấu nỗi đau; những giọt nước mắt đã rơi và những lời an ủi cũng được nói ra. Cả Augustus Waters và tôi đều không nói gì đến khi anh Patrick động viên: "Augustus, có lẽ cậu muốn chia sẻ với nhóm về nỗi sợ hãi của cậu."

"Nỗi sợ hãi của tôi?"

"Ừ."

"Tôi sợ bị chìm vào quên lãng." Hắn đáp không đắn đo. "Tôi sợ điều đó giống như một người mù sợ bóng tối vậy."

"Còn quá sớm để kết luận." Anh Isaac mỉm cười nói.

"Bộ nói vậy động chạm đến mày à?" Augustus hỏi. "Đấy, đôi khi tao cũng mù tịt về cảm giác của người khác."

Anh Isaac bật cười thành tiếng nhưng anh Patrick đưa ngón tay ra dấu trật tự và bảo: "Này Augustus, đề nghị cậu quay lại chủ đề chính là *cậu* và cuộc chiến của *cậu* nhé. Cậu nói là cậu sợ bị chìm vào quên lãng ư?"

"Vâng." Augustus đáp.

Anh Patrick tỏ ra bối rối: "Có, ừm, có bạn nào muốn chia sẻ thêm về nỗi sợ này không?"

Tôi đã không đi học đàng hoàng ở trường suốt ba năm nay. Ba Mẹ tôi là hai người bạn thân nhất luôn ở bên tôi. Người bạn tốt thứ ba của tôi là một tác giả thậm chí còn không biết đến sự tồn tại của tôi. Tôi là một người khá nhút nhát, không phải týp người hay giơ tay phát biểu ý kiến.

Tuy nhiên, lần này tôi quyết định lên tiếng. Tôi ngập ngừng giơ tay và anh Patrick vui mừng ra mặt, ngay lập tức gọi: "Hazel!" Chắc anh ấy nghĩ rằng tôi đang cởi mở hơn. Đang Trở Thành Một Thành Viên Thực Thụ Của Hội.

Tôi đưa mắt về phía Augustus Waters, hắn cũng đang nhìn tôi. Đôi mắt xanh biếc như thể soi thấu tâm hồn hắn. Tôi cất tiếng: "Sẽ đến một thời điểm mà tất cả chúng ta đều chết hết. Tất cả chúng ta. Sẽ đến một thời điểm mà không có người nào còn sống và nhớ xem ai đã từng hiện diện trên cõi đời này hay nhớ xem loài người chúng ta đã từng làm được những gì. Sẽ không còn ai sống để mà nhớ đến Aristotle hay Cleopatra, huống chi là nhớ đến bạn. Những gì chúng ta đã làm, gầy dựng nên, viết, suy nghĩ hay phát hiện được đều sẽ bị lãng quên và tất cả mọi thứ," tôi huơ tay một vòng, "đều sẽ trở thành con số không tròn trĩnh. Có thể thời điểm đó sẽ đến sớm hoặc cũng có thể là hàng triệu năm nữa, nhưng cho dù chúng ta có may mắn sống sót qua ngày mặt trời giãy chết, chúng ta cũng sẽ không sống mãi được. Đã từng có thời kỳ con người thậm chí không có ý thức hệ như ngày nay. Và nếu cái việc không thể tránh khỏi như bị lãng quên khiến bạn lo lắng thì tôi khuyên bạn chân thành là hãy quên nó đi. Chúa biết rồi sẽ như vậy mà!"

Tôi học được điều này từ người bạn tốt thứ ba nói trên, Peter Van Houten, tác giả ẩn dật của cuốn *Nỗi đau tột cùng*, cuốn sách tôi sùng bái như thể quyển Kinh Thánh. Peter Van Houten là người duy nhất tôi tình cờ biết được rằng dường như (a) hiểu chết dần chết mòn là như thế nào, và (b) vẫn chưa chết.

Sau khi tôi dứt lời, bầu không khí trở nên im ắng cho đến chừng tôi ghi nhận được một nụ cười nở rộng trên khuôn mặt của Augustus – không phải cái cười nhếch mép của chàng trai cố tỏ ra quyến rũ khi nhìn chằm chặp vào tôi lúc nãy, mà là nụ cười thực sự của hắn, quá lớn so với khuôn mặt xương xương. "Chúa ơi," Augustus khẽ thốt lên. "Em này là thánh sống à?!"

Không một ai trong chúng tôi nói gì thêm trong suốt khoảng thời gian còn lại của buổi họp mặt. Cuối cùng, tất cả đều chắp tay khấn nguyện theo lời anh Patrick: "Lạy Chúa Giêsu, chúng con, những đứa con may mắn thoát chết khỏi căn bệnh ung thư, hôm nay tụ họp ở đây trong trái tim của Ngài, *theo đúng nghĩa đen là ngay trong trái tim của Ngài*. Ngài và chỉ có Ngài mới biết rõ chúng con như chính chúng con biết về bản thân mình. Xin Ngài hãy dẫn đường cho chúng con và soi rọi Ánh sáng cho chúng con vượt qua giai đoạn thử thách này. Chúng con thành tâm cầu nguyện cho đôi mắt của Isaac, cho máu của Michael và Jamie, cho xương của Augustus, cho phổi của Hazel, cho cổ họng của James. Chúng con cầu xin Ngài hãy chữa lành cho chúng con và cho chúng con cảm nhận được tình yêu chứa chan và bình an của Ngài, vốn nằm ngoài sự hiểu biết của nhân loại. Và chúng con xin ghi nhớ trong tim những người bạn mà chúng con hết lòng yêu mến, những người bạn đã trở về bên Ngài, đó là Maria, Kade, Joseph, Haley, Abigail, Angelina, Taylor, Gabriel,..."

Danh sách còn dài dằng dặc như thể thế giới này toàn người chết. Và trong khi giọng anh Patrick đều đều xướng danh từng người từ danh sách viết sẵn trên giấy vì nó quá dài không thể nhớ hết, tôi nhắm mắt lại và cố tập trung cầu nguyện. Nhưng rốt cuộc tôi chỉ hình dung được mỗi cái ngày khi tên mình lọt vào danh sách, nằm tít tắp ở dòng cuối, khi mà tất cả mọi người chẳng buồn nghe nữa.

Sau khi anh Patrick đọc hết danh sách, chúng tôi cùng hô to một khẩu hiệu ngớ ngẩn – HÃY SỐNG THẬT TỐT CHO NGÀY HÔM NAY – và thế là buổi họp mặt kết thúc. Augustus Waters rời khỏi ghế và bước về phía tôi. Dáng đi của hắn cũng xiêu vẹo giống như nụ cười nửa miệng của hắn. Hắn đứng phủ bóng lên người tôi, nhưng giữ một khoảng cách vừa phải nên tôi không phải nghển cổ để nhìn vào mắt hắn. Hắn hỏi: "Em tên gì?"

"Hazel."

"Không, tên đầy đủ cơ."

"Ừm, thì Hazel Grace Lancaster." Hắn định nói gì đó nhưng anh Isaac đã bước tới. "Em chờ chút," Augustus vừa nói vừa giơ ngón trỏ ra hiệu đợi, rồi quay sang anh Isaac. "Thật chẳng hay ho gì khi mày thú nhận điều đó."

"Tao đã nói là tình hình rất u ám mà."

"Sao mày cứ phải bận tâm chuyện đó nhỉ?"

"Tao không biết. Có lẽ tao cần được giải tỏa bớt?"

Augustus ghé tai anh Isaac như không muốn tôi nghe thấy điều hắn hỏi: "Em này là ma cũ?" Tôi không thể nghe thấy câu trả lời của anh Isaac, ngoại trừ phản ứng của Augustus: "Trúng phóc!" Hắn siết chặt hai vai anh Isaac và lùi lại nửa bước, động viên: "Hãy kể cho em Hazel nghe về bệnh tình của mày đi."

Anh Isaac chống một tay vào chiếc bàn bày bánh và hướng con mắt khổng lồ về phía tôi. "Được thôi, số là sáng nay anh đi khám bệnh và anh đã nói với bác sĩ phẫu thuật rằng anh thà bị điếc còn hơn bị mù. Ông ấy bảo rằng 'Mọi chuyện không theo hướng đó,' anh đã đáp đại loại là 'Vâng, cháu biết mọi chuyện không theo hướng đó, cháu chỉ muốn nói thà cháu bị điếc còn hơn bị mù nếu cháu được lựa chọn, mà rõ ràng là cháu không còn lựa chọn nào khác,' ông ấy nói rằng, 'Ừ, tin mừng là cháu sẽ không bị điếc,' thế là anh bùng nổ, 'Cảm ơn bác sĩ đã giải thích cho cháu hiểu rằng bệnh ung thư mắt của cháu sẽ không làm cháu bị điếc. Thật may mắn cho cháu khi sẽ được một người đại uyên bác như bác sĩ đây mổ cho.'"

"Nghe có vẻ như ông bác sĩ đã thắng thế." Tôi nói. "Em phải cố gắng bị ung thư mắt để làm quen với ông bác sĩ đó mới được."

"Chúc em may mắn với cái trò làm quen ấy nhé! Thôi,

anh đi đây, Monica đang chờ. Anh phải tranh thủ ngắm nàng thật nhiều khi còn có thể."

"Ngày mai sẽ chơi game Chống phiến loạn chứ?" Augustus hỏi với theo.

"Chắc chắn rồi." Isaac vừa chạy lên cầu thang vừa ngoái đầu đáp.

Augustus Waters quay sang tôi và bảo: "Theo đúng nghĩa đen."

"Đúng nghĩa đen gì?" Tôi hỏi.

"Thì tụi mình đang ở trong trái tim của Chúa Giêsu, theo đúng nghĩa đen," hắn nói. "Anh cứ tưởng mọi người họp dưới tầng hầm nhà thờ thôi, ai dè đúng là tụi mình đang ở trong trái tim Chúa."

"Ai đó nên mách lại với Chúa," tôi lém lỉnh. "Tôi muốn nói là thật nguy hiểm khi dung chứa một đám trẻ mắc bệnh ung thư ngay trong trái tim mình."

"Đích thân anh sẽ nói với Ngài," Augustus đáp, "nhưng tiếc là anh đang mắc kẹt bên trong trái tim của Ngài, nên Ngài sẽ không thể nghe thấy lời anh." Tôi bật cười. Hắn lắc đầu, nhìn tôi trân trối.

"Sao vậy?" Tôi hỏi.

"Không có gì!" Hắn đáp.

"Sao anh cứ nhìn tôi như thế?"

Augustus thoáng cười. "Bởi vì em đẹp. Anh thích nhìn người đẹp, và cách đây một giây anh quyết định sẽ không chối từ thú vui trần tục đó." Một bầu không khí im lặng bao trùm và Augustus phá tan khoảnh khắc khó xử ấy: "Ý anh là, nhất là khi em đã chỉ ra rằng, tất cả những điều này sẽ kết thúc trong quên lãng."

Tôi phần thì mắc nghẹn, phần thì thở dài và phần thì hắt ra một tiếng ho yếu ớt, nói: "Tôi không đẹ—"

"Em giống y đúc ngôi sao Natalie Portman. Natalie Portman trong phim *V for Vendetta*."

"Chưa bao giờ xem phim đó," tôi nói.

"Thật không?" hắn hỏi lại. "Một cô gái tuyệt đẹp với mái tóc thiên thần không thích chính quyền độc tài và không thể ngăn mình yêu một chàng trai mà cô biết là rắc rối to. Mô tả về em đấy, theo như anh quan sát nãy giờ."

Từng lời hắn nói đầy vẻ tán tỉnh. Thành thật mà nói hắn cũng khiến tôi bị kích thích. Tôi thậm chí không biết rằng, trên thực tế, con trai *có thể* kích thích được tôi.

Một cô gái trẻ đi ngang qua chúng tôi. "Khỏe ha, Alisa?" hắn hỏi. Cô nàng mỉm cười và thì thào, "Chào anh Augustus." "Bệnh nhân của Memorial," hắn giải thích với tôi. Memorial là một bệnh viện lớn chuyên về nghiên cứu lâm sàng. "Em chữa bệnh ở đâu?"

"Bệnh viện Nhi đồng," tôi đáp lí nhí, giọng nhỏ hơn mức cần thiết. Hắn gật đầu như biết bệnh viện ấy. Và cuộc đối thoại dường như chấm dứt. "Vậy," tôi nói, khẽ hất đầu về phía các bậc thang dẫn ra khỏi Trái Tim của Chúa. Tôi cài giá ô-xy vào bánh xe và rảo bước. Hắn đi khập khiễng bên cạnh tôi. "Vậy hẹn anh buổi sau nhé, anh có đi không?" Tôi đánh bạo hỏi.

"Em nên xem nó," hắn nói. "Phim *V for Vendetta* ấy."

"Được rồi," tôi đáp. "Để tôi lùng phim đó."

"Không. Với anh kìa. Tại nhà của anh," hắn giải thích. "Bây giờ nè!"

Tôi đứng phắt lại. "Tôi có biết gì về anh đâu, Augustus Waters. Biết đâu anh là kẻ chuyên giết người bằng rìu."

Anh gật gù. "Em nói chí phải, Hazel Grace." Hắn bước ngang qua tôi, dáng thẳng, đôi vai vừa khít với chiếc áo polo màu lục, bước đi của hắn hơi nghiêng về bên phải khi hắn sải bước một cách vững chãi và tự tin trên một bên chân giả - tôi khẳng định thế. U xương ác tính đôi khi tước mất một chân của bạn và sau đó, nếu nó thích, nó sẽ tước luôn cái chân còn lại.

Tôi theo hắn lên cầu thang, mỗi lúc mỗi rớt lại phía sau khi phải lê từng bước một, leo cầu thang không phải là hoạt động phù hợp cho hai lá phổi của tôi.

Và khi chúng tôi rời khỏi trái tim Chúa ra đến bãi đậu xe, tiết trời mùa xuân se lạnh, ráng chiều rực rỡ nhuộm đỏ buổi hoàng hôn.

Mẹ chưa đến, thật khác với mọi khi vì hầu như buổi nào Mẹ cũng tới sớm chờ tôi. Tôi nhìn xung quanh chợt thấy một cô nàng dong dỏng cao, có thân hình quyến rũ với làn da bánh mật đang hôn anh Isaac khá nồng nhiệt, lưng áp chặt vào bức tường đá của nhà thờ. Họ đứng gần tôi đến nỗi tôi nghe rõ mồn một những âm thanh kỳ lạ phát ra từ miệng họ, và tôi có thể nghe anh Isaac nói, "Luôn luôn!" và cô nàng đáp lại, "Luôn luôn!"

Đột nhiên đứng bên cạnh tôi, Augustus thì thầm, "Hai người này thích phô trương tình cảm nơi công cộng nhỉ!"

"'Luôn luôn!' là gì vậy?" - Tiếng họ hôn nhau thật lộ liễu.

"'Luôn luôn' là mật mã tình yêu của hai người ấy, nghĩa là anh chàng và cô nàng sẽ *luôn luôn* yêu nhau, kiểu như vậy. Theo anh đoán, dám chừng họ đã nhắn tin cho nhau từ *luôn luôn* ít nhất cũng bốn triệu lần trong năm qua."

Thêm một vài chiếc ô-tô chạy vào rước Michael và Alisa về. Giờ chỉ còn mỗi Augustus và tôi, đứng nhìn anh Isaac và Monica hôn nhau càng lúc càng mãnh liệt hơn, chẳng màng đây là chốn tôn giáo linh thiêng. Anh Isaac áp tay lên ngực cô người yêu bên ngoài lần áo sơ-mi và mân mê, bàn tay anh như thâu lấy tất cả, các ngón tay không ngừng chuyển động khắp xung quanh. Không biết chuyện đó có gì thích thú không. Nhìn thì có vẻ như chẳng hứng thú gì, nhưng tôi quyết định bỏ qua cho anh Isaac vì anh ấy sắp bị mù vĩnh viễn. Dù sao, các giác quan cũng cần được thỏa mãn đến cùng khi người ta vẫn còn khát khao khám phá.

"Hãy tưởng tượng là anh đang lái xe đến bệnh viện," tôi lặng lẽ nói. "Đó là lần cuối cùng anh được cầm lái."

Không thèm nhìn tôi, Augustus đáp, "Em đang giết chết sự rung cảm trong anh đấy, Hazel Grace. Anh đang cố quan sát vẻ lúng túng rất dễ thương trong tình yêu mới chớm của cặp này mà."

"Nhìn anh Isaac giống đang tra tấn ngực của chị Monica thì có." Tôi bảo.

"Ừ, thì cũng khó xác định là anh chàng đang cố gắng khuấy động cảm xúc hay đang tiến hành khám ngực của cô nàng." Sau đó, Augustus Waters thò tay vào túi và rút ra một gói thuốc lá. Hắn lấy một điếu kẹp vào giữa môi.

"Anh *đùa à?*" Tôi gặng hỏi. "Anh nghĩ hút thuốc hay ho lắm sao? Ôi trời ơi, anh vừa hủy hoại *toàn bộ câu chuyện.*"

"Toàn bộ chuyện gì?" hắn quay sang tôi hỏi. Điếu thuốc chưa châm lửa giất vào một bên khóe miệng hắn.

"Toàn bộ câu chuyện về một anh chàng không hẳn là kém hấp dẫn, kém thông minh hay gần như không thể chấp nhận được khi cứ nhìn tôi chằm chặp, rồi chỉ ra cách dùng từ không chính xác theo y nghĩa đen, rồi so sánh tôi với mấy nữ diễn viên nổi tiếng, lại còn mời tôi đến xem phim tại nhà của mình. Lẽ dĩ nhiên người ta hay có *cố tật* và cố tật của anh là nghiện thuốc lá. Ôi, Chúa ơi, mặc dù anh đang mang trong người CĂN BỆNH UNG THƯ CHẾT TIỆT nhưng anh vẫn cúng tiền vào một công ty để đổi lấy cơ hội rước THÊM UNG THƯ vào người. Ôi, Chúa ơi. Tôi xin cam đoan với anh là tôi không thể thở nổi! CHẾT TIỆT. Hình tượng sụp đổ hoàn toàn. *Hoàn toàn.*"

"*Cố tật à?*" hắn hỏi, vẫn ngậm điếu thuốc trên môi, hai hàm răng khép chặt. Khổ nỗi hắn có một quai hàm quá nam tính.

"Một thói xấu tai hại," tôi giải thích xong quay lưng bước ra phía lề đường, bỏ mặc Augustus Waters phía sau. Và tôi nghe tiếng một chiếc ô-tô chạy đến. Đó là Mẹ. Hóa ra bà chờ cho tôi kết bạn hoặc 'líu lo' thêm một chốc.

Đó là một cảm giác pha trộn kỳ lạ giữa thất vọng và giận dữ dâng trào trong lòng. Thật ra, tôi thậm chí không biết gọi tên những cảm giác ấy là gì, chỉ biết là nó *dâng trào* mãnh liệt. Tôi chỉ muốn quay lại đập cho Augustus Waters một phát hay thay mới phổi mình bằng những lá phổi có thể hoạt động bình thường. Tôi đang đứng mấp mé mép vỉa hè trên đôi giày để mềm hiệu Chuck Taylor, bình ô-xy nằm gọn trong giá thép bên cạnh, và ngay khi Mẹ tôi rẽ xe vào, tôi thấy tay mình đang bị giữ chặt.

Tôi kéo mạnh tay để vùng ra nhưng rốt cuộc lại chới với xoay một vòng và đối diện với hắn.

"Thuốc lá sẽ không giết được ai trừ khi người đó châm thuốc hút," hắn nói rành rọt khi Mẹ vừa trờ xe đến. "Và anh chưa bao giờ châm điếu nào hết. Đó là một phép ẩn dụ, xem này: Ta đặt cái thứ giết người này ngay giữa hai hàm răng mà không cho nó sức mạnh để giết ai cả."

"Đó là một phép ẩn dụ à!" tôi nghi ngờ. Mẹ dừng xe nhưng vẫn để máy nổ.

"Một phép ẩn dụ," hắn khẳng định.

"Và người ta sẽ lựa chọn hành vi của mình dựa trên phép ẩn dụ mà anh muốn truyền đạt," tôi đoán chừng.

"Ừ, đúng rồi." Hắn mỉm cười. Nụ cười thực sự, toe toét và ngờ nghệch. "Anh là một tín đồ của phép ẩn dụ, Hazel Grace."

Tôi quay lại xe, gõ tay lên cửa kính. Mẹ hạ kính xe xuống. "Con sẽ đi xem phim với Augustus Waters," tôi xin phép, "Mẹ nhớ ghi lại các tập tiếp theo của cuộc thi *Siêu mẫu Mỹ* hộ con nhé."

CHƯƠNG HAI

Augustus Waters lái xe thật kinh dị. Dù là cài thắng hay vô số thì lúc nào cũng bằng một CÚ XÓC giật nảy người. Tôi cứ lao lên phía trước và bị sợi dây an toàn của chiếc Toyota SUV níu chặt mỗi khi hắn đạp phanh, và đầu tôi cứ đập về phía sau ghế mỗi khi hắn nhấn ga. Lẽ ra tôi phải lo lắng đến việc đang ngồi trong xe ô-tô của một anh chàng lạ huơ lạ hoắc và đang trên đường về nhà hắn, nhận thức sâu sắc rằng hai lá phổi vô dụng của mình đang nổ lực tối đa sau những lời phỉnh phờ ốm ở, nhưng khả năng lái xe của hắn tệ bất ngờ đến độ tôi không thể có suy nghĩ gì khác.

Chúng tôi đi khoảng một dặm trong im lặng trước khi Augustus thú nhận: "Anh thi lấy bằng rớt ba lần rồi đó."

"Anh không cần nói đâu."

Hắn cười, gật đầu: "Ừ, anh không hề thấy áp lực trong chiếc Prosty cũ, và anh cũng không thể học lái xe bằng chân trái. Bác sĩ bảo hầu hết những người tàn tật có thể lái xe mà không gặp trở ngại gì nhưng riêng anh thì... Dù sao thì anh đã thi bằng lái lần thứ tư, và anh vẫn lái y như vậy." Cách nửa dặm trước mặt chúng tôi, đèn đường chuyển sang màu đỏ. Augustus đạp mạnh phanh, hất tôi văng ra phía trước đến nỗi dây an toàn tạo thành một góc tam giác. "Xin lỗi em. Anh xin thề trước Chúa là anh đang rất cố gắng lái xe nhẹ nhàng. À, trở lại câu chuyện thi bằng lái, đến cuối buổi thi anh cứ đinh ninh là mình lại rớt lần nữa. Nhưng không ngờ ông hướng dẫn lại nói: 'Tuy ngồi xe em lái chẳng dễ chịu tí nào, nhưng về mặt kỹ thuật thì không đến nỗi thiếu an toàn.'"

"Tôi không đồng ý lắm," tôi thản nhiên nói. "Tôi nghi ngờ đó là Đặc Quyền dành cho Bệnh Nhân Ung Thư." Đặc Quyền dành cho Bệnh Nhân Ung Thư là những quyền hạn nho nhỏ mà trẻ ung thư được nhận trong khi trẻ bình thường sẽ không có, chẳng hạn như được tặng mấy quả bóng rổ có chữ ký của các ngôi sao thể thao, được nộp bài tập về nhà muộn mà không bị quở phạt, hay thậm chí không thi mà vẫn được cấp giấy phép lái xe, v.v.

"Ừ, có lẽ thế." hắn đáp. Đèn chuyển sang màu xanh. Tôi ghì người xuống ghế, chuẩn bị tinh thần. Augustus nhấn ga.

"Anh có biết đến cần điều khiển bằng tay dành cho những người không thể sử dụng chân không?" Tôi mách nước.

"Ừ, anh biết." Hắn đáp. "Chắc một ngày nào đó anh

sẽ thử." Hắn thở dài, khiến tôi tự hỏi liệu hắn có tự tin về *một ngày nào đó* không. Tôi biết u xương ác tính có khả năng chữa trị rất cao, nhưng biết đâu đấy.

Có một số cách để biết được xem người ta sẽ sống thêm khoảng bao lâu mà không cần *hỏi thẳng*. Tôi dùng cách cổ điển: "Vậy anh vẫn đi học chứ?" Nói chung, các bậc phụ huynh sẽ rút học bạ của bạn vào lúc họ không còn hy vọng bạn sẽ sống lâu nữa.

"Ừ, anh còn đi học." Hắn đáp. "Ở trường North Central. Dù trễ một năm, anh đang học năm hai. Còn em?"

Tôi nghĩ đến chuyện nói dối. Chẳng ai thích chơi với một người sắp chết cả. Nhưng cuối cùng tôi nói sự thật: "Không, Ba Mẹ cho tôi nghỉ học cách đây ba năm."

"Ba *năm* á?" Hắn hỏi lại, vẻ kinh ngạc.

Tôi bèn kể sơ cho Augustus nghe về phép màu của đời tôi: năm mười ba tuổi tôi được chẩn đoán bị ung thư tuyến giáp giai đoạn bốn. (Tôi đã không kể với hắn là kết quả chẩn đoán đến sau khi tôi bắt đầu có kinh lần đầu ba tháng. Giống như: Xin chúc mừng, bạn đã trở thành phụ nữ. Giờ thì, đi chết đi!) Và bệnh của tôi, theo lời các bác sĩ, là không chữa được.

Tôi đã trải qua một phẫu thuật có tên *nạo hạch cổ tận gốc*, cũng dễ chịu không kém gì tên gọi của nó. Tiếp theo là đến xạ trị. Sau đó, họ đã thử một số trị liệu hóa học cho các khối u phổi của tôi. Các khối u co lại, sau đó phát triển thêm. Lúc đó, tôi mười bốn tuổi. Phổi của tôi bắt đầu bị tràn dịch. Nhìn tôi lúc đó giống sắp chết – tay chân sưng phù; da dẻ nứt nẻ; đôi môi lúc nào cũng tím xanh. Có một loại thuốc giúp bạn bớt sợ hãi về thực tế là bạn không hít thở bình thường, và tôi được tiêm rất nhiều loại thuốc này thông qua một ống thông nội tĩnh mạch PICC, và còn thêm hơn một chục loại thuốc khác. Nhưng ngay cả như vậy, thật khó chịu khi dịch tràn khắp phổi, nhất là cứ vài tháng tôi lại có cảm giác như phổi mình sắp chết đuối tới nơi. Cuối cùng tôi phải vào Phòng chăm sóc đặc biệt ICU vì chứng viêm phổi. Khi đó, Mẹ tôi quỳ xuống bên giường, âu yếm hỏi: "Con sẵn sàng chưa, con yêu?" và tôi nói là mình đã sẵn sàng, còn Ba tôi thì lặp đi lặp lại hoài một câu "Ba thương con gái lắm!" bằng chất giọng không thể nghẹn ngào hơn, và tôi trấn an ông rằng tôi cũng thương ông nhiều lắm. Tất cả mọi người siết tay nhau, và tôi bắt đầu thở hổn hển, hai lá phổi của tôi co thắt trong tuyệt vọng, cố kéo tôi ra khỏi giường như muốn tiếp thêm không khí, và tôi vừa bối rối trước sự tuyệt vọng của hai lá phổi vừa kinh tởm sao chúng không *đầu hàng số phận* cho rồi, tôi nhớ Mẹ động viên tôi là mọi chuyện vẫn ổn, tôi vẫn ổn, tôi sẽ không sao, và Ba tôi đã cố kềm tiếng nức nở (nhưng một khi ông sụt sịt khóc thì cứ như cơn động đất, mà ông cũng hay khóc lắm). Và tôi nhớ là mình chỉ muốn nhắm mắt lại ngủ.

Mọi người cứ tưởng tôi xong đời rồi, nhưng Bác sĩ điều trị Maria đã cố hút dịch tràn trong phổi tôi ra và chẳng bao lâu sau thuốc kháng sinh điều trị viêm phổi mà họ tiêm cho tôi bắt đầu phát huy tác dụng.

Tôi tỉnh lại và sớm chuyển sang liệu trình thử nghiệm, vốn nổi tiếng Vô Tác Dụng ở Vương Quốc Ung Thư. Loại thuốc này mang tên Phalanxifor, một phân tử hóa học được thiết kế để tự bám vào các tế bào ung thư và làm chậm quá trình phát triển của chúng. Thuốc này không có hiệu quả với 70 phần trăm số người dùng, nhưng nó hợp với tôi – khối u co lại.

Các khối u bị thu hẹp. Hoan hô Phalanxifor! Trong suốt mười tám tháng qua, các tế bào ung thư di căn trong phổi tôi hầu như không phát triển thêm. Và tuy chúng để lại di chứng là phổi tôi không hoạt động bình thường được nhưng ít ra, như bạn thấy đấy, tôi vẫn sống sót (không biết đến bao giờ!?) với sự hỗ trợ đắc lực của bình phun ô-xy và thuốc Phalanxifor mỗi ngày.

Phải thừa nhận rằng Phép màu Ung thư của tôi thực chất chỉ kéo dài thêm một chút thời gian, (và tôi không biết một chút là bao lâu). Nhưng khi tôi kể cho Augustus Waters nghe, tôi đã vẽ một bức tranh màu hồng tươi sáng nhất trong khả năng của mình, khai thác những khía cạnh kỳ diệu tuyệt vời của phép màu đã xảy đến với mình.

"Vậy giờ em có trở lại trường học không?" Hắn hỏi thăm.

"Thực sự là *không thể*," tôi giải thích, "bởi vì tôi đã lấy bằng Giáo dục đại cương GED rồi. Nên giờ tôi đang học ở trường MCC." Đó là trường đại học cộng đồng của bang chúng tôi.

"Một nữ sinh viên." Hắn gục gặc đầu. "Điều này giải thích cho lối nói chuyện cắc cớ của em." Hắn nở nụ cười dương dương tự đắc cho cái phát hiện ấy. Tôi huých tay hắn, và cảm nhận được cơ bắp chắc nịch ngay dưới lớp da, săn chắc và nam tính cực kỳ.

Hắn đánh một cú cua gấp đến rít lốp xe vào một khu nhà có những bức tường cao khoảng hai thước rưỡi. Nhà hắn nằm ngay đầu dãy bên trái. Đó là một căn nhà thuộc địa cao hai tầng. Chiếc xe xóc một cú trước khi dừng ngay giữa lối vào nhà.

Tôi theo chân hắn vào nhà. Một tấm bảng gỗ treo trước cổng có khắc dòng chữ '*Mái ấm là nơi trái tim ta luôn hướng về*', với nét chữ bay bướm. Và trong nhà cũng tràn ngập những câu cách ngôn. Câu '*Bạn tốt khó tìm và cũng khó quên*' được ghi trên giá móc áo. Câu '*Gian nan mới biết bạn hiền*' được thêu cầu kỳ trên chiếc gối kê lưng trong gian phòng khách được bày trí theo kiểu cổ điển. Augustus thấy tôi đang chăm chú đọc khắp nơi, bèn giải thích: "Ba mẹ anh gọi đó là Lời động viên tinh thần, và họ ghi chúng khắp nhà."

Ba mẹ hắn gọi hắn là Gus. Họ đang làm món bánh ngô cuộn thịt, rau và nước xốt trong bếp, và tôi đọc thấy câu '*Gia đình là mãi mãi*' được khắc tròn trịa trên một mảnh kính màu cạnh bồn rửa chén. Mẹ hắn đang gắp thịt gà bỏ vào bánh ngô còn ba hắn sẽ cuốn lại và đặt vào một chảo thủy tinh. Họ có vẻ không mấy ngạc nhiên trước sự hiện diện của tôi, cũng dễ hiểu thôi: Việc Augustus khiến tôi *cảm thấy* đặc biệt không có nghĩa là *bản thân tôi* đặc biệt.

Biết đâu mỗi đêm hắn dẫn một cô về nhà cùng xem phim và giở trò với cô ấy.

"Đây là bạn Hazel Grace." Hắn lên tiếng giới thiệu.

"Gọi cháu là 'Hazel' được rồi ạ." Tôi nói.

"Cháu khỏe không, Hazel?" Ba của Gus hỏi thăm. Ông cao gần bằng Gus và gầy hơn so với những phụ huynh ở độ tuổi của ông.

"Dạ cháu cũng ổn, thưa bác," tôi đáp.

"Hội Tương Trợ của Isaac vui không con?"

"Cũng là lạ." Gus trả lời.

"Con chỉ giỏi nói xấu thôi," mẹ hắn nói, "Hazel, cháu thích hội đó chứ?"

Tôi ngần ngừ một giây, cố nghĩ xem câu trả lời của mình nên làm vui lòng Augustus hay ba mẹ của hắn. Cuối cùng tôi nói chung chung: "Đa số mọi người trong nhóm rất dễ thương."

"Đó cũng chính là cảm nhận của hai bác về mấy gia đình trong bệnh viện Memorial vào khoảng thời gian hai bác căng thẳng nhất với bệnh tình của Gus," ba hắn nói. "Mọi người đều rất tử tế. Mạnh mẽ nữa. Trong những ngày đen tối nhất, Chúa sẽ mang đến cho ta những người bạn chân thành nhất."

"Ồ, ba mau đưa con một cái gối cũ cùng mấy cuộn chỉ để con thêu câu này làm Lời động viên nào." Augustus trêu, và ba của hắn có vẻ hơi khó chịu, nhưng Gus đã đến ôm cổ ba mình và nói: "Con chỉ đùa thôi mà ba. Con rất thích mấy Lời động viên đó, thật mà. Con chỉ không thích thừa nhận điều đó bởi giờ con là thiếu niên rồi." Ba hắn trợn tròn mắt.

"Cháu ở lại ăn tối với nhà bác chứ?" mẹ hắn khấp khởi hỏi. Dáng bà nhỏ nhắn, da ngăm ngăm và có phần rụt rè.

"Dạ, chắc được ạ." Tôi đáp. "Miễn sao cháu về nhà trước mười giờ. Và cháu…, ừm, cháu không ăn được thịt."

"Không sao, hai bác sẽ cuốn một số cuốn chay cho cháu." Bà nói.

"Động vật quá dễ thương nên em không nỡ ăn à?" Gus tò mò hỏi.

"Tôi muốn giảm thiểu số lượng nạn nhân phải hy sinh vì tôi." Tôi đáp.

Gus mở miệng định nói gì đấy, nhưng tự dưng im bặt.

Mẹ hắn phá tan sự im lặng. "Ồ, bác nghĩ ý tưởng đó rất hay đấy cháu!"

Họ nói chuyện với tôi thêm một chốc, kể đủ chuyện như món Bánh Ngô Trứ Danh của Nhà Waters ngon như thế nào và thật Không Nên Bỏ Lỡ, hay chuyện giờ giới nghiêm của Gus cũng là mười giờ tối, và họ tự nhiên thấy không tin cậy những bậc phụ huynh đặt lệnh giới nghiêm cho con mình sau mười giờ, hay như hỏi tôi vẫn đi học chứ - "Hazel là sinh viên đại học đó," Augustus xen vào – hay chuyện thời tiết tháng Ba đặc biệt đẹp và dễ chịu, hay chuyện vạn vật thay áo mới vào mùa xuân, nhưng họ tuyệt nhiên chẳng đả động đến chiếc bình ô-xy hay bệnh tình của tôi. Điều này tuy kỳ lạ nhưng thật tuyệt vời. Và sau đó Augustus xin phép: "Hazel và con sẽ xem phim *V for Vendetta* để bạn con có thể nhìn thấy hình bóng mình trong đó, trong số hàng ngàn cô nàng Natalie Portman."

"Ừ, các con cứ tự nhiên dùng ti-vi ở phòng khách." Ba hắn vui vẻ nói.

"Con định sẽ xem phim ở dưới tầng hầm."

Ba hắn bật cười. "Có cố gắng đấy, nhưng phòng khách thôi."

"Nhưng con muốn chỉ Hazel Grace xem tầng hầm." Augustus khăng khăng.

"Cứ gọi là Hazel được rồi," tôi nhắc.

"Vậy chỉ cho Hazel Được Rồi xem tầng hầm trước đi," ba hắn nói tỉnh bơ. "Xong trở lên và xem phim ở phòng khách nhé."

Augustus phồng má, đứng thẳng dậy, xoay hông và nhấc cái chân giả lên trước. "Được thôi," hắn lầm bầm.

Tôi theo hắn xuống cầu thang trải thảm, và cả tầng hầm là một phòng ngủ rộng thênh thang. Một kệ gỗ cao ngang tầm mắt tôi bao quanh phòng, bên trên trưng bày vô số kỷ niệm chương bóng rổ: hàng chục chiếc cúp nhựa vàng thể hiện các vận động viên ở nhiều tư thế như đang nhảy lên đánh bóng, đang lừa bóng hay đang lên rổ ném bóng vào một bảng rổ vô hình. Còn có rất nhiều quả bóng rổ và giày thể thao có chữ ký các ngôi sao bóng rổ trên đó.

"Hồi đó anh có chơi bóng rổ," hắn giải thích.

"Chắc anh chơi hay lắm."

"Cũng không tồi, nhưng tất cả mấy đôi giày và bóng lưu niệm là Đặc Quyền dành cho Bệnh Nhân Ung Thư đấy." Hắn đi về phía ti-vi, nơi có một chồng đĩa DVD và trò chơi điện tử chất lên nhau thành hình một kim tự tháp, đoạn cúi xuống và chộp lấy đĩa *V for Vendetta*. "Anh giống một đứa trẻ da trắng chính hiệu sinh trưởng tại Indiana vậy," hắn nói. "Kiểu như anh làm sống lại nghệ thuật nhảy ném tầm xa. Nhưng một ngày nọ khi đang tập ném bóng tự do – khi đang đứng ở vạch biên trên sân North Central tập ném bóng, đột nhiên anh tự hỏi sao mình có thể máy móc ném một vật hình cầu xuyên qua một vật hình xuyến trên bảng rổ. Đó thật là chuyện ngớ ngẩn nhất anh từng làm.

"Tự nhiên anh liên tưởng đến mấy đứa con nít hay xỏ cái cọc hình trụ qua một lỗ tròn, và cứ nghịch đi nghịch lại trò đó hàng tháng liền cho đến khi thành thục, và bóng rổ thực chất chỉ là một phiên bản thể thao hơn của cái trò con nít ấy. Dù sao anh vẫn tiếp tục tập ném tự do trong một thời gian dài, kỷ lục của anh là ném lọt rổ tám mươi lần liên tục. Nhưng càng tập, anh càng thấy mình giống con nít hai tuổi. Và rồi vì một vài lý do khác, anh bắt đầu nghĩ đến các vận động viên chạy vượt rào. Em không sao chứ?"

Tôi đã ngồi xuống một góc trên chiếc giường lộn xộn của hắn. Không phải tôi đang gợi ý hay gì; chỉ đơn giản là tôi thường thấy mệt khi phải đứng nhiều. Tôi đã đứng ở trong phòng khách nhà hắn, rồi xuống cầu thang, rồi lại đứng tiếp dưới tầng hầm, tôi đã đứng khá nhiều và tôi không muốn mình ngã lăn ra xỉu. Tôi hơi giống týp phụ nữ thời Victoria - hay bị ngất xỉu. "Ổn rồi," tôi nói. "Tôi vẫn đang nghe mà. Các vận động viên chạy vượt rào sao?"

"À, các vận động viên chạy vượt rào. Anh cũng không hiểu sao anh bắt đầu suy nghĩ về việc họ chạy đua và cứ phải nhảy qua các chướng ngại vật được đặt rất tùy hứng trên đường đua. Và anh tự hỏi liệu mấy tay vận động viên đó có bao giờ nghĩ, kiểu như là *Mình sẽ chạy nhanh hơn nếu tháo bỏ mấy cái chướng ngại vật cản đường này.*'"

"Đấy là trước khi anh phát hiện ra bệnh tình của mình phải không?" Tôi hỏi.

"Ừ, cũng gần như thế." Hắn lại cười nửa miệng. "Cái ngày anh quá ngán ngẩm với trò ném tự do cũng chính là ngày cuối cùng anh còn đủ hai chân. Anh có một ngày cuối tuần từ khi họ lên lịch giải phẫu đến khi ca mổ thực sự diễn ra. Anh chỉ có ý niệm lờ mờ như thế về những gì Isaac đang trải nghiệm."

Tôi gật đầu. Tôi thích Augustus Waters. Tôi thực sự, thực sự, thực sự thích anh ấy. Tôi thích anh vì anh kết thúc câu chuyện của mình bằng cách đề cập đến một người khác. Tôi thích anh vì chất giọng trầm ấm. Tôi thích anh vì anh tập trò ném bóng tự do *đầy ngán ngẩm*. Tôi thích anh vì anh là một giáo sư thực thụ trong Bộ môn Cười Nhếch Miệng, ngoài ra còn kiêm thêm Bộ môn *Sở Hữu Giọng Nói Khiến Da Tôi Có Cảm Giác Hơn*. Và tôi thích anh vì anh có hai tên gọi. Tôi luôn thích những người có hai tên gọi vì khi đó ta phải quyết định xem ta nên gọi họ bằng tên gì: anh Gus hay anh Augustus? Tôi thì lúc nào cũng chỉ được gọi là Hazel, độc nhất một tên Hazel.

"Anh có anh chị em gì không?" Tôi hỏi.

"Hả?" Anh đáp, có vẻ hơi phân tâm.

"Tại anh kể về chuyện ngắm mấy đứa nhóc chơi với nhau."

"Ồ, à không. Anh có mấy cháu trai, con của mấy người chị cùng cha khác mẹ. Nhưng họ lớn tuổi hơn. Họ khoảng — BA ƠI, CHỊ JULIE VÀ CHỊ MARTHA BAO NHIÊU TUỔI VẬY?"

"Hai mươi tám!"

"Họ khoảng hai mươi tám tuổi. Sống ở Chicago. Cả hai đều đã kết hôn, với mấy tay luật sư hay nhân viên ngân hàng sành điệu, anh cũng không nhớ lắm. Thế em có anh chị em không?"

Tôi lắc đầu không có. "Vậy còn chuyện của em?" anh vừa hỏi vừa ngồi xuống bên cạnh, giữ một khoảng cách an toàn.

"Tôi kể rồi mà, tôi được chẩn đoán khi —"

"Không, không phải chuyện ung thư. Câu chuyện của *chính em* cơ, như sở thích, thú vui, đam mê, hay điều mê tín kỳ quặc nào đó, vân vân và vân vân."

"Ừm," tôi ậm ờ.

"Đừng nói với anh em thuộc nhóm đã trở thành nạn nhân của chính căn bệnh của mình nha. Anh biết rất nhiều người như thế, sống rất nhụt chí. Kiểu như bệnh ung thư là một ngành kinh doanh có tốc độ tăng trưởng chóng mặt, mà là ngành kinh doanh của thần chết. Nhưng chắc chắn em đã không đầu hàng quá sớm."

Tôi thấy có lẽ mình cũng như thế thật. Tôi loay hoay tìm cách 'xây dựng hình tượng' trước Augustus Waters, lựa chọn những sở thích nhằm gây ấn tượng, và sau một khoảng im lặng, tôi nhận ra mình chẳng có gì thú vị cả. "Tôi chẳng có gì đặc biệt."

"Anh phản đối ngay. Hãy nghĩ về việc em thích làm, việc đầu tiên hiện lên trong đầu em ấy."

"Ừm. Đọc sách?"

"Em đọc những gì?"

"Tất cả mọi thứ. Từ tiểu thuyết lãng mạn ba xu đến siêu phẩm trứ danh, rồi cả thơ ca. Đủ mọi thể loại."

"Thế em cũng làm thơ chứ?"

"Không. Tôi không làm thơ."

"Đó, thấy chưa!" Augustus gần như hét lên. "Hazel Grace, em là thiếu nữ duy nhất ở nước Mỹ này thích đọc thơ hơn là làm thơ. Điều này cho anh biết thêm nhiều về em đấy. Có phải em đọc rất nhiều cuốn siêu phẩm với chữ S viết hoa không?"

"Chắc vậy!"

"Cuốn sách yêu thích của em là gì?"

"Ừm," tôi băn khoăn.

Cuốn sách yêu thích của tôi, xét trên diện rộng, là cuốn *Nỗi đau tột cùng*, nhưng tôi không muốn nói với ai về nó.

Đôi khi, bạn đọc một cuốn sách và nó truyền một nguồn cảm hứng nhiệt thành mạnh mẽ đến mức bạn bị thuyết phục rằng thế giới đang bị chia cắt này sẽ không bao giờ hòa hợp được với nhau trừ khi và chỉ khi toàn thể nhân loại đều đọc cuốn sách đó. Và cũng có những cuốn sách như *Nỗi đau tột cùng*, những cuốn sách rất đặc biệt, rất hiếm hoi và rất *riêng* đến mức nếu giới thiệu nó và chia sẻ cảm giác yêu thích của mình cho người khác thì chẳng khác gì phản bội cả.

Nó thậm chí không hẳn là một cuốn sách quá hay; chỉ là tác giả của nó, nhà văn Peter Van Houten, dường như thấu hiểu tôi một cách kỳ lạ và không tưởng. *Nỗi đau tột cùng* là cuốn sách *của riêng tôi*, giống như cơ thể của tôi là cơ thể của riêng tôi và suy nghĩ của tôi là suy nghĩ của riêng tôi vậy.

Mặc dù vậy, tôi vẫn nói với Augustus. "Cuốn sách yêu thích của tôi có lẽ là cuốn *Nỗi đau tột cùng*," tôi đáp.

"Nó có viết về xác sống không?" anh hỏi.

"Không," tôi trả lời.

"Hay xung kích quân?"

Tôi lắc đầu, "Nó không phải thể loại đó."

Anh mỉm cười. "Anh sẽ đọc cuốn sách kinh khủng có tiêu đề chán ngắt mà lại không viết về xung kích quân này," anh hứa, và ngay lập tức tôi cảm thấy mình không nên kể với anh về cuốn sách đó. Augustus xoay người về phía chồng sách bên dưới chiếc bàn cạnh giường. Anh chộp lấy một cuốn sách và một cây bút. Vừa viết nguệch ngoạc lên trang bìa của cuốn sách, anh vừa nói, "Đổi lại anh chỉ yêu cầu em một điều thôi – hãy đọc phiên bản tiểu thuyết xuất sắc và đầy ám ảnh của trò chơi điện tử yêu thích của anh." Anh chìa quyển truyện về phía tôi, tựa nó là *Cái giá của Bình minh*. Tôi cười và cầm lấy. Tay chúng tôi hơi chạm nhau và sau đó anh nắm lấy tay tôi. "Lạnh vậy," anh thốt lên, ấn một ngón tay lên cổ tay xanh xao của tôi.

"Không lạnh như khi bị suy hô hấp," tôi bảo.

"Anh thích khi em dùng ngôn ngữ y học với anh," anh nói rồi đứng dậy, kéo tôi lên theo và không thả tay tôi cho đến khi chúng tôi ra đến cầu thang.

...

Chúng tôi ngồi cách nhau chừng một gang trên ghế xô-pha và cùng xem phim. Tôi đã hành động như nữ sinh trung học, đó là đặt hờ tay mình ở giữa hai chúng tôi, để anh biết có thể nắm tay tôi, nhưng anh chẳng buồn để ý. Xem độ một giờ thì ba mẹ của Augustus mang món bánh ngô ra. Chúng tôi ăn ngay trên ghế xô-pha và mấy cuốn bánh khá ngon.

Bộ phim kể về một người anh hùng đeo mặt nạ đã hy sinh anh dũng cho Natalie Portman, một cô nàng sống phóng khoáng, khá nóng bỏng và không có bất cứ vẻ gì gọi là hao hao với khuôn mặt sưng húp vì thuốc của tôi cả.

Khi phim đang chiếu, anh hỏi, "Phim hay, đúng không?"

"Cũng hay," tôi đồng tình. Mặc dù thực sự thì nó chẳng hay tẹo nào. Đó là một bộ phim dành cho con trai. Tôi không biết tại sao con trai lại hy vọng con gái chúng tôi thích xem phim của con trai. Chúng tôi chẳng bao giờ mong họ thích phim của con gái cả. "Tôi nên về nhà. Sáng mai tôi có lớp," tôi nói.

Tôi ngồi trên ghế xô-pha trong lúc Augustus lục tìm chìa khóa xe. Mẹ anh ngồi xuống bên cạnh tôi và bảo: "Bác rất thích câu này, cháu thích không?" Tôi đoán do mình đã nhìn về phía Lời Động Viên đính trên ti-vi, trên đó có hình một thiên thần cùng với câu *Nếu không có nỗi đau, làm sao chúng ta cảm thụ được niềm vui?*

(Đây là một lập luận cũ rích trong lĩnh vực Suy Ngẫm Về Sự Đau Khổ. Và sự ngớ ngẩn cũng như thiếu tinh tế của nó có thể còn được soi xét trong nhiều thế kỷ nữa, nhưng chỉ cần nói rằng sự tồn tại của bông cải xanh không thể nào ảnh hưởng đến hương vị của sô-cô-la là đủ rồi). "Vâng ạ," tôi đáp. "Một câu rất hay."

Tôi lái xe Augustus về nhà, và anh ngồi bên cạnh nghịch máy móc. Anh bật vài bài hát yêu thích của một ban nhạc mang tên The Hectic Glow. Nhạc khá hay, nhưng vì chưa từng nghe qua nên với tôi chúng không hay như anh nói. Thỉnh thoảng tôi liếc nhìn chân anh, đúng hơn là nhìn khúc chân giả và tự hỏi mang chân giả thì như thế nào. Tôi không muốn quan tâm đến chuyện giả - thật, nhưng quả thật tôi khá băn khoăn. Có thể anh cũng quan tâm đến bình ô-xy của tôi. Hội chứng của bệnh tật. Tôi vỡ ra điều này từ lâu, và tôi nghi Augustus cũng thế.

Khi tôi dừng xe phía ngoài nhà mình, Augustus tắt nhạc. Không khí trong xe tự nhiên đặc quánh. Có thể anh đang nghĩ đến việc hôn tôi, và tôi hiển nhiên đang nghĩ đến việc hôn anh. Chợt tự hỏi liệu tôi có thực sự muốn vậy không. Tôi từng được hôn nhưng chuyện cũng lâu rồi, từ trước khi Phép màu xảy ra.

Tôi đưa xe vào bãi đậu và nhìn qua anh. Anh thật xinh đẹp. Tôi biết không ai dành lời khen xinh đẹp cho phái khỏe cả, nhưng anh thì khác.

"Hazel Grace," anh cất lời, tên tôi nghe thật lạ và hay làm sao qua chất giọng trầm của anh. "Thật sự anh rất vui khi quen em."

"Tôi cũng vậy, ngài Waters ạ," tôi đáp, ngại ngùng tránh nhìn vào mắt anh. Tôi không thể đối diện với tia nhìn mãnh liệt từ đôi mắt xanh biếc ấy.

"Anh có thể gặp em nữa không?" anh hỏi. Có một sự căng thẳng đáng yêu trong giọng nói của anh.

Tôi mỉm cười. "Được mà."

"Ngày mai nhé?" anh hỏi ướm.

"Kiên nhẫn đi nào, anh chàng bộp chộp," tôi khuyên. "Hẳn anh không muốn mình có vẻ quá háo hức đấy chứ!"

"Phải, đó là lý do tại sao anh hẹn ngày mai," anh đáp tỉnh bơ. "Anh muốn gặp em lần nữa ngay tối nay kìa. Nhưng anh sẵn sàng chờ đợi *suốt đêm nay và cả ngày mai*." Tôi trợn tròn mắt. "Anh nói *nghiêm túc* đó," anh bảo.

"Anh thậm chí không biết tôi," tôi nói. Tôi chộp lấy quyển truyện và lí lắc hỏi: "Hay tôi sẽ gọi anh khi đọc hết quyển này nhé?"

"Nhưng em còn chưa có số điện thoại của anh mà," anh đáp.

"Tôi tin là anh đã viết nó trong quyển truyện này rồi."

Anh nở một nụ cười ngớ ngẩn. "Vậy mà em bảo là chúng ta không biết nhau."

CHƯƠNG BA

Đêm đó tôi thức khá trễ vì mải mê đọc cuốn *Cái giá của Bình minh*. (Cảnh báo ẩn: *Cái giá của Bình minh* là máu.) Đây không phải truyện *Nỗi đau tột cùng*, nhưng nhân vật chính, Trung sĩ Max Mayhem, cũng hơi bị đáng yêu mặc dù đã 'xử đẹp', theo tôi đếm, ít nhất 118 người trong 284 trang truyện.

Thế nên tôi dậy muộn vào sáng hôm sau, thứ Năm. Chủ trương của Mẹ là không bao giờ đánh thức tôi, bởi vì một trong những yêu cầu công việc của Bệnh Nhân Chuyên Nghiệp là phải ngủ thật nhiều. Nên tôi hơi bối rối khi giật mình thức dậy và thấy Mẹ đang lay vai tôi.

"Gần mười giờ rồi con," bà âu yếm nói.

"Ngủ giúp chữa lành ung thư mà Mẹ," tôi trả lời, giọng còn ngái ngủ. "Tối qua con thức khuya đọc sách."

"Thì sách truyện chứ gì!" Mẹ nói khi bà quỳ bên cạnh giường và loay hoay tháo giúp tôi cái máy tạo ô-xy cá nhân hình chữ nhật, mà tôi gọi là Philip, bởi vì nó trông vạm vỡ y như chàng Philip huyền thoại.

Mẹ móc cho tôi một chiếc bình ô-xy di động rồi nhắc tôi có lớp học sáng nay. "Anh chàng tối qua cho con cái này à?" Mẹ hỏi vu vơ.

"*Cái này* ý Mẹ là mấy nốt mụn giộp hả?"

"Con suy nghĩ linh tinh quá," Mẹ kêu lên. "Là cuốn truyện, Hazel. Ý Mẹ hỏi cuốn truyện ấy."

"Dạ, anh ấy đưa cho con cuốn truyện này."

"Mẹ thấy con thích anh chàng này," Mẹ vừa nói vừa nhướng mày, như thể sự quan sát này đòi hỏi bản năng đặc biệt của người mẹ. Tôi nhún vai. "Mẹ đã nói với con là Hội Tương Trợ này cũng đáng tham gia mà."

"Bộ Mẹ đứng ngoài chờ con suốt buổi hay sao mà Mẹ biết?"

"Ừ. Mẹ có mang theo một số tài liệu để đọc. Mà thôi, đã đến lúc bắt đầu ngày mới rồi thưa quý cô."

"Mẹ à! Ngủ. Ung thư. Chữa bệnh."

"Mẹ biết rồi, con cưng, nhưng còn lớp học sáng nay. Và hôm nay là ngày..." Giọng Mẹ không giấu được vẻ hân hoan.

"Thứ Năm?"

"Con không nhớ ngày thật à?"

"Hì, chắc vậy."

"Hôm nay là thứ Năm, ngày hai mươi chín tháng Ba!" Mẹ gần như hét lên, một nụ cười rạng rỡ bừng sáng trên khuôn mặt bà.

"Mẹ thật sự rất phấn khích về vụ ngày tháng nhỉ!" Tôi cũng hô to.

"HAZEL. HÔM NAY LÀ SINH NHẬT LẦN THỨ BA MƯƠI BA CHIA ĐÔI CỦA CON ĐÓ!"

"Ồ," tôi ngạc nhiên đáp. Mẹ tôi thực sự là chuyên gia siêu giỏi trong việc tìm mọi lý do để tăng số ngày lễ kỷ niệm trong năm. HÔM NAY LÀ NGÀY CÂY XANH! NÀO, CHÚNG TA HÃY CÙNG ÔM CÂY VÀ ĂN BÁNH! COLUMBUS MANG BỆNH ĐẦU MÙA ĐẾN CHO NGƯỜI DÂN BẢN ĐỊA; CHÚNG TA NÊN TƯỞNG NIỆM SỰ KIỆN NÀY BẰNG MỘT BUỔI PICNIC DÃ NGOẠI!, v.v. "Chà, xin Chúc mừng Sinh nhật Lần thứ Ba mươi ba Chia đôi của con," tôi hùa theo.

"Con muốn làm gì vào ngày rất đặc biệt này của mình?"

"Về nhà sau khi tan học và lập kỷ lục thế giới về số tập chương trình *Vua bếp* mà con được xem liền tù tì, Mẹ thấy sao?"

Mẹ với tay lên chiếc kệ trên đầu giường của tôi và chộp lấy Bluie, chú gấu bông màu xanh mà tôi được tặng từ hồi tôi mới khoảng một tuổi – cái thời mình còn được phép đặt tên bạn bè theo màu sắc của họ.

"Thế con không muốn đi xem phim với Kaitlyn, Matt hay bạn nào đó sao?" những người này là bạn tôi.

Đó là một ý hay. "Dĩ nhiên rồi!" tôi hồ hởi đáp. "Để con nhắn tin cho Kaitlyn xem nhỏ có muốn đi mua sắm hay làm gì đó sau giờ học không."

Mẹ cười, ôm chú gấu vào lòng. "Liệu đi mua sắm có còn là điều tuyệt vời không ta?" bà hỏi.

"Con rất tự hào về chuyện không phân biệt được cái gì là tuyệt vời đó nha Mẹ," tôi đáp tỉnh bơ.

...

Tôi nhắn tin cho Kaitlyn, tắm táp, thay đồ, và sau đó Mẹ chở tôi đến trường. Hôm nay có lớp Văn học Mỹ. Cô giảng về Frederick Douglass trong một hội trường gần như vắng teo, và thật vô cùng khó khăn để không phải ngủ gật trong lớp. Vào phút thứ bốn mươi của tiết học dài chín mươi phút, Kaitlyn nhắn tin lại.

Tuyệt cú mèo. Chúc mừng sinh nhật chia đôi nhé. Ở Castleton lúc 3:32 nha?

Kaitlyn có một cuộc sống xã hội bận rộn đến mức lịch trình sinh hoạt được tính đến từng phút. Tôi nhắn trả lời:

Nghe hay đó. Hẹn gặp ở khu ẩm thực nhé!

Từ trường, Mẹ lái xe đưa tôi đến thẳng hiệu sách nối

liền với khu trung tâm mua sắm. Ở đó tôi mua cả hai cuốn *Bình minh lúc nửa đêm* và *Cầu siêu cho Mayhem*, hai tập đầu của cuốn *Cái giá của Bình minh*. Rồi tôi băng ngang khu ẩm thực rộng thênh thang và mua một lon Coca Diet. Lúc đó đã là 3:21.

Tôi ngồi đọc truyện, thỉnh thoảng ngước nhìn những đứa trẻ đang nô đùa trong khu vui chơi mô hình tàu cướp biển. Có hai đứa trẻ cứ bò tới bò lui trong một đường hầm và dường như chúng không lúc nào biết mệt, khiến tôi lại miên man suy nghĩ đến Augustus Waters và trò ném bóng dở hơi.

Mẹ cũng vào khu ẩm thực, một mình, ngồi trong một góc mà bà nghĩ là tôi không thể nhìn thấy, thong thả ăn bánh sandwich kẹp bít-tết và phô mai. Vừa ăn bà vừa đọc một số giấy tờ. Có lẽ là tài liệu y tế. Thủ tục y tế là vô tận.

Đúng boong 3:32, tôi thấy Kaitlyn sải bước tự tin qua tòa nhà Wok House. Nhỏ nhìn thấy tôi ngay khi tôi vừa giơ tay vẫy, và không quên cười nhe hàm răng mới chỉnh trắng tinh, đi thẳng đến chỗ tôi.

Nhỏ mặc một chiếc áo khoác màu xám than dài đến gối, ôm vừa khít người và mang một cặp kính mát to đùng che gần hết khuôn mặt. Nhỏ đẩy kính lên trên đầu khi cúi xuống ôm tôi.

"Bồ *khỏe* không?" nhỏ hỏi, lơ lớ giọng Anh. Sẽ không ai thấy chất giọng này lạ hay khó chịu cả. Kaitlyn chỉ vô tình là một cô nàng quý tộc Anh hai mươi lăm tuổi cực kỳ sành điệu bị mắc kẹt trong một cơ thể thiếu nữ mười sáu tuổi ở thành phố Indianapolis này. Ai cũng sẽ chấp nhận sự thật đó.

"Mình khỏe. Còn bồ?"

"Mình cũng không biết nữa. Đó là Coca Diet hả?" Tôi gật đầu và đưa lon nước cho nhỏ, nhỏ cầm lấy hút vài ngụm. "Mình ước gì bồ còn đi học chung. Mấy chàng trai giờ nhìn *ngon lành* hết sảy."

"Ồ, vậy hả? Như chàng nào?" Tôi hỏi. Nhỏ hăm hở kể tên năm anh chàng từng học chung thời tiểu học và trung học với chúng tôi, nhưng tôi không thể hình dung được bất kỳ ai trong số đó.

"Dạo này mình đang hẹn hò với Derek Wellington," nhỏ nói, "nhưng mình nghĩ cũng chẳng lâu dài đâu, hắn còn *trẻ con* quá. Mà thôi, nói về mình thế đủ rồi. Bồ có gì mới trong thế giới của Hazel không nào?"

"Thật ra cũng chẳng có gì," tôi đáp.

"Thế sức khỏe bồ tốt không?"

"Cũng vậy à!"

"Phalanxifor!" nhỏ cười toe toét. "Nhờ vậy mà giờ bồ có thể sống mãi mãi, phải không?"

"Có thể không được mãi mãi đâu," tôi trả lời.

"Nhưng cơ bản là vậy," nhỏ liến thoắng. "Còn tin gì mới nữa nào?"

Tôi định sẽ kể cho nhỏ nghe rằng tôi cũng đang qua lại với một anh chàng, hay chí ít là tôi đã cùng xem phim với

một người khác giới. Bởi tôi biết tin đó sẽ khiến nhỏ bất
ngờ và thích thú vì một đứa con gái ăn mặc lôi thôi, gầy
nhom và vụng về như tôi có thể nhanh chóng chiếm được
cảm tình của một chàng trai. Nhưng tôi cũng không thực
sự có gì nhiều nhặn để khoe khoang, nên tôi chỉ nhún vai.

"Đây là gì vậy trời?" Kaitlyn chỉ cuốn truyện và hỏi.

"Ồ, truyện khoa học viễn tưởng ấy mà. Mình đang ghiền
đọc loạt truyện này."

"Bồ làm mình hơi cảnh giác đó. Thế giờ tụi mình đi
mua giày nhé?"

Hai đứa cùng đến cửa hàng giày. Trong lúc đang chọn
mua, Kaitlyn cứ liên tục đưa mấy kiểu giày bệt hở mũi
cho tôi và khen tới tấp, "Đôi này trông dễ thương với *bồ*
nè!" nhắc tôi nhớ rằng Kaitlyn không bao giờ mang giày
hở mũi bởi nhỏ ghét ngón chân của mình. Nhỏ cứ bị ám
ảnh là ngón chân trỏ quá dài, như thể ngón chân trỏ là
cửa sổ tâm hồn hay đại loại thế. Nên khi tôi chỉ một đôi
dép rất tiệp với màu da của nhỏ, nhỏ ngần ngừ: "Ừ thì
cũng đẹp, nhưng..." Nhưng ở đây có nghĩa là *nhưng nó sẽ*
làm lộ ngón chân trỏ gớm ghiếc của mình cho bàn dân thiên hạ
xem. Tôi thốt lên: "Kaitlyn, bồ là người duy nhất mình
biết bị bệnh mặc cảm ngón chân đó," và nhỏ ngơ ngác
hỏi: "Bồ nói gì thế?"

"Thì giống như khi bồ soi gương, bồ thấy khiếm khuyết
khiến bồ mặc cảm cứ lồ lộ ra, nhưng thật sự thì chẳng đến
nỗi nào đâu."

"À, à, mình hiểu rồi," nhỏ gật gù. "Thế bồ thích đôi này không?" Nhỏ giơ ra một đôi giày Mary Janes xinh xắn nhưng không mấy đặc sắc. Tôi gật đầu và thế là nhỏ tìm cỡ chân mình, xỏ vào thử và cứ bước tới bước lui, vừa đi vừa ngắm nhìn chân mình qua chiếc gương cao đến đầu gối. Sau đó, nhỏ lại chộp lấy một đôi giày xăng-đan cao gót và nói: "Mình có thể đi đôi này không nhỉ? Ý mình là, chắc mình sẽ *chết*—" và chợt im bặt, ngại ngần nhìn tôi như muốn nói *mình xin lỗi*, như thể đó là một trọng tội khi nhắc đến cái chết với người đang sắp chết vậy. "Bồ nên thử đôi này," Kaitlyn mở lời, cố gắng xua tan cảm giác ngượng ngùng.

"Mình sẽ chết sớm," tôi bảo.

Cuối cùng tôi chỉ chọn một vài đôi dép kẹp để có cái mà mua. Xong tôi ngồi phịch xuống một băng ghế đối diện với kệ trưng bày giày và ngó Kaitlyn lượn lờ xem giày, với một sự tập trung cao độ thường thấy ở mấy kiện tướng cờ vua chuyên nghiệp. Tôi muốn lấy cuốn *Bình minh lúc nửa đêm* ra đọc một chốc nhưng làm vậy có phần khiếm nhã nên tôi chỉ ngồi nhìn Kaitlyn. Thỉnh thoảng nhỏ vòng lại chỗ tôi, tay nắm chặt một số mẫu giày bít mũi và hỏi: "Đôi này nha?" Tôi cố gắng tìm một lời bình luận thông minh, và cuối cùng nhỏ mua những ba đôi còn tôi mua mớ dép kẹp đã chọn. Và khi cả hai vừa ra khỏi cửa hàng, nhỏ hỏi: "Qua bên Anthropologie không?"

"Mình nên về nhà," tôi đáp. "Mình thấy hơi mệt trong người."

"Ừ, phải rồi!" nhỏ nói. "Mình phải thường xuyên gặp bồ hơn." Nhỏ quàng tay lên vai tôi, hôn lên hai má rồi quay lưng đi, cái hông nhỏ lắc lư theo nhịp bước.

Nhưng tôi không về nhà. Tôi đã dặn Mẹ đến đón lúc sáu giờ chiều, và khi thấy bà không có trong khu mua sắm hay dưới bãi đậu xe, tôi muốn dành hai giờ còn lại cho bản thân.

Tôi thương Mẹ, nhưng sự có mặt thường xuyên của bà đôi khi khiến tôi thấy khó chịu một cách kỳ lạ. Cũng như tôi quý Kaitlyn. Tôi thực sự rất quý nhỏ. Nhưng ba năm đằng đẵng không gặp gỡ bạn bè thường xuyên như hồi học chính quy, tôi cảm thấy có một khoảng cách nhất định khó lấp giữa chúng tôi. Tôi nghĩ các bạn cũng muốn giúp tôi vượt qua căn bệnh ung thư này, nhưng cuối cùng họ thấy bất lực. Bởi vì căn bệnh này không thể *vượt qua*.

Nên tôi thường viện cớ mệt và đau mỗi khi gặp Kaitlyn hay bất kỳ bạn nào khác trong mấy năm qua. Thật ra thì tôi luôn luôn thấy đau. Đau khi không thở được như một người bình thường, khi phải không ngừng nhắc nhở lá phổi phải làm nhiệm vụ của nó, khi buộc phải chấp nhận không thể cắt được cơn đau xé người của chứng suy hô hấp. Vậy thật ra tôi đâu nói dối, tôi chỉ lựa chọn giữa nhiều sự thật mà thôi.

Tôi tìm thấy một băng ghế nằm giữa các cửa hàng Quà tặng Ireland, Viết máy Emporium, và một cửa hàng bán mũ bóng chày — một góc của khu trung tâm mà thậm chí Kaitlyn sẽ không bao giờ ghé qua mua sắm. Thế là tôi bắt đầu đọc cuốn *Bình minh lúc nửa đêm.*

Truyện gần như cứ một câu là có một người chết và tôi say sưa đọc mà không buồn nhìn lên. Tôi thích Trung sĩ Max Mayhem, mặc dù ông không hẳn là giỏi chuyên môn, chủ yếu tôi thích những cuộc phiêu lưu của ông cứ *tiếp diễn liên tục.* Lúc nào cũng có nhiều kẻ xấu để tiêu diệt và nhiều người tốt để bảo vệ. Ông bắt đầu cuộc chiến mới cả trước khi chiến thắng cuộc chiến cũ. Thật sự tôi chưa hề đọc một loạt truyện như vầy kể từ khi tôi lớn, và giờ thật thú vị khi sống lại trong thế giới hư cấu vô tận này.

Hai mươi trang cuối truyện, tình hình trở nên bi kịch với Mayhem, khi ông bị bắn mười bảy lần trong một nỗ lực giải cứu con tin (là gái Mỹ, tóc vàng) từ Kẻ thù. Tuy nhiên, từ góc độ người đọc, tôi không thấy thất vọng. Nỗ lực chiến đấu sẽ trường tồn dù không còn Mayhem. Có thể — và thật sự là thế — phần tiếp theo sẽ có sự tham gia của đội quân của ông: Chuyên gia Manny Loco và Thám tử tư Jasper Jacks cùng những đồng đội khác.

Khi tôi sắp đọc hết truyện thì có một cô bé tóc tết bím xuất hiện trước mặt tôi, hỏi: "Cái gì trong mũi của chị vậy?"

Tôi đáp: "Ừm, nó gọi là ống thông. Cái ống này cung cấp ô-xy cho chị, giúp chị hít thở." Mẹ cô bé chạy đến và nói vẻ không hài lòng, "Jackie!" Tôi vội trấn an, "Không, không sao đâu cô," vì thật ra cũng chẳng có gì nghiêm trọng. Sau đó Jackie lại hỏi: "Thế nó có giúp em hít thở được không?"

"Chị cũng không rõ. Hay chúng ta thử nhé." Nói đoạn tôi rút ống ra và cho Jackie gắn ống thông vào trong mũi của cô bé và thở. "Nhột quá!" cô bé thốt lên.

"Chị biết mà!"

"Em nghĩ em thở tốt hơn," cô bé nói.

"Vậy à?"

"Dạ."

"Ừ," tôi đáp, "Ước gì chị có thể tặng em chiếc ống này nhưng chị thực sự cần nó để trợ thở." Tôi bắt đầu thấy hụt ô-xy. Tôi ráng tập trung hít thở khi Jackie trả ống lại cho tôi. Tôi nhanh chóng luồn dây vào trong áo thun, móc vòng ra sau vành tai và đặt các đầu ống vào vị trí cũ.

"Cảm ơn chị đã cho em thử nó," cô bé nói.

"Không có gì đâu bé!"

"Jackie," mẹ cô bé lại kêu, và lần này tôi để cô bé đi theo mẹ.

Tôi quay trở lại với cuốn truyện, tới đoạn Trung sĩ Max Mayhem thấy ray rứt vì ông chỉ có một mạng sống để cống hiến cho Tổ quốc. Nhưng tôi cứ miên man nghĩ về cô bé tóc bím, tôi thích cô bé biết nhường nào.

Còn một điều nữa về Kaitlyn, theo tôi, là không bao giờ tôi cảm thấy tự nhiên khi nói chuyện với nhỏ nữa. Bất kỳ nỗ lực xã giao bình thường nào cũng chỉ tổ làm tăng thêm thất vọng. Bởi vì rõ rành rành là tất cả mọi người tôi tiếp xúc trong suốt quãng đời còn lại sẽ luôn thấy khó xử và lúc nào cũng ý thức về căn bệnh của tôi, ngoại trừ trẻ em như Jackie vốn chẳng biết gì mấy.

Dù sao, tôi thực sự thích được ở một mình. Tôi thích ở một mình đơn độc với vị Trung sĩ Max Mayhem đáng thương, người mà — ồ, không phải chứ, đừng nói ông ta vẫn tiếp tục *sống sót* sau mười bảy vết đạn này nha!

(Cảnh báo ẩn: Ông vẫn sống.)

CHƯƠNG BỐN

Tối hôm đó tôi lên giường sớm hơn thường lệ. Sau khi thay áo thun và quần cộc, tôi quấn mình trong chăn, kê đầu lên gối trên chiếc giường cỡ vừa – một trong những chốn yêu thích của tôi. Rồi tôi bắt đầu đọc cuốn *Nỗi đau tột cùng* lần thứ một triệu.

NĐTC kể về một cô bạn tên là Anna (cũng là người dẫn truyện) và người mẹ một mắt của bạn ấy – một thợ làm vườn chuyên nghiệp bị ám ảnh bởi hoa tulip. Họ có một cuộc sống bình dị của tầng lớp hạ lưu trong một thị trấn nhỏ ở miền trung California cho đến khi Anna mắc chứng ung thư máu hiếm gặp.

Tuy nhiên đây không phải là một *cuốn truyện ung thư*. Truyện ung thư thường chán phèo, kiểu như bệnh nhân ung thư trong đó sẽ thành lập một tổ chức từ thiện gây quỹ chống lại bệnh ung thư, đúng không? Và sứ mệnh từ thiện này nhắc nhở bệnh nhân ung thư về bản chất tốt đẹp trong mỗi con người, khiến cho anh chàng/ cô nàng thấy mình được yêu thương và được khích lệ bởi vì anh chàng/ cô nàng sẽ để lại một nguồn kinh phí chữa ung thư. Nhưng trong NĐTC, Anna cho rằng là một người bị ung thư mà bắt đầu một tổ chức từ thiện chống ung thư là hơi tự kỷ. Thế nên bạn ấy thành lập một tổ chức từ thiện có tên là Quỹ Anna dành cho Bệnh nhân Ung thư Muốn Chữa Dịch tả.

Ngoài ra, Anna cũng rất thành thật về tất cả mọi chuyện mà không phải ai cũng chịu thừa nhận: Trong suốt cuốn truyện, bạn ấy nói về mình như là *tác dụng phụ* của căn bệnh ung thư, mà điều đó hoàn toàn đúng. Trái đất này nhờ những đột biến mới có được sự đa dạng sinh học, và bệnh nhi ung thư thực chất là tác dụng phụ của quá trình đột biến không ngừng đó. Câu chuyện cứ thế tiếp diễn, bạn Anna ngày càng bệnh nặng hơn, các liệu pháp điều trị lẫn căn bệnh thi nhau cướp lấy sinh mệnh bạn ấy. Còn mẹ bạn thì đem lòng yêu một thương nhân buôn hoa tulip Hà Lan mà Anna gọi là Chú Tulip Hà Lan. Chú Tulip Hà Lan có rất nhiều tiền cùng những ý tưởng rất lập dị về phương pháp điều trị ung thư. Anna nghĩ rằng ông chú này có thể là một tay lừa bịp và thậm chí có khả năng không phải là người Hà Lan. Thế rồi vào lúc ông chú Hà Lan và mẹ bạn sắp kết hôn, còn Anna bắt đầu thử nghiệm phác đồ điều trị mới khá điên rồ bằng các dược liệu như cỏ lúa mì và một ít thạch tín, thì cuốn truyện đột ngột kết thúc ngay giữa

Tôi biết đó là một quyết định rất *văn học* về mọi việc trong truyện. Cái kết lưng chừng này có lẽ là một phần lý do tôi yêu thích tác phẩm đến vậy. Nhưng cần có gì đó cho biết là câu chuyện đã *kết thúc*. Và nếu nó không thể kết thúc thì ít ra là nên tiếp tục kéo dài liên tu bất tận như cuộc phiêu lưu của trung đội Trung sĩ Max Mayhem.

Tôi hiểu câu chuyện kết thúc bởi vì Anna đã chết hoặc sức khỏe quá yếu, không cho phép bạn tiếp tục viết. Tôi cũng tin rằng việc bỏ lửng câu thế này sẽ phản ánh chân thực rằng cuộc sống thường kết thúc đột ngột như thế. Nhưng ngoài Anna còn có nhiều nhân vật khác trong câu chuyện, và thật không công bằng khi tôi không bao giờ biết những gì xảy ra với họ sau đó. Tôi đã viết, thông qua địa chỉ nhà xuất bản, hơn chục lá thư cho tác giả Peter Van Houten. Mỗi lá thư đều nhằm tìm kiếm câu trả lời về những gì xảy ra sau khi câu chuyện kết thúc: liệu Chú Tulip Hà Lan có phải là kẻ bịp bợm, liệu mẹ Anna cuối cùng cũng kết hôn với ông, chuyện gì xảy ra với chú chuột hamster ngu ngốc của Anna (thú cưng mà mẹ bạn cực ghét), các bạn của Anna có tốt nghiệp trung học không – tất tần tật mọi chi tiết. Thế nhưng tác giả chưa bao giờ trả lời cho bất kỳ lá thư nào của tôi.

NĐTC là cuốn sách đầu tay và duy nhất của Peter Van Houten. Người ta chỉ biết mông lung rằng ông đã rời Mỹ về lại Hà Lan sau khi cuốn sách ra đời và sống một cuộc đời ẩn dật. Tôi tưởng tượng rằng ông đang viết phần tiếp theo lấy bối cảnh là Hà Lan – có thể mẹ Anna và Chú Tulip Hà Lan cuối cùng đã chuyển đến đây và cố gắng bắt đầu một cuộc sống mới. Nhưng đã mười năm trôi qua kể từ khi cuốn *Nỗi đau tột cùng* được phát hành, Van Houten đã chẳng công bố gì thêm, đến một bài blog cũng không. Tôi không thể chờ đợi mãi được.

Khi đọc lại truyện đêm đó, tôi cứ liên tục bị phân tâm khi tưởng tượng lan man là Augustus Waters cũng đang đọc những dòng tương tự. Tôi tự hỏi liệu anh có thích nó không, hay lại gạt sang một bên không đọc vì nghĩ tôi làm màu. Rồi tôi chợt nhớ lời hứa sẽ gọi cho anh sau khi đọc xong *Cái giá của Bình minh*. Thế là tôi tìm số di động của anh ở trang đầu tiên và nhắn tin cho anh.

Nhận xét về *Cái giá của Bình minh*: Đầy rẫy người chết. Không đủ vốn từ miêu tả. Còn NĐTC thì sao?

Một phút sau anh nhắn lại:

Theo anh nhớ thì em hứa sẽ GỌI sau khi đọc hết truyện, chứ không phải nhắn tin.

Thế là tôi gọi.

"Hazel Grace," giọng anh hồ hởi khi vừa bắt máy.

"Vậy anh đã đọc chưa?"

"Có, nhưng chưa xong. Truyện dày đến sáu trăm năm mươi trang mà anh chỉ có hai mươi bốn tiếng đồng hồ."

"Vậy anh đọc đến đâu rồi?"

"Trang bốn trăm năm mươi ba."

"Và?"

"Anh sẽ không nhận xét gì cho đến khi đọc xong truyện. Tuy nhiên, anh xin nói rằng anh cảm thấy hơi xấu hổ khi đã đưa cho em cuốn *Cái giá của Bình minh*."

"Anh không cần phải xấu hổ đâu. Tôi đã đọc sang cuốn *Cầu siêu cho Mayhem* rồi."

"Một phần bổ sung sáng giá cho loạt truyện. Được rồi, thế tay buôn tulip có phải kẻ bịp không? Anh có linh cảm không hay về tay này."

"Biết trước mất hay!" Tôi đáp.

"Nếu tay ấy không phải là một quý ông đàng hoàng thì anh sẽ moi mắt hắn ra."

"Xem ra anh kết truyện này nhỉ."

"Khoan kết luận vội! Khi nào anh có thể gặp em đây?"

"Dĩ nhiên là sau khi anh đọc xong *Nỗi đau tột cùng* rồi." Tôi thích đẩy đưa thêm một chút.

"Thế thì anh nên bỏ máy xuống và tiếp tục đọc."

"Anh nên làm thế," tôi bảo. Và anh tắt máy ngay mà không nói thêm một lời.

Trò tán tỉnh này quả thật mới mẻ nhưng tôi thích chơi trò này.

Sáng hôm sau tôi có lớp Thơ Mỹ Thế kỷ Hai mươi tại trường MCC. Bà giảng viên bộ môn đứng tuổi cứ thao thao bất tuyệt về một bài giảng dài chín mươi phút về Sylvia Plath mà không một lần trích thơ của Sylvia Plath.

Khi tôi ra khỏi lớp, Mẹ đã chờ sẵn ở lề đường trước khu tôi học.

"Bộ Mẹ ở đây đợi con suốt buổi học à?" tôi hỏi khi bà vội vã vòng ra sau lưng để giúp tôi chuyển giá đỡ và bình ô-xy của tôi vào trong xe.

"Không, Mẹ có đi lấy đồ giặt ủi và ghé bưu điện."

"Và sau đó?"

"Mẹ đã đọc một cuốn sách trong lúc chờ đợi," bà đáp.

"Và *con* là người cần tận hưởng cuộc sống." Tôi cười, bà cũng cố gắng mỉm cười theo, nụ cười pha chút ngượng ngập. Sau một giây, tôi quyết định chuyển đề tài. "Mẹ có muốn đi xem phim không?"

"Có chứ. Con muốn xem phim gì?"

"Mẹ con mình cứ đến rạp và có phim nào sắp chiếu thì xem phim đó." Mẹ đóng cửa xe cho tôi và đi vòng qua bên cửa lái chính. Chúng tôi lái xe đến nhà hát Castleton và xem một bộ phim 3D về loài chuột biết nói. Bộ phim thực sự khá buồn cười.

Khi tôi xem xong phim và ra khỏi rạp, tôi thấy có bốn tin nhắn từ Augustus.

Hãy nói bản truyện em đưa anh bị thiếu mất hai mươi trang cuối hoặc viện một lý do gì khác.

Hazel Grace, hãy nói với anh rằng anh chưa đọc đến kết truyện đi!

TRỜI ƠI LIỆU HỌ CÓ KẾT HÔN KHÔNG ÔI TRỜI TRUYỆN GÌ THẾ NÀY

Anh đoán là Anna chết và truyện đơn giản kết thúc ngay đó? TÀN NHẪN. Hãy gọi cho anh ngay nhé. Hy vọng mọi chuyện vẫn ổn.

Ngay khi về đến nhà, tôi đi thẳng ra sau vườn và đến ngồi trên chiếc ghế lưới hóng mát đang hoen gỉ và gọi cho anh ấy. Hôm nay trời vần vũ mây, kiểu thời tiết đặc trưng của bang Indiana, không khí đặc quánh như sắp đóng hộp ta vậy. Nổi bật trên mảnh sân nhỏ sau nhà là bộ đánh đu thời thơ bé của tôi, giờ nhìn ướt nhèm nhẹp thật thảm thương.

Augustus bắt máy khi chuông reo hồi thứ ba. "Hazel Grace," anh chào.

"Chào mừng anh đến với sự tra tấn ngọt ngào khi đọc *Nỗi đau*—" Tôi chợt ngừng lại khi nghe tiếng sụt sịt rõ to ở đầu dây bên kia. "Anh có sao không?" Tôi vội hỏi.

"Anh khỏe," Augustus trả lời. "Tuy nhiên anh đang ở bên cạnh anh Isaac, anh ấy đang bị suy sụp tinh thần trầm trọng." Tiếng khóc rền rĩ hơn. Giống như tiếng rú thảm thiết trước khi chết của một con thú bị thương. Gus chuyển sự chú ý sang Isaac. "Này, này thằng quỷ, sự có mặt của Hazel Hội Tương Trợ liệu có làm mày thấy khá hơn không, hay còn tồi tệ hơn? Isaac. Nghe. Tao. Nè." Sau một phút, Gus nói với tôi. "Em có thể đến gặp tụi anh ở nhà anh không? Khoảng hai mươi phút nữa."

"Được," tôi đáp và tắt máy.

Nếu có thể lái xe trên một đường thẳng thì thật ra chỉ mất độ năm phút để đi từ nhà tôi đến nhà anh Augustus, nhưng chúng ta không thể lái xe trên một đường thẳng vì Công viên Holliday nằm chắn ngay chính giữa hai nhà.

Mặc dù đó là sự bất tiện về mặt địa lý nhưng tôi thực sự thích Công viên Holliday. Hồi còn bé, tôi thường bơi lội tung tăng trên Sông Trắng với Ba. Tuyệt nhất là khi ông ném tôi lên không trung, kiểu như tung tôi ra khỏi tay, và tôi sẽ dang hai tay ra như thể đang bay và ông sẽ đưa tay đón lấy tôi. Chợt cả hai cha con thấy là cha không thể bắt được con mà cũng không có ai đỡ tôi ở bên dưới. Cảm giác sợ hãi đó khiến hai cha con thất kinh hồn vía. Thế rồi cả người tôi rơi tõm xuống sông. Và khi tôi ngoi lên mặt nước mà không bị hề hấn gì, sóng lại đẩy tôi về phía Ba. Rồi tôi lại nằn nì: *Nữa đi. Ba ơi, nữa đi.*

Tôi rẽ sang đường vào nhà Augustus, đậu xe cạnh một chiếc Toyota cũ màu đen mà tôi đoán là của anh Isaac.

Xóc lại bình ô-xy phía sau lưng, tôi bước đến gõ cửa. Ba của Gus ra mở cửa.

"Hazel Được Rồi," ông lên tiếng. "Rất vui được gặp lại cháu."

"Anh Augustus kêu cháu ghé qua."

"Ừ, nó và Isaac đang ở dưới tầng hầm." Đúng lúc đó có tiếng khóc vọng lên từ dưới hầm. "Hẳn đó là Isaac," ba của Gus nói và khẽ lắc đầu. "Bác Cindy đã phải lái xe ra ngoài, cái tiếng khóc đó..." ông bỏ lửng câu. "Mà thôi, cháu xuống hầm đi. Có cần bác đỡ giúp cháu cái, ơ, cái bình này không?" Ông hỏi.

"Dạ không cần đâu bác, cháu tự xoay xở được. Cảm ơn bác nhé, bác Waters."

"Cứ gọi bác là Mark," ông bảo.

Tôi hơi sờ sợ khi đi xuống hầm. Nghe người ta khóc than rên rỉ không phải là trò giải trí yêu thích của tôi. Nhưng tôi vẫn bước xuống.

"Hazel Grace," Augustus nói khi anh nghe tiếng bước chân của tôi. "Isaac, Hazel của Hội Tương Trợ đang xuống kìa. Hazel, anh cảnh báo em trước là anh Isaac đang trong giai đoạn khủng hoảng tinh thần đó nha."

Augustus và Isaac đang ngồi ngả lưng trên ghế lười có hình dạng *chữ L* và chơi game, mắt nhìn chăm chăm lên màn hình ti-vi khổng lồ. Màn hình được chia hai, phần bên trái của Isaac, và bên phải của Augustus. Họ là những người lính chiến đấu trong một thành phố hiện đại đang bị giội bom. Tôi nhận ra cảnh tượng giống trong cuốn *Cái giá của Bình minh*. Khi bước tới, tôi vẫn chưa thấy có gì bất thường: chỉ là hai anh chàng đang ngồi trong quầng sáng chiếu ra từ chiếc ti-vi khổng lồ, đóng vai chiến sĩ bắn giết kẻ thù.

Chỉ đến khi đứng song song với họ, tôi mới nhìn thấy mặt của anh Isaac. Nước mắt ràn rụa cứ chảy thành dòng qua hai gò má đỏ ửng của anh, khuôn mặt anh rúm ró đầy đau khổ. Anh vẫn nhìn chằm chằm vào màn hình, thậm chí không buồn liếc nhìn lên tôi, và rống lên, trong khi tay vẫn bấm lia lịa vào bộ điều khiển của mình. "Em khỏe không, Hazel?" Augustus hỏi.

"Tôi khỏe," tôi đáp. "Còn anh, Isaac?" Không một câu trả lời. Thậm chí chẳng có dấu hiệu nhỏ nào cho thấy anh biết đến sự hiện diện của tôi. Chỉ có những giọt nước mắt ngắn dài chảy ướt chiếc áo thun đen của anh.

Augustus thoáng liếc nhìn ra khỏi màn hình. "Hôm nay em xinh thật," anh khen. Tôi đang mặc cái đầm chỉ-vừa-chấm-gối mà tôi có từ hồi xưa lơ xưa lắc. "Con gái nghĩ rằng họ chỉ được phép diện đầm vào những dịp trang trọng. Nhưng anh thích týp phụ nữ kiểu như, *ồ, tôi sắp đi gặp một anh chàng đang suy sụp tinh thần cùng một anh chàng chẳng dây mơ rễ má gì và nhìn đây, tôi sẽ mặc đầm đến đó.*"

"Tuy nhiên," tôi nói, "anh Isaac chẳng buồn liếc nhìn tôi. Chắc tại quá yêu Monica, tôi đoán vậy," và nhận ngay kết quả là một tiếng nấc tức tưởi.

"Chủ đề nhạy cảm đấy!" Augustus nhắc. "Isaac, tao không biết mày thấy không nhưng tao có linh cảm mơ hồ rằng tụi mình đang bị đánh chọc sườn." Và sau đó quay sang nói với tôi, "Isaac và Monica không còn cặp nhau nữa, nhưng anh Isaac không muốn nói về cô nàng đó. Anh ấy chỉ muốn khóc lóc và chơi game Chống phiến loạn 2 trong *Cái giá của Bình minh* thôi."

"Được thôi," tôi đáp.

"Isaac, tao thấy ngày càng lo về vị trí chiến đấu của tụi mình. Nếu mày đồng ý thì cứ chạy đến trạm điện, tao sẽ yểm trợ cho." Anh Isaac chạy về phía một tòa nhà không rõ là nhà gì trong khi Augustus vừa lia một khẩu súng máy bắn liên thanh dữ dội vừa chạy theo phía sau.

"Dù sao," Augustus nói với tôi, "cứ *nói chuyện* với anh ấy đi, không sao đâu. Nếu bậc cao nhân con gái như em có lời khuyên hay ho nào thì xin chỉ giáo."

"Tôi thấy phản ứng đó của ảnh cũng hợp tình hợp lý mà," tôi nói trong tràng súng đùng đoàng của anh Isaac, giết chết tươi một tên vừa ló đầu ra khỏi phía sau một chiếc xe tải nhỏ đã cháy rụi.

Augustus vẫn nhìn chăm chú vào màn hình, gật đầu. "Nỗi đau cần được cảm nhận," anh nói, đó là một câu trong cuốn *Nỗi đau tột cùng*. "Mày có chắc không còn thằng nào đằng sau tụi mình chứ?" anh hỏi Isaac. Một lúc sau, đạn lửa bắt đầu rít lên phía trên đầu họ. "Ôi, chết tiệt, Isaac," Augustus thốt lên. "Tao không có ý chỉ trích mày trong thời điểm mày yếu đuối nhất. Nhưng mày để tụi mình bị đánh chọc sườn rồi. Bây giờ thì không còn gì chắn giữa đám khủng bố và trường học." Nhân vật trong game của Isaac chạy ngoắt ngoéo trong một con hẻm hẹp về phía ngọn lửa.

"Anh có thể đi qua cầu rồi vòng lại," tôi nhắc, một chiến thuật tôi biết nhờ đọc *Cái giá của Bình minh*.

Augustus thở dài. "Tiếc là do chiến thuật của vị đồng đội đang tuyệt vọng của anh có vấn đề mà cây cầu đã bị phe nổi dậy kiểm soát rồi."

"Tao á?" Isaac thì thầm. "Tao hả?! Mày là đứa đề nghị chạy đến núp trong cái trạm điện chết bầm này mà."

Gus quay sang từ màn hình trong tích tắc và nhếch mép cười. "Tao biết mày có thể nói chuyện mà!" Anh nói. "Nào, giờ chúng ta hãy tiến lên cứu giúp mấy em học sinh nào."

Họ cùng nhau chạy dọc con hẻm, vừa nổ súng vừa tìm chỗ ẩn nấp cho đến khi gặp ngôi trường chỉ có duy nhất một phòng học. Họ thu mình phía sau một bức tường trên phố và bắn tỉa từng kẻ thù một.

"Tại sao quân nổi dậy muốn vào trường?" Tôi hỏi.

"Chúng muốn bắt học sinh làm con tin," Augustus trả lời. Bờ vai anh che khuất bộ điều khiển, tay không ngừng bấm nút, cả cánh tay căng lên lộ rõ gân máu. Isaac nghiêng người về phía màn hình, các ngón tay thanh mảnh nhảy múa trên bộ điều khiển của anh. "Chết này! Chết này! Chết này!" Augustus phấn khích. Làn sóng quân khủng bố vẫn tiếp tục túa ra, và họ giết sạch bọn chúng. Hai anh ngắm bắn chuẩn xác đến đáng kinh ngạc, lẽ dĩ nhiên phải thế vì cả hai sợ sẽ bắn nhầm vào trường học.

"Lựu đạn! Lựu đạn!" Augustus hét lên thất thanh khi có một vật bay véo thành hình vòng cung xẹt ngang màn hình, lăn về phía cổng trường rồi va vào cửa.

Isaac buông bộ điều khiển trong sự thất vọng não nề. "Nếu bọn chúng không bắt được con tin, chúng sẽ giết mấy em học sinh rồi vu khống cho chúng ta."

"Yểm trợ cho tao!" Augustus nói khi anh nhảy ra từ phía sau bức tường và chạy về phía cổng trường. Isaac lúng túng chộp lấy bộ điều khiển và bắt đầu bắn lia lịa trong khi đạn của kẻ thù trút như mưa xuống Augustus, anh đã bị bắn trúng một phát rồi đến hai phát nhưng vẫn chạy. Augustus hét vang: "*CHÚNG BAY KHÔNG GIẾT ĐƯỢC MAX MAYHEM ĐÂU!*" Và với một loạt lượt bấm cuối cùng, anh lao mình lên quả lựu đạn. Nó phát nổ dưới người anh. Cơ thể anh bị nổ tan, các mảnh xác vụn bắn lên tung tóe như một mạch nước phun trào. Rồi cả màn hình chuyển sang màu đỏ. Một giọng nói khàn khàn cất lên, "NHIỆM VỤ THẤT BẠI." Nhưng dường như Augustus nghĩ khác, bởi lẽ anh mỉm cười trước những tàn tích của mình trên màn hình. Anh thò tay vào túi, lấy ra một điếu thuốc, và nhét nó vào giữa hai hàm răng của mình, thong thả nói, "Bọn trẻ đã được cứu!"

"Tạm thời thôi!" Tôi chỉnh lời anh.

"Mọi sự cứu rỗi đều mang tính tạm thời," Augustus đáp lại. "Anh kéo dài được một phút cho bọn trẻ. Có lẽ đó là phút giúp chúng sống thêm một giờ, và một giờ đó giúp chúng sống thêm một năm. Sẽ không ai kéo dài thời khắc mãi mãi được cho bọn trẻ, Hazel Grace à. Nhưng mạng sống của anh kéo dài thêm một phút cho chúng. Và điều đó không hẳn là vô nghĩa."

"Oaaa, thôi được rồi," tôi nói. "Chúng ta chỉ đang nói về trò chơi điện tử."

Anh nhún vai, như thể anh tin rằng trò chơi có thể biến thành sự thực. Isaac lại bắt đầu khóc lóc. Augustus hất đầu về phía anh Isaac. "Chơi lại nhiệm vụ này không, chiến hữu?"

Isaac lắc đầu. Anh nhoài người qua Augustus, nhìn tôi và trầm giọng bảo, "Rốt cuộc thì chị Monica không muốn tiếp tục nữa."

"Chị ấy không muốn chia tay một người bị mù," tôi nói. Anh gục gặc đầu, nước mắt không còn là từng giọt nữa, mà giờ rơi như một cái máy gõ nhịp — đều đặn và liên tục không ngừng.

"Chị ấy nói là không thể đối mặt," anh rền rĩ. "Anh sắp mất thị lực và *chị* Monica không đối mặt được với chuyện đó."

Tôi suy nghĩ về từ *đối mặt*, tất cả những điều không thể đối mặt cuối cùng vẫn được giải quyết. "Em rất tiếc," tôi nói.

Anh quệt tay áo, lau khuôn mặt đầm đìa nước mắt. Phía

sau gọng kính, đôi mắt của anh Isaac dường như lớn hơn, lấn át mọi chi tiết khác trên khuôn mặt. Cặp mắt quái gở ấy lồi ra, nhìn chòng chọc vào tôi — một con mắt thật, một con mắt giả. "Thật không thể chấp nhận được," anh nói với tôi. "Hoàn toàn không chấp nhận được."

"Thật ra, công bằng mà nói," tôi giải thích, "có thể chị ấy *không thể* đối mặt được. Anh cũng vậy, nhưng chị ấy *không nhất thiết phải* đối mặt với chuyện này. Còn anh thì bắt buộc phải vậy."

"Hôm nay anh không ngừng nói 'luôn luôn' với chị ấy, 'luôn luôn luôn luôn luôn luôn', còn chị chỉ lo biện bạch này nọ mà không hề đáp lại mật mã. Cứ như thể anh đã ra đi rồi, em hiểu không? 'Luôn luôn' là một lời hứa! Làm sao chị ấy có thể phá vỡ lời hứa kia chứ?"

"Đôi khi người ta không ý thức được những lời họ hứa khi họ đang hứa," tôi nói.

Isaac bắn một tia nhìn qua tôi, "Phải, cứ cho là vậy đi. Nhưng ta phải giữ lời hứa chứ. Đó *mới là* tình yêu. Tình yêu là giữ lời hứa dù trong hoàn cảnh nào. Em không tin vào tình yêu đích thực ư?"

Tôi không trả lời. Tôi không có câu trả lời. Nhưng tôi nghĩ rằng nếu tình yêu đích thực *có* tồn tại thì lời anh Isaac là một định nghĩa khá hay về tình yêu.

"Chậc, anh thì tin vào tình yêu đích thực," Isaac nói. "Và anh yêu chị. Chị đã hứa. Chị ấy *đã hứa sẽ luôn luôn yêu anh.*" Anh đứng lên và bước về phía tôi. Tôi cũng đẩy người đứng dậy, đinh ninh là anh muốn ôm tôi hay gì đó, nhưng anh chỉ đơn giản quay nhìn xung quanh, giống như anh cũng không nhớ vì sao lúc đầu mình lại đứng dậy. Và rồi cả Augustus và tôi đều thấy cơn thịnh nộ dồn lên mặt anh.

"Isaac," Gus kêu.

"Cái gì?"

"Mày trông hơi... Xin lỗi nếu câu này mang hai nghĩa nha mày, nhưng tao thấy ánh mắt mày có vẻ ức chế."

Đột nhiên anh Isaac đá chiếc ghế chơi game của mình, khiến nó ngã nhào về phía giường của Gus. "Bộc phát đi mày!" Augustus hào hứng. Isaac đuổi theo chiếc ghế và đá nó một lần nữa. "Đúng rồi!" Augustus khuyến khích. "Hãy đá nó đi, đá bay cái ghế đi!" Anh Isaac đá thêm mấy phát, cho đến khi nó lăn trở lại giường của Gus, và sau đó anh nắm lấy một chiếc gối và bắt đầu đập ầm ầm vào khoảng tường trống giữa chiếc giường và kệ trưng cúp phía trên.

Augustus nhìn qua tôi, điếu thuốc lá vẫn còn trên miệng anh, và khẽ mỉm cười. "Anh không ngừng nghĩ về cuốn truyện đó."

"Tôi biết mà."

"Tác giả chưa bao giờ bật mí những gì xảy ra với các nhân vật khác sao?"

"Phải," tôi đáp lời anh. Anh Isaac vẫn đang hành hạ các bức tường bằng gối. "Ông đã chuyển đến Amsterdam, khiến tôi nghĩ rằng có thể ông đang viết phần tiếp theo về Chú Tulip Hà Lan. Nhưng ông chẳng công bố thêm gì và cũng chưa bao giờ trả lời phỏng vấn. Ông dường như không lên mạng. Tôi đã viết hàng loạt thư cho ông hỏi về những chuyện xảy ra với tất cả mọi người, nhưng ông không bao giờ trả lời. Cho nên... ừm." Tôi ngừng nói vì dường như Augustus không lắng nghe. Thay vào đó, anh đang liếc mắt nhìn Isaac.

"Chờ anh chút," anh thì thầm với tôi. Nói đoạn anh bước tới chỗ Isaac và nắm lấy vai anh ấy. "Thằng quỷ, gối vô hại. Mày thử cái gì có thể bể được coi!"

Isaac chộp lấy chiếc cúp bóng rổ từ kệ và giữ nó trên đầu như thể chờ anh cho phép. "Ném đi!" Augustus hô. "Ném!" Chiếc cúp đập chát xuống sàn nhà, cánh tay bằng nhựa của chàng cầu thủ bóng rổ long ra nhưng vẫn nắm chặt quả bóng. Isaac dẫm lên chiếc cúp. "Ừ!" Augustus nói. "Đạp bể đi!"

Rồi quay lại với tôi, "Anh đã cố tìm cách nói với ba rằng thật ra anh ghét chơi bóng rổ. Và anh nghĩ rằng chúng ta vừa tìm được một cách." Các chiếc cúp lần lượt bị lôi xuống. Anh Isaac vừa la hét vừa dẫm đạp lên chúng, trong khi Augustus và tôi đứng cách một quãng, chứng kiến sự điên cuồng của tình yêu tan vỡ. Những mảnh vỡ của các cầu thủ bóng rổ đáng thương, sứt sẹo nằm vương vãi khắp nền thảm: đây là một bàn tay bị vỡ đang ôm bóng, kia là đôi chân gãy rụng đang nhảy lên lưng chừng. Isaac liên tục tấn công đám cúp, nhảy thình thịch lên chúng bằng cả hai chân, la hét, thở dốc, vã mồ hôi. Cho đến khi anh ngồi sụp trên đống đổ nát của những chiếc cúp gãy vỡ lởm chởm.

Augustus bước về phía anh và nhìn xuống hỏi, "Thấy đỡ hơn chưa mày?"

"Chưa," Isaac lẩm bẩm, lồng ngực phập phồng.

"Đó chính là nỗi đau," Augustus thốt lên, và sau đó quay qua nhìn tôi. "Nỗi đau cần được cảm nhận."

CHƯƠNG NĂM

Tôi đã không liên lạc với Augustus trong khoảng một tuần. Lần sau cùng tôi gọi điện thoại cho anh là vào Buổi Tối Đập Phá Cúp, theo lệ thường thì đến lượt anh gọi cho tôi. Nhưng anh chẳng gọi. Và tôi cũng không phải kiểu con gái suốt ngày ôm khư khư điện thoại trong bàn tay ướt đẫm mồ hôi, mắt nhìn chăm chăm vào đèn báo hiệu có cuộc gọi đến trong khi diện chiếc Đầm Vàng Đặc Biệt, kiên nhẫn chờ chàng trai trong mộng – người luôn sống xứng đáng với 'thanh danh' của chàng – sẽ gọi điện cho mình vào một ngày đẹp trời nào đó. Thay vì vậy, tôi tiếp tục thói quen sinh hoạt thường ngày của mình: một buổi chiều tôi hẹn đi cà phê với Kaitlyn và bạn trai của nhỏ (trông dễ thương thật nhưng không có 'chất Augustinô');

mỗi ngày tôi dùng đủ liều Phalanxifor theo chỉ định; tôi đi học vào ba buổi sáng trong tuần tại MCC; và mỗi đêm tôi đều ăn tối cùng Ba Mẹ.

Vào tối chủ nhật, nhà tôi ăn pizza với ớt chuông và bông cải xanh. Khi cả nhà đang quây quần bên chiếc bàn tròn trong bếp thì nhạc chuông điện thoại của tôi bắt đầu réo vang. Nhưng tôi không được phép bắt máy vì ở nhà có một quy định nghiêm ngặt là không-nghe-điện-thoại-trong-lúc-ăn.

Tôi ngồi nhấm nháp một chút trong khi Ba Mẹ nói về trận động đất vừa xảy ra ở Papua New Guinea. Ngày xưa, hai người gặp nhau tại Peace Corps ở Papua New Guinea. Nên khi có bất cứ chuyện gì xảy ra, thậm chí là tin xấu, họ bỗng không còn là những người lớn đã ổn định cuộc sống gia đình nữa mà như đột nhiên quay trở lại với thời thanh niên của mình, trẻ trung, tràn đầy lý tưởng, sống tự lập và gặp nhiều gian truân. Và Ba Mẹ phấn khích đến độ chẳng buồn để ý là tôi đang ăn nhanh hơn thường ngày, không ngừng chuyển thức ăn trên đĩa vào miệng với tốc độ tên lửa khiến tôi gần như nghẹn thở. Dĩ nhiên tôi cũng lo lắng nhỡ đâu lại bị tràn dịch màng phổi lần nữa. Tôi cố xua tan ý nghĩ này. Theo lịch, tôi sẽ chụp cắt lớp PET trong vài tuần nữa. Nếu có chuyện chẳng lành thì tôi sẽ sớm biết thôi. Từ giờ đến đó có lo lắng cũng chẳng ích gì.

Nhưng tôi vẫn lo lắng. Tôi yêu cuộc sống này và tôi không muốn từ bỏ nó sớm. Tuy nhiên, lo lắng cũng là tác dụng phụ của việc chờ chết.

Cuối cùng cũng ăn xong. Tôi hớn hở thông báo, "Con ăn xong rồi!" trong khi Ba và Mẹ vẫn say sưa thảo luận về ưu – khuyết của cơ sở hạ tầng ở Guinea. Tôi chộp lấy chiếc ví đặt trên quầy bếp, rút điện thoại ra và kiểm tra các cuộc gọi nhỡ vừa rồi. Là *Augustus Waters*.

Tôi bước ra cửa sau. Trời chạng vạng tối và tôi có thể thấy chiếc đu. Tôi nghĩ đến việc ra đó ngồi, vừa đong đưa vừa tán chuyện với anh, nhưng khoảng cách dường như khá xa đối với cái bụng *đang óc ách* của tôi.

Thay vào đó, tôi nằm bệt xuống bãi cỏ bên cạnh chiếc ghế hóng mát, ngước nhìn chòm sao Thợ săn, chòm sao duy nhất tôi có thể nhận diện, và gọi cho anh.

"Hazel Grace," anh chào.

"Chào," tôi nói. "Anh khỏe không?"

"Khỏe như vâm," anh đáp. "Anh đã muốn gọi cho em từng phút một nhưng anh ráng chờ đến khi suy nghĩ mạch lạc hơn đối với truyện *Nỗi đau tột cùng*." (Anh dùng từ *mạch lạc*. Anh ấy thực sự nói thế, cái anh chàng đó.)

"Và?" Tôi hỏi.

"Anh nghĩ rằng nó như... Đọc nó, anh cứ có cảm giác giống như, giống như..."

"Giống như gì?" Tôi hỏi vẻ trêu chọc.

"Giống như một món quà á?" Anh ướm lời như dò xét. "Giống như em đã trao cho anh một cái gì đó quan trọng."

"Ồ," tôi khẽ thốt lên.

"Xin lỗi, nghe có vẻ khách sáo quá."

"Không, anh không cần xin lỗi đâu."

"Nhưng nó thiếu đoạn kết."

"Ừ!" Tôi đồng tình.

"Thật là một sự tra tấn. Anh có thể *đoán được* là cô bé đã chết hay bị gì đó."

"Ừ, tôi cũng đoán vậy," tôi nói.

"Ừ, okay, thôi được. Nhưng có một thỏa thuận bất thành văn giữa tác giả và người đọc và anh nghĩ rằng không viết đoạn kết cho truyện cũng là vi phạm một phần thỏa thuận đó."

"Tôi không biết," tôi đáp, trong lòng thấy muốn bênh vực cho Peter Van Houten. Nói một cách nào đó thì phần kết là một trong những lý do khiến tôi thích cuốn sách này. Nó miêu tả chân thực cái chết. Ta lăn ra chết ở giữa chừng xuân, ngay chính giữa một câu. Nhưng tôi cũng — Chúa ơi, tôi cũng thật sự muốn biết chuyện gì xảy ra sau đó đối với tất cả nhân vật khác. Đó là những gì tôi hỏi ông ấy trong thư của mình. Nhưng ông ấy, hây da, ông không bao giờ hồi âm.

"Đúng rồi, em nói ông là một người sống ẩn dật phải không?"

"Dạ phải."

"Không thể tìm được tung tích."

"Dạ phải."

"Hoàn toàn không thể liên lạc," Augustus nói tiếp.

"Đáng tiếc là đúng vậy đó," tôi xác nhận.

"'Thưa anh Waters,'" giọng anh thủng thẳng. "'Tôi viết thư này để cảm ơn về bức email của anh đã gửi thông qua cô Vliegenthart vào ngày sáu tháng Tư, từ nước Mỹ xa xôi tới mức có thể nói khoảng cách địa lý đã được xóa nhòa trong thời đại số hóa tiên tiến của chúng ta.'"

"Augustus, anh đang đọc cái quái gì thế?"

"Ông ấy có một trợ lý," Augustus giải thích. "Lidewij Vliegenthart. Anh tìm ra chị này và đã gửi email cho chị. Chị chuyển email cho ông và ông trả lời thông qua tài khoản email của chị ấy."

"Được rồi, được rồi. Anh mau đọc tiếp đi."

"'Thư phúc đáp của tôi được viết tay bằng bút mực trên giấy theo truyền thống vẻ vang của tổ tiên chúng ta và sau đó được cô Vliegenthart chuyển thành một loạt các ký tự 1 và 0 chạy ngoằn ngoèo trong một mạng lưới tẻ nhạt, mà gần đây đã mê hoặc được loài người chúng ta. Thế nên tôi thành thật xin lỗi cho bất kỳ lỗi chính tả hay thiếu sót nào có thể xảy ra.

"'Với nhiều thú vui chơi giải trí náo nhiệt sẵn sàng phục vụ các thanh niên cô cậu của thế hệ anh, tôi thật vô vàn cảm kích trước bất cứ người nào ở bất cứ nơi đâu đã dành ra vài giờ hiếm hoi để đọc cuốn sách hèn mọn của tôi. Nhưng tôi đặc biệt mang ơn anh, thưa anh, không chỉ vì những lời ca tụng tốt đẹp của anh về cuốn *Nỗi đau tột cùng* mà còn vì anh đã nhín chút thời giờ để cho tôi biết rằng cuốn sách của tôi, ở đây tôi xin trích nguyên văn lời anh, "có ý nghĩa to lớn" với anh.

"'Nhận xét này, tuy nhiên, khiến tôi tự hỏi: Ý anh là gì khi dùng cụm từ *có ý nghĩa*? Với cuộc đấu tranh sinh tồn mà kết cục sẽ là cửa tử dành cho tất cả chúng ta, liệu tính phù du thoáng qua của ý nghĩa sống mà nghệ thuật đem lại cho chúng ta có giá trị không? Hay sống chỉ mang giá trị đơn thuần là từng ngày trôi qua sao cho thoải mái nhất? Câu chuyện nên phát triển theo chiều hướng nào đây, anh Augustus? Một hồi chuông cảnh tỉnh? Một lệnh tổng động viên? Một liều thuốc giảm đau? Tất nhiên, như tất cả mọi câu hỏi chất vấn khác trên vũ trụ này, thắc mắc này rõ ràng đưa chúng ta đến câu hỏi sống kiếp người có ý nghĩa gì và phải chăng — xin mượn lời của bọn choai choai mười sáu tuổi với ngổn ngang tâm sự lo lắng cho thế giới hỗn độn này, những tâm sự mà chắc chắn khi nghe anh sẽ cười vào mũi chúng — *cuộc sống này có ý nghĩa.*

"'Tôi e rằng không, anh bạn của tôi. Và tôi không khuyến khích anh cật vấn thêm về văn phong viết lách của tôi. Nhưng để tôi trả lời thẳng thắn câu hỏi của anh: Không, tôi đã không viết thêm gì khác, cũng chẳng định viết nữa. Tôi không thấy việc tiếp tục chia sẻ suy nghĩ của mình với các bạn độc giả sẽ mang lại lợi ích cho họ hoặc cho tôi. Cảm ơn anh một lần nữa về bức email với những lời khen tặng hào phóng ấy.

"'Trân trọng kính chào, Peter Van Houten, thông qua Lidewij Vliegenthart.'"

"Oaaa," tôi thốt lên. "Anh không bịa đấy chứ?"

"Hazel Grace, liệu anh có thể, với trí tuệ kém cỏi của mình, bịa ra một lá thư từ Peter Van Houten với mấy cụm từ bay bướm như 'thời đại số hóa tiên tiến của chúng ta' hay không?"

"Anh không thể đâu," tôi đồng ý. "Vậy tôi có thể nào... có thể xin địa chỉ email được không?"

"Dĩ nhiên là được rồi," Augustus nói, cứ như thể đó không phải là món quà ý nghĩa nhất mà tôi từng nhận được.

Tôi mày mò suốt hai giờ để viết một email cho Peter Van Houten. Dường như tôi càng viết, thư càng ẹ hơn, nhưng tôi quá phấn khích đến độ không thể ngăn mình ngừng viết được.

Kính thưa ông Peter Van Houten (nhờ chị Lidewij Vliegenthart chuyển giúp),

Tôi tên là Hazel Grace Lancaster. Bạn tôi, anh Augustus Waters, người đã đọc cuốn *Nỗi đau tột cùng* theo lời tôi giới thiệu, vừa nhận được một email của ông theo địa chỉ này. Tôi hy vọng ông sẽ không phiền khi anh Augustus đã chia sẻ nội dung email đó với tôi. Ông Van Houten, theo tôi hiểu từ email ông viết cho anh bạn Augustus là ông không định xuất bản sách nữa. Nói một cách nào đó, tôi vừa thất vọng, vừa nhẹ nhõm: Tôi không phải lăn tăn chuyện cuốn sách tiếp theo của ông liệu có đạt đến mức hoàn hảo tuyệt vời như cuốn đầu tay không. Là một bệnh nhi đã sống sót qua năm thứ ba của căn bệnh ung thư giai đoạn IV, tôi có thể xác nhận rằng ông đã viết rất đúng trong cuốn *Nỗi đau tột cùng*. Hoặc ít nhất ông viết đúng về bệnh nhi ung thư *như tôi*. Cuốn sách của ông như đã báo cho tôi biết trước những gì mình sẽ trải qua trước khi tôi thật sự cảm nhận được và tôi đã đọc đi đọc lại hàng chục lần.

Tuy nhiên, tôi tự hỏi không biết ông có thể giải đáp một vài câu hỏi tôi còn băn khoăn về những gì xảy ra sau khi kết thúc truyện không. Tôi hiểu là cuốn tiểu thuyết kết thúc bởi vì Anna đã chết hoặc sức khỏe quá yếu không thể tiếp tục viết lách. Nhưng tôi thực sự muốn biết những gì xảy ra sau đó với mẹ của Anna —liệu cô ấy có kết hôn với Chú Tulip Hà Lan không, cô ấy có sinh thêm em bé không, và cô ấy vẫn cư ngụ ở số 917 W. Temple chứ, v.v. Ngoài ra, có phải Chú Tulip Hà Lan là kẻ gian không, hay chú thực sự yêu thương mẹ con họ? Và còn các bạn của Anna — đặc biệt là Claire và Jake, họ còn kết mô-đen với nhau không? Và cuối cùng — tôi nghĩ đây là loại câu hỏi sâu sắc và chín chắn mà ông luôn hy vọng độc giả của mình sẽ hỏi — chuyện gì sẽ xảy đến với chú chuột hamster Sisyphus? Những câu hỏi này đã ám ảnh tôi trong nhiều năm — và tôi không biết mình còn sống bao lâu để tìm ra câu trả lời cho chúng.

Tôi hiểu đây không phải là câu hỏi quan trọng mang tính văn chương trong khi cuốn sách của ông tràn ngập các câu hỏi văn chương quan trọng hơn, nhưng tôi thực sự rất muốn biết.

Và tất nhiên, bất cứ khi nào ông quyết định cầm bút lần nữa, ngay cả khi ông không muốn xuất bản thì tôi vẫn rất mong mỏi được đọc nó. Thậm chí tôi sẵn sàng đọc danh sách mua hàng tạp hóa của ông.

Một độc giả hâm mộ cuồng nhiệt,
Hazel Grace Lancaster
(16 tuổi)

Sau khi gửi thư, tôi gọi lại cho Augustus và chúng tôi say sưa nói về *Nỗi đau tột cùng* đến khuya lơ khuya lắc. Tôi đọc cho anh nghe bài thơ của Emily Dickinson mà Van Houten đã dùng làm tiêu đề. Anh khen nức nở tôi có giọng đọc hay, ngắt nghỉ đúng nhịp chứ không dừng quá lâu. Sau đó anh bảo tập thứ sáu trong bộ *Cái giá của Bình minh*, cuốn *Nợ máu phải trả bằng máu* cũng bắt đầu bằng cách trích thơ. Phải mất một lúc để anh lục tìm cuốn sách và cuối cùng anh cũng đọc được đoạn trích cho tôi nghe: "'Hãy thừa nhận đi nào, đời em đang lao dốc. Nụ hôn cuối em trao/ đã từ năm nảo năm nao.'"

"Cũng hay," tôi nói. "Hơi màu mè. Tôi tin rằng Max Mayhem sẽ gọi đó là 'một mớ ẻo lả.'"

"Ừ, với hàm răng nghiến chặt, anh cá luôn. Chúa ơi, Mayhem nghiến răng rất nhiều lần trong bộ tiểu thuyết này. Nếu sống sót qua cả cuộc chiến, chắc ông ấy sẽ bị sái quai hàm mất." Và sau một giây im lặng, Gus hỏi, "Nụ hôn cuối cùng của em là khi nào?"

Tôi nhớ lại. Mọi nụ hôn của tôi — tất cả đều từ trước khi phát hiện bệnh — đều qua loa và chẳng thoải mái tí nào. Hơi giống con nít đang chơi trò người lớn. Nhưng tất nhiên chuyện cũng lâu rồi. "Cách đây nhiều năm rồi!" Cuối cùng tôi đáp. "Còn anh?"

"Anh đã có một vài nụ hôn nồng cháy với bạn gái cũ, Caroline Mathers."

"Cũng cách đây nhiều năm ư?"

"Lần cuối cùng là chưa đầy một năm trước."

"Chuyện gì đã xảy ra?"

"Trong khi hôn á?"

"Không, với anh và Caroline kìa."

"À," anh ngập ngừng. Lại im lặng một giây, "Caroline không còn bị nỗi thống khổ của kiếp người hành hạ nữa.

"Ồ," tôi ngỡ ngàng.

"Ừ," anh đáp.

"Tôi xin lỗi," tôi nói. Tuy tôi biết rất nhiều người nay đã 'về nơi chín suối' nhưng tôi chưa bao giờ hẹn hò với ai trong số đó. Thậm chí tôi còn không tưởng tượng được viễn cảnh đó.

"Không phải lỗi của em, Hazel Grace à. Tất cả chúng ta chỉ là tác dụng phụ, phải không nào?"

"'Như những con hàu bám chặt con tàu ý thức,'" tôi nói, trích trong *NĐTC*.

"Okay," anh kêu. "Anh phải đi ngủ đây. Gần một giờ rồi."

"Okay," tôi đáp.

"Okay," anh nhại lại.

Tôi cười khúc khích và nói, "Okay." Sau đó đầu dây bên kia im lặng nhưng chưa cúp máy. Tôi gần như cảm thấy anh đang hiện diện trong phòng với tôi. Nhưng theo một cách hay hơn: giống như tôi đã không ở trong phòng của tôi và anh cũng chẳng ở trong phòng của anh mà thay vào đó, chúng tôi ở cùng nhau trong một không gian thứ ba vô hình, mong manh và chỉ tồn tại trên điện thoại.

"Okay," anh nói sau một hồi lâu. "Có lẽ nên đặt *okay* là *mật mã luôn luôn* của chúng ta."

"Okay," tôi đáp.

Và Augustus là người tắt máy sau cùng.

Peter Van Houten trả lời email của Augustus chỉ bốn giờ sau khi anh gửi nó. Vậy mà đã hai ngày trôi qua, Van Houten vẫn không trả lời tôi. Augustus an ủi tôi là vì email của tôi viết hay hơn và đòi hỏi phải động não nhiều hơn khi phúc đáp, rằng Van Houten đang bận viết câu trả lời cho tôi, và rằng những áng văn xuất sắc luôn cần đầu tư nhiều thời gian. Nhưng tôi vẫn lo lắng.

Vào thứ Tư, tôi nhận được tin nhắn từ Augustus trong tiết học Văn chương Mỹ dành cho Học sinh Không chuyên 101:

Isaac ra khỏi phòng mổ rồi. Phẫu thuật thành công. Hắn cũng chính thức được xác nhận là NEC.

NEC có nghĩa là "không có dấu hiệu của ung thư." Vài giây sau lại có thêm tin nhắn thứ hai.

Ý anh là, hắn bị mù. Nên thật bất hạnh.

Chiều hôm đó, Mẹ đồng ý cho mượn xe để tôi tự lái đến bệnh viện Memorial thăm anh Isaac.

Tôi tìm đến phòng của anh trên tầng năm, lịch sự gõ cửa phòng dù nó đang mở. Giọng một phụ nữ vọng ra, "Vào đi!" Đó là một y tá đang thao tác gì đó trên miếng băng gạc che kín đôi mắt của anh Isaac. "Hây, chào anh Isaac," tôi nói.

Anh hấp tấp hỏi, "Monica hả em?"

"Ồ, không phải. Xin lỗi. Không, là em đây, ừm, Hazel. Ừm, Hazel ở Hội Tương Trợ đây. Hazel mà anh gặp vào Buổi-Tối-Đập-Phá-Cúp đó?"

"À," anh đáp. "Ừ, mọi người cứ nói rằng mấy giác quan khác của anh sẽ nhạy hơn để bù đắp cho thị giác đã mất, nhưng RÕ RÀNG LÀ CHƯA TIẾN BỘ GÌ. Chào em, Hazel Hội Tương Trợ. Nào, em đến đây để anh có thể sờ khuôn mặt em bằng hai tay và nhìn sâu thẳm vào tâm hồn em rõ hơn bất cứ một người sáng mắt nào trên đời xem."

"Cậu ấy đùa đấy," cô y tá nói.

"Dạ," tôi nói. "Em biết mà."

Tôi bước đến giường anh, kéo một chiếc ghế và ngồi xuống, cầm lấy tay anh. "Em nè," tôi lên tiếng.

"Ừ," anh nói và sau đó im lặng một lúc lâu.

"Anh thấy trong người sao rồi?" Tôi bắt chuyện.

"Cũng ổn," anh đáp. "Anh cũng không biết nữa."

"Anh không biết chuyện gì?" tôi hỏi. Tôi nhìn bàn tay anh bởi vì tôi không muốn nhìn vào khuôn mặt đang bị miếng băng gạc che ngang phần mắt. Anh Isaac đã gặm móng tay. Tôi thậm chí còn thấy vài ngón rịn máu do bị xước khóe.

"Cô ấy thậm chí không thèm đến thăm anh," anh nói. "Dù sao tụi anh cũng đã cặp kè nhau suốt mười bốn tháng. Mười bốn tháng là một thời gian dài. Chúa ơi, thật đau lòng mà." Anh Isaac buông tay tôi ra để mò mẫm máy bơm truyền thuốc của anh. Mỗi lần bấm máy, một lượng thuốc mê sẽ được bơm vào cơ thể.

Cô y tá, sau khi đã hoàn tất công tác thay băng, bước lui ra. "Chỉ mới một ngày thôi, Isaac à," cô nói, có vẻ hơi trịch thượng. "Cậu phải cho mình thời gian để chữa lành vết thương. Và mười bốn tháng *không phải* dài lắm đâu, nếu so với những chuyện khác. Cậu cũng chỉ mới bắt đầu thôi, rồi cậu sẽ thấy."

Cô y tá ra khỏi phòng. "Cô ấy đi chưa em?"

Tôi gật đầu, sau đó nhớ ra là anh không thể nhìn thấy cái gật đầu đó, bèn nói. "Rồi anh."

"Rồi anh sẽ *thấy* à? Thật ư? Cô ấy thật sự dám nói vậy à?"

"Những Phẩm chất của một Y tá Tốt. Bắt đầu nào!" Tôi mở đầu.

"1. Không nói kháy về khuyết tật của chúng ta," anh Isaac nói.

"2. Lấy máu ngay từ mũi tiêm đầu tiên," tôi tiếp lời.

"Nghiêm túc mà nói thì người đạt phẩm chất này rất hiếm nhé! Đây là cánh tay của anh, chứ không phải tấm bia để tập ném phi tiêu 'kim tiêm' đâu! 3. Không ra giọng chiếu cố bệnh nhân."

"Em thấy khỏe chưa cưng?" tôi giả giọng ngọt ngào. "Giờ chị sẽ tiêm cho em một mũi nhé, có thể sẽ hơi đau một tẹo nhé cưng."

"Cậu bé đáng iu của tui đây à?" anh phụ họa. Một lúc sau, anh nói, "Thật ra hầu hết mấy cô y tá đều tốt bụng. Chỉ là anh muốn mau chóng thoát khỏi chỗ này thôi."

"Chỗ này, ý anh là bệnh viện hả?"

"Cả chuyện đó nữa," anh thú nhận, quai hàm bạnh ra. Tôi có thể thấy rõ sự đau đớn trong đó. "Thú thật là anh suy nghĩ rất nhiều về Monica, nhiều hơn cả chuyện đôi mắt của anh. Anh điên quá em ha? Thật điên rồ."

"Chỉ hơi điên một tí thôi," tôi công nhận.

"Nhưng em biết không, anh tin vào tình yêu đích thực.

Anh không tin tất cả mọi người đều có thể giữ mình sáng mắt hay không đổ bệnh hoặc bất cứ tai ương nào, nhưng mọi người *cần* có tình yêu đích thực. Và tình yêu đó phải bền bỉ, kéo dài đến tận cuối cuộc đời chúng ta, ít ra phải thế."

"Đúng," tôi nói.

"Đôi khi anh ước gì mọi chuyện đừng xảy ra. Cái căn bệnh ung thư quái ác này." Bài phát biểu hùng hồn của anh đứt quãng dần, thuốc mê đã phát huy tác dụng.

"Em rất tiếc," tôi nói.

"Trước khi em đến, Gus có ghé thăm. Khi anh tỉnh dậy thì thấy hắn. Hắn cúp học. Hắn..." Anh hơi ngoẹo đầu sang một bên. "Nằm vậy dễ chịu hơn," anh lầm bầm.

"Anh đau à?" tôi hỏi. Anh khẽ gật đầu.

"À," tôi nói. Một chốc sau, như một nhỏ mê trai, tôi dò hỏi: "Anh đang nói dở về anh Gus." Nhưng anh Isaac đã chìm vào cơn mê.

Tôi đi xuống lầu, đến một cửa hàng nhỏ bán quà tặng. Thấy một cụ bán hàng tình nguyện hom hem đang ngồi trên chiếc ghế đẩu phía sau quầy tính tiền, tôi bèn hỏi mua loại hoa có hương thơm nhất.

"Tất thảy đều tỏa mùi thơm giống nhau vì chúng đã được phun thuốc Siêu Hương Hoa," bà thành thật nói.

"Ồ, vậy à?"

"Ừ, vừa mới phun hương xong."

Tôi mở xịch cánh cửa phía bên trái bà cụ, đưa mũi ngửi thử một khóm hồng, rồi cúi người xuống cạnh một bó cẩm chướng. Đúng là cùng một mùi thật, thơm nồng đến ngạt cả mũi. Hoa cẩm chướng rẻ hơn nên tôi mua một chục bông màu vàng, khoảng mười bốn *dollar*. Tôi quay trở lên phòng; mẹ anh đã đến, cô đang nắm tay con trai mình. Cô còn trẻ và rất đẹp.

"Cháu là bạn nó à?" cô hỏi. Tôi như bị điểm trúng huyệt vì đây là một trong những câu hỏi vu vơ, chung chung nhưng thật khó trả lời.

"Dạ phải," tôi nói. "Cháu đến từ Hội Tương Trợ. Hoa này cháu mua tặng anh Isaac."

Cô nhận lấy, đặt bó hoa vào lòng rồi hỏi. "Thế cháu có biết Monica không?"

Tôi lắc đầu không biết.

"Chậc, thằng bé đang ngủ," cô nói.

"Dạ, lúc nãy cháu đã nói chuyện với ảnh rồi, lúc y tá đang thay băng cho ảnh."

"Cô chẳng muốn bỏ lại thằng bé một mình những lúc như thế. Nhưng cô phải đến trường đón em Graham," mẹ anh tâm sự.

"Anh ấy không sao đâu," tôi an ủi. Cô gật đầu. "Thôi, cháu nên để cho anh ngủ yên giấc." Cô lại gật đầu lần nữa. Tôi bèn ra về.

Sáng hôm sau tôi thức dậy sớm và việc đầu tiên là kiểm tra email.

lidewij.vliegenthart@gmail.com cuối cùng đã trả lời tôi.

Kính gửi chị Lancaster,

Tôi e rằng niềm tin của chị đã bị đặt nhầm chỗ — nhưng niềm tin thường hay bị thế. Tôi không thể trả lời các câu hỏi của chị, ít nhất là không thể viết thành văn bản. Bởi vì viết ra câu trả lời như vậy sẽ vô tình tạo thành phần tiếp theo của cuốn *Nỗi đau tột cùng*. Và chị có thể công bố hoặc chia sẻ trên thế giới mạng, một thế giới đã thay thế bộ não của thế hệ chị. Tôi cũng có thể trả lời qua điện thoại, nhưng chị vẫn có thể ghi âm cuộc trò chuyện. Không phải là tôi không tin tưởng chị, nhưng tất nhiên tôi không có cơ sở gì để tin chị cả. Chao ôi, thưa chị Hazel, tôi không bao giờ có thể trả lời những câu hỏi như vậy, ngoại trừ trường hợp gặp mặt trực tiếp. Nhưng chị ở bên đó, còn tôi đang ở bên này.

Cũng xin thú thật rằng tôi rất vui khi bất ngờ nhận được thư của chị gửi thông qua cô Vliegenthart. Thật kỳ diệu khi biết rằng tôi đã làm một điều gì đó hữu ích cho chị — mặc dù cuốn tiểu thuyết đó với tôi dường như quá khác lạ đến mức tôi cảm giác như một người khác đã viết toàn bộ tác phẩm ấy. (Tác giả của cuốn tiểu thuyết đó rất mảnh khảnh, rất mong manh và hơi bị lạc quan!)

Tuy nhiên, nếu chị có đến Amsterdam, xin vui lòng ghé thăm tôi lúc rỗi rãi. Tôi thường ở nhà suốt. Khi đó thậm chí tôi còn cho chị xem qua danh sách mua đồ tạp hóa của tôi.

Trân trọng,
Peter Van Houten
nhờ cô Lidewij Vliegenthart chuyển giúp

"CÁI GÌ?!" Tôi hét toáng lên. "SAO THẾ NÀY?"

Mẹ chạy vào. "Chuyện gì vậy con?"

"*Không có gì*," tôi trấn an bà.

Vẫn còn lo lắng, Mẹ quỳ xuống kiểm tra Philip để đảm bảo máy vẫn đang tụ đủ ô-xy cho tôi. Tôi tưởng tượng mình ngồi tại một quán cà phê chan hòa ánh nắng với Peter Van Houten. Ông chống khuỷu tay, hơi chồm người qua bàn và thì thào nói để tránh người khác nghe lỏm sự thật về những gì đã xảy ra với các nhân vật mà tôi đã trăn trở suy tư trong mấy năm qua. Ông đã nói ông không thể cho tôi biết, *ngoại trừ gặp trực tiếp*. Ông còn *mời tôi sang Amsterdam*. Tôi kể cho Mẹ nghe rồi tuyên bố, "Con phải đi."

"Hazel, Mẹ yêu con. Và con biết đấy, Mẹ sẽ làm bất cứ điều gì cho con. Nhưng nhà mình — nhà mình không đủ tiền để đi du lịch nước ngoài, cũng như chi phí vận chuyển các thiết bị trợ thở qua đó — con cưng, việc đó thật sự không—"

"Dạ," tôi ngắt lời Mẹ. Tôi nhận ra mình thật ngớ ngẩn

khi chẳng thèm nghĩ đến chuyện tiền nong. "Mẹ đừng lo lắng về chuyện này." Nhưng bà trông thật lo lắng.

"Chuyện này thực sự rất quan trọng với con, đúng không nào?" Vừa hỏi bà vừa ngồi xuống, âu yếm đặt một tay lên đùi tôi.

"Thật tuyệt vời," tôi thành thật đáp, "khi là người duy nhất biết được những gì xảy ra, ngoại trừ chính tác giả."

"Ừ, cũng tuyệt thật," bà nói. "Để Mẹ bàn với Ba xem sao."

"Thôi Mẹ ơi, thôi khỏi đi Mẹ," tôi từ chối. "Con nói thật đó! Con xin Mẹ, đừng phí tiền vô chuyện này. Con sẽ nghĩ cách khác."

Tôi chợt ý thức rằng lý do Ba Mẹ tôi không có tiền là vì tôi. Tôi nuốt dần các khoản tiền tiết kiệm của gia đình vì thần dược Phalanxifor, dù đã được bảo hiểm hỗ trợ một phần. Riêng Mẹ không thể tiếp tục đi làm bởi vì bà quyết định bỏ việc để theo đuổi sự nghiệp Lảng Vảng Bên Tôi toàn thời gian. Tôi không muốn đẩy ông bà lún sâu thêm vào nợ nần.

Tôi nói với Mẹ là tôi muốn gọi điện thoại cho Augustus nhằm mời khéo bà ra khỏi phòng. Bởi tôi không thể chịu được vẻ mặt buồn bã tôi-không-thể-biến-giấc-mơ-của-con-gái-yêu-thành-sự-thật của bà.

Đúng tác phong của Augustus Waters, tôi đọc cho anh nghe lá thư thay vì chào anh.

"Oaaa," anh thốt lên.

"Bất ngờ, đúng không?" Tôi nói. "Làm sao để tôi sang Amsterdam đây?"

"Em có một Điều Ước mà?" Anh hỏi, nhắc đến một tổ chức tên là Quỹ Genie, chuyên ban tặng cho các bệnh nhi một điều ước.

"Không được," tôi nói. "Tôi đã sử dụng Điều Ước trước khi Phép màu xảy ra rồi."

"Thế em đã làm gì?"

Tôi thở dài đánh sượt rồi nói, "Khi ấy tôi chỉ mới mười ba tuổi."

"Đừng nói là Disney," anh đoán.

Tôi im lặng.

"Em đã không đến Disney World chứ?"

Tôi vẫn im lặng.

"Hazel GRACE!" anh hét lên. "Em *đã không* sử dụng Điều Ước duy nhất trước phút lâm chung của mình để đến Disney World cùng với ba mẹ đấy chứ?"

"Còn có Trung tâm Epcot nữa," tôi lí nhí nói.

"Ôi, Chúa ơi," Augustus thốt lên. "Anh không thể tin anh đã phải lòng một cô gái với những điều ước rỗng tuếch như vậy."

"Khi đó tôi mới *mười ba*," tôi lặp lại lần nữa, mặc dù trong đầu chỉ ong ong mấy từ *phải lòng, phải lòng, phải lòng, phải lòng, phải lòng*. Tuy lấy làm khoan khoái trong lòng, nhưng tôi nhanh chóng thay đổi chủ đề. "Không phải anh đang ở trường sao?"

"Anh trốn học để ra chơi với Isaac, nhưng hắn đang ngủ. Nên anh đang ở ngoài sân giải bài hình học."

"Anh Isaac thế nào rồi?" Tôi hỏi thăm.

"Anh không rõ là phải chăng hắn chưa sẵn sàng để đối mặt với thực tế phũ phàng là mình đã bị mù vĩnh viễn, hay là hắn chỉ chăm chăm nghĩ đến việc bị nàng Monica đá. Nhưng hắn chẳng nói gì khác hơn ngoài chuyện đó."

"Ừa," tôi nói. "Ảnh còn nằm viện trong bao lâu vậy?"

"Vài ngày à. Sau đó hắn phải đến trung tâm phục hồi gì đó một thời gian, nhưng hắn được về nhà ngủ, anh nghĩ vậy."

"Chán nhỉ!" tôi nói.

"Anh thấy mẹ hắn rồi. Anh phải đi đây."

"Okay," tôi nói.

"Okay," anh đáp lời. Tôi có thể nghe thấy nụ cười ranh mãnh của anh.

Vào thứ Bảy, cả nhà tôi kéo nhau đi chợ nông sản ở Broad Ripple. Đó là một ngày nắng đẹp, rất hiếm thấy vào tháng Tư ở bang Indiana này. Dù trời nắng oi ả nhưng mọi người ở chợ nông sản đều mặc áo cộc tay. Chúng tôi, những người sinh trưởng tại Indiana, thường rất lạc quan về mùa hè. Mẹ và tôi ngồi cạnh nhau trên một băng ghế đối diện với gian hàng chuyên sản xuất xà phòng từ sữa dê. Phía sau gian hàng, ông chủ tiệm cứ luôn miệng giải thích cho từng vị khách đi qua là xà phòng được làm từ sữa dê do ông nuôi, và không, xà phòng sữa dê không nặng mùi như thịt dê.

Điện thoại của tôi réo rắt. "Ai vậy con?" Mẹ hỏi trước khi tôi kịp kiểm tra.

"Con không biết," tôi đáp. Và đó là Gus gọi đến.

"Em có đang ở nhà không?" Anh hỏi.

"Ừm, dạ không," tôi nói.

"Đó là một câu hỏi gài bẫy. Anh biết câu trả lời rồi vì anh đang đứng trước cửa nhà em đây."

"Ồ, vậy à. Ừ, cả nhà tôi cũng đang trên đường về đây."

"Thế thì hay quá. Lát nữa gặp em nhé!"

Augustus Waters đang ngồi trên bậc thềm trước cửa khi chúng tôi quẹo xe vào nhà. Hôm nay anh mặc một chiếc áo thể thao của đội bóng rổ Indiana Pacers, bên ngoài khoác áo lông cừu. Thật là một lựa chọn phối đồ dường như hoàn toàn lạc điệu, mặc dù trông anh vẫn bảnh. Trên tay anh cầm bó tulip màu cam, những nụ hoa vừa hé nở. Anh đẩy mình đứng dậy khỏi thềm cửa, chìa bó tulip tặng tôi và hỏi: "Em có muốn đi dã ngoại với anh không?" Tôi gật đầu, cầm lấy bó hoa.

Ba bước đến sau tôi và bắt tay Gus.

"Áo của Rik Smits à?" Ba tôi hỏi.

"Dạ đúng ạ."

"Chúa ơi, bác hâm mộ anh này lắm!" Ba tôi thốt lên. Thế là ngay lập tức, cả hai bị cuốn vào câu chuyện bóng rổ. Tôi không thể (và cũng không muốn) tham gia đề tài này, nên tôi mang bó tulip vào nhà.

Mẹ tôi cười thật rạng rỡ khi tôi bước vào. Bà hỏi, "Con có muốn Mẹ cắm hoa vào bình không?"

"Dạ không, được rồi Mẹ," tôi đáp. Nếu cắm chúng vào bình rồi đặt trong phòng khách thì sẽ là hoa của mọi người. Tôi muốn hoa là của riêng tôi cơ.

Tôi đi về phòng mình nhưng không thay đồ ra. Tôi đánh răng, chải tóc, thoa một chút son bóng và xịt tí ti nước hoa. Tôi vẫn nhìn đăm đắm mấy bông hoa tulip. Sắc cam của chúng *thật khiêu khích*, quá sặc sỡ để có thể gọi là đẹp. Tôi không có bình cắm hoa trong phòng. Thế nên tôi rút bàn chải đánh răng ra khỏi lọ, đổ một ít nước, cắm hoa tulip vào rồi để trưng trong phòng tắm.

Bước ra khỏi phòng tắm, tôi có thể nghe tiếng mọi người nói chuyện lao xao bên ngoài. Tôi bèn đến ngồi bên mép giường và lắng tai nghe qua khe cửa:

Ba: "Hóa ra cháu gặp Hazel ở Hội Tương Trợ."

Augustus: "Dạ đúng, thưa bác. Nhà mình trang trí xinh quá. Cháu thích mấy tác phẩm nghệ thuật của hai bác."

Mẹ: "Cảm ơn cháu, Augustus."

Ba: "Cháu cũng là bệnh nhân ung thư à?"

Augustus: "Dạ đúng ạ. Cháu chưa cắt đuôi được cái gã ung thư này để tận hưởng niềm vui trọn vẹn mặc dù gã là một chiến lược giảm cân tuyệt vời. Chân cẳng thì nặng nề lắm ạ!"

Ba: "Vậy giờ sức khỏe của cháu thế nào rồi?"

Augustus: "Cháu được xác nhận NEC trong mười bốn tháng rồi."

Mẹ: "Thật tuyệt. Những phương pháp điều trị ngày nay — thực sự đáng nể."

Augustus: "Cháu biết ạ. Cháu thật may mắn."

Ba: "Nhưng cháu phải hiểu là Hazel vẫn còn bệnh, Augustus à, trong suốt quãng đời còn lại của con bé. Con bé hẳn muốn theo kịp cháu, nhưng phổi con bé—"

Đúng thời điểm đó, tôi xuất hiện khiến Ba im bặt.

"Thế hai đứa sẽ đi đâu vậy?" Mẹ hỏi. Augustus đứng lên và nghiêng người về phía Mẹ, thì thầm câu trả lời, rồi giơ một ngón tay lên miệng ra hiệu. "Suỵt," anh nói với bà. "Đó là bí mật."

Mẹ mỉm cười. "Con có mang theo điện thoại chưa?" bà hỏi tôi. Tôi giơ nó lên cho Mẹ thấy rồi cài giá đỡ bình ô-xy lên bánh xe và bắt đầu đi ra. Augustus lật đật bước theo và chìa tay ra cho tôi. Tôi khoác tay anh, mấy ngón tay ôm chặt lấy bắp tay săn chắc của anh.

Thật xúi quẩy là anh cứ nằng nặc đòi cầm lái. Và tài lái xe của anh chẳng khá khẩm hơn. Trong khi chiếc xe cứ cà giật cà xình bò đến điểm hẹn bí mật, tôi nhận xét, "Anh làm Mẹ tôi mê tít thò lò."

"Ừ. Còn ba em lại là fan hâm mộ của Smits nên cũng dễ bắt chuyện. Thế em có nghĩ hai bác thích anh không?"

"Chắc thế rồi. Nhưng quan tâm làm gì, chỉ là hai bậc phụ huynh thôi mà."

"Hai bác là phụ huynh *của em* mà," anh nói, liếc nhìn tôi. "Thêm vào đó, anh khoái được yêu thích. Nghe tửng quá ha?"

"Thôi nào, anh không cần phải vội tỏ ra lịch thiệp hay khen tôi nức nở để lấy lòng tôi." Anh chợt đạp mạnh phanh khiến tôi lao thẳng về phía trước. Tôi cảm giác hơi thở của mình gấp gáp và kỳ quặc. Tôi nghĩ đến lịch hẹn chụp PET. *Đừng lo lắng, có lo lắng cũng vô ích thôi.* Tuy vậy, tôi vẫn lo lắng.

Chiếc xe thắng lết bánh và gầm rú trước khi rẽ trái tại một bảng hiệu 'Xin dừng!' để lên khu Cảnh quan Hùng vĩ (có lẽ bị đặt nhầm tên vì tuy nhìn ra cảnh quan một sân golf thật, nhưng chẳng có gì đáng gọi là *hùng vĩ* cả). Điều duy nhất tôi có thể nghĩ ra khi rẽ theo hướng này là đến nghĩa trang. Augustus với tay lên bộ điều khiển trung tâm, mở một gói thuốc lá còn đầy và rút một điếu ra.

"Anh có bao giờ vứt gói thuốc nào chưa?" Tôi thắc mắc.

"Một trong vô vàn lợi ích của việc không hút thuốc là gói thuốc sẽ tồn tại *vĩnh viễn*," anh hóm hỉnh. "Anh mua gói này gần một năm rồi và một vài điếu đã bị gãy ngang đầu lọc. Nhưng anh tin bao thuốc này sẽ đồng hành với anh qua sinh nhật lần thứ mười tám đấy." Kẹp đầu lọc giữa các ngón tay, anh thong thả đưa điếu thuốc vào miệng. "Ừ, vậy đó," anh nói tiếp, "Được rồi, giờ hãy kể những điều mà em chưa tận mắt thấy trong thành phố Indianapolis này xem."

"Ừm. Người lớn bị suy dinh dưỡng," tôi trêu anh.

Anh phá ra cười. "Khá lắm! Tiếp xem nào!"

"Ừmm, bãi biển. Các quán ăn gia đình. Địa hình địa vật."

"Đều là những ví dụ tuyệt vời về những gì chúng ta thiếu. Còn nữa, văn hóa."

"Ừ, chúng ta không có một nền văn hóa lâu đời," tôi đáp, đồng thời cũng nhận ra địa điểm mà anh muốn dẫn tôi tham quan. "Chúng ta đang đến bảo tàng à?"

"Đúng một phần."

"Ồ, chúng ta đang đến công viên gì đó phía sau bảo tàng phải không?"

Trông Gus hơi tiu nghỉu. "Ừ, chúng ta đang trên đường đến công viên gì đó phía sau bảo tàng. Em đoán ra rồi hả?"

"Ơ, đoán ra gì cơ?"

"Không có gì."

Sau lưng bảo tàng có một công viên, nơi các nghệ sĩ điêu khắc tề tựu và sáng tác những tác phẩm khổng lồ. Tôi từng nghe về công viên này nhưng chưa có dịp viếng thăm. Chúng tôi lái xe ngang qua bảo tàng và đậu ngay bên cạnh một sân bóng rổ giăng đầy các vòng cung thép khổng lồ màu xanh và đỏ, khiến người ta hình dung đến một đường bóng đang nảy.

Chúng tôi đi bộ vượt qua một ngọn đồi theo cách gọi của dân Indianapolis xuống một khoảng đất trống, nơi có rất nhiều em nhỏ đang leo trèo trên một bộ xương điêu khắc to quá khổ. Mỗi khối xương đều cao ngang hông, riêng khúc xương đùi thậm chí còn dài hơn cả tôi. Toàn bộ tác phẩm trông giống như một bức vẽ bộ xương nguệch ngoạc của con nít nhô lên từ mặt đất.

Tôi thấy đau ở vai và lo sợ có lẽ tế bào ung thư phổi đã lây lan. Tôi tưởng tượng các khối u di căn vào xương, như một con lươn đang trườn bên trong với ý định ngấm ngầm đục khoét tủy xương của tôi. *Bộ Xương Tân Thời*, Augustus đọc bảng ghi chú. "Được tạc bởi Joep Van Lieshout."

"Nghe giống tên Hà Lan nhỉ."

"Ông ấy đúng là người Hà Lan," Gus đáp. "Giống Rik Smits. Và mấy bông hoa tulip nữa." Gus dừng lại ở giữa khoảnh đất, ngay trước tác phẩm xương khổng lồ, và cởi ba lô trên vai ra. Anh mở khóa kéo, lấy ra một tấm phủ màu cam, nửa lít nước cam, và một vài lát bánh mì sandwich đã được cẩn thận cắt bỏ lớp vỏ bánh khô và gói gọn trong giấy kiếng.

"Sao toàn màu cam không vậy?" Tôi hỏi, vẫn không muốn đẩy trí tưởng tượng đi quá xa theo kiểu sắc màu này sẽ dẫn đến Amsterdam.

"Dĩ nhiên phải thế, màu của quốc gia Hà Lan mà. Em có nhớ William da cam và câu chuyện về ông ấy không?"

"Ông này không có trong bài thi Giáo dục đại cương GED." Tôi mỉm cười, cố gắng kiềm chế sự phấn khích của mình.

"Em ăn bánh mì sandwich không?" Anh hỏi.

"Để tôi đoán xem có gì trong đó nha," tôi tinh nghịch.

"Phô mai Hà Lan và cà chua. Nhưng cà chua nhập khẩu từ Mexico. Anh xin lỗi."

"Anh luôn khiến tôi *thất vọng*, Augustus. Ít ra anh cũng mua cà chua cam chứ?"

Anh bật cười. Chúng tôi cùng nhấm nháp sandwich trong im lặng, ngắm nhìn những đứa trẻ đang đùa nghịch trên các tác phẩm điêu khắc. Tôi không tiện *hỏi* anh về ý nghĩa đằng sau màu cam nên tôi chỉ ngồi giữa sắc màu rất Hà Lan đó, trong lòng xao xuyến và thấp thỏm hy vọng.

Phía đằng xa, tắm mình dưới ánh mặt trời rực rỡ rất hiếm hoi và quý giá tại quê hương chúng tôi, lũ trẻ đã biến kiệt tác bộ xương thành sân chơi của chúng, hào hứng chui qua chui lại giữa các khối xương điêu khắc.

"Có hai điều anh thích về tác phẩm điêu khắc này," Augustus nói. Anh đang kẹp điếu thuốc không-bao-giờ-được-châm giữa các ngón tay, búng búng nó như thể đang gạt tàn rồi ngậm lại trên miệng. "Thứ nhất là các khối xương được sắp đặt trong một khoảng cách vừa tầm, sao cho con nít *cứ gặp là sẽ thích thú* nhảy nhót trong đó. Giống như bọn chúng có thể *dễ dàng* từ xương sườn nhảy phóc lên xương hộp sọ. Điều này đồng nghĩa với việc, thứ hai, tác phẩm điêu khắc này thực chất nhằm *khuyến khích trẻ em chơi với xương*. Và những hình ảnh biểu trưng này sẽ tồn tại vĩnh viễn theo thời gian, Hazel Grace à."

"Anh có vẻ thích các biểu tượng nhỉ!" Tôi nói, hy vọng

hướng cuộc trò chuyện quay trở lại những biểu tượng mang màu sắc Hà Lan của buổi dã ngoại.

"Đúng rồi, nói về biểu tượng. Có lẽ em đang tự hỏi sao mình phải ăn một cái bánh sandwich phô mai dở òm, uống nước cam ép và tại sao anh lại mặc áo thể thao của một vận động viên Hà Lan trong môn thể thao mà anh ghét cay ghét đắng."

"Tôi có nghĩ đến chuyện này," tôi thú nhận.

"Hazel Grace, giống như rất nhiều trẻ em trước đó — anh xin nói điều này bằng một tình cảm chân thành — là em đã sử dụng Điều Ước quá vội vã mà chẳng bận tâm đến hậu quả sau đó. Thần Chết lởn vởn trước mặt em cùng nỗi sợ sẽ sớm lìa đời mà vẫn chưa sử dụng Điều Ước trong túi đã khiến em vội vàng chọn thứ đầu tiên em nghĩ ra trong đầu. Và em, cũng như mọi đứa trẻ khác, đã chọn niềm vui tầm thường và giả tạo của công viên giải trí."

"Tôi thực sự đã có một khoảng thời gian tuyệt vời trong chuyến đi đó. Tôi đã gặp Goofy và Minn—"

"Anh chưa xong bài độc thoại mà! Anh đã viết bài phát biểu hùng hồn này ra giấy và học thuộc lòng nó. Nên nếu em cắt lời anh thì anh sẽ quên sạch sành sanh," Augustus chen ngang. "Xin cứ thưởng thức miếng sandwich của em và lắng nghe thôi." (Miếng bánh sandwich đã chai ngắc chai ngơ nhưng tôi vẫn mỉm cười và cắn một miếng.) "Okay, anh nói tới đâu rồi?"

"Niềm vui giả tạo."

Anh cất điếu thuốc vào trong bao. "Phải rồi, niềm vui tầm thường và giả tạo của công viên giải trí. Nhưng anh xin trịnh trọng trình bày rằng những anh hùng thực sự của Công Xưởng Sản Xuất Điều Ước là những người đang ở độ tuổi thanh xuân. Họ sẵn sàng chờ đợi như Vladimir và Estragon chờ đợi Godot trong vô vọng hay như những thiếu nữ Kitô giáo thánh thiện chờ đợi hôn nhân. Những vị anh hùng trẻ tuổi kiên nhẫn chờ đợi, mà không hề ta thán, đến ngày nào đó một Điều Ước thật sự sẽ xuất hiện. Có thể Điều Ước đó sẽ không bao giờ xuất hiện, nhưng ít nhất họ có thể 'nhắm mắt xuôi tay' yên nghỉ dưới mồ vì biết rằng mình đã góp một phần công sức nhỏ nhoi để bảo toàn sự vẹn nguyên của Điều Ước như một lí tưởng.

"Nhưng ngược lại, có thể ý định đó *sẽ* xuất hiện một ngày nào đó: Có thể em sẽ nhận ra rằng Điều Ước thật sự của em là viếng thăm Peter Van Houten đang sống ở Amsterdam. Khi đó, em sẽ vui sướng biết bao khi đã bảo lưu Điều Ước của mình."

Augustus dừng lại đủ lâu để tôi nhận ra bài độc thoại đã kết thúc. "Nhưng tôi đã không bảo lưu Điều Ước của mình," tôi buồn bã nói.

"Ừ," anh đáp. Và sau một lúc im lặng, như một quãng ngắt nhịp cố ý, anh nói thêm, "Nhưng anh còn."

"Thật không?" Tôi ngạc nhiên rằng Augustus cũng hội đủ điều kiện được ban tặng Điều Ước, khi anh vẫn đang đến trường và bệnh tình cũng đã thuyên giảm một năm rồi. Người nào phải bệnh rất trầm kha thì mới được các vị thần Genie ban tặng cho Điều Ước nhằm vực dậy tinh thần bệnh nhân.

"Anh phải đánh đổi chân mình để nhận Điều Ước," anh giải thích. Ánh mặt trời rọi thẳng vào mặt khiến anh phải nheo mắt nhìn tôi. Khi đó, mũi anh chun lại trông thật đáng yêu. "Bây giờ, không phải là anh sẽ *tặng* em Điều Ước của anh đâu. Nhưng anh cũng muốn đến gặp Peter Van Houten, Và thật không còn ý nghĩa nếu anh đi gặp ông mà không có cô gái đã giới thiệu cuốn sách của ông cho anh đi cùng."

"Chắc chắn là không rồi," tôi nói.

"Vì vậy, anh đã trao đổi với các vị thần Genie và họ hoàn toàn đồng ý. Họ cho biết Amsterdam rất đẹp vào đầu tháng Năm. Họ đề nghị nên đi vào ngày ba tháng Năm và trở về ngày bảy tháng Năm."

"Augustus, thật chứ?"

Anh đưa tay lên chạm vào má tôi và trong một tích tắc tôi nghĩ rằng anh sẽ hôn tôi. Cả người tôi căng ra, và tôi nghĩ anh cũng nhận thấy thế vì anh rút tay về.

"Augustus," tôi nói. "Thật ra, anh không cần làm vậy."

"Dĩ nhiên," anh đáp. "Nhưng anh đã tìm thấy Điều Ước cho chính mình."

"Ôi Chúa ơi, anh thật tuyệt vời!" Tôi khen anh.

"Anh cá là em sẽ nói thế với mọi chàng trai nào tài trợ cho em đi du lịch nước ngoài," anh trêu.

CHƯƠNG SÁU

Khi tôi về đến nhà, Mẹ đang vừa xếp quần áo cho tôi vừa theo dõi chương trình truyền hình *Chuyện trò*. Tôi kể Mẹ nghe về hoa tulip, nghệ sĩ điêu khắc Hà Lan và toàn bộ câu chuyện là vì Augustus sẽ sử dụng Điều Ước của anh để đưa tôi đến Amsterdam. "Vậy thì hơi quá!" bà nói, lắc đầu nguẩy nguậy. "Chúng ta không thể chấp nhận đề nghị đó từ một người vẫn còn xa lạ."

"Anh ấy không phải là người xa lạ. Anh ấy rõ ràng là người bạn thân thứ hai của con mà."

"Sau Kaitlyn à?"

"Sau Mẹ cơ," tôi nói. Đó là sự thật, nhưng chủ yếu tôi nói vậy vì tôi muốn đi Amsterdam.

"Mẹ sẽ hỏi ý kiến Bác sĩ điều trị Maria," một lúc sau bà nói.

...

Bác sĩ điều trị Maria tuyên bố rằng tôi không thể đi đến Amsterdam mà không có một người lớn rất am hiểu bệnh tình của tôi theo cùng. Trong trường hợp này bà ám chỉ Mẹ tôi hoặc chính Bác sĩ điều trị Maria. (Ba tôi hiểu về bệnh ung thư của tôi chỉ ngang ngửa tôi: một cách mơ hồ và không toàn diện như hiểu biết sơ sài của mọi người về mạch điện và thủy triều vậy. Nhưng Mẹ tôi biết về ung thư biểu mô tuyến giáp thể biệt hóa ở thanh thiếu niên không kém gì các bác sĩ chuyên khoa ung thư.)

"Vậy Mẹ sẽ đi cùng con," tôi nói. "Các vị thần Genie sẽ trả mọi chi phí, họ thiếu gì tiền cơ chứ."

"Nhưng còn Ba con," Mẹ nói. "Ba sẽ nhớ chúng ta lắm. Thật không công bằng với Ba khi Ba không thể xin nghỉ phép được."

"Mẹ đang đùa à? Thế Mẹ không nghĩ đến viễn cảnh Ba sẽ thích thú tận hưởng mấy ngày được xem chương trình truyền hình mà không có mấy cô người mẫu chân dài uốn éo, được gọi bánh pizza mỗi tối và ăn trên khăn giấy để không phải rửa chén à?"

Mẹ bật cười.

Cuối cùng, Mẹ cũng thấy hào hứng, cứ lục tục lưu danh sách những việc cần làm vào điện thoại di động: nào là phải gọi cho ba mẹ của Gus và liên hệ với các vị thần Genie khác về nhu cầu chăm sóc y tế của tôi, hỏi xem họ

có đặt khách sạn chưa, cuốn cẩm nang du lịch nào bổ ích
nhất; nào là chúng tôi cần bắt tay nghiên cứu tỉ mỉ vì chỉ
có vỏn vẹn ba ngày tham quan, vân vân. Tôi thấy đầu óc
váng vất cả lên nên tôi uống vài viên Advil rồi quyết định
đi đánh một giấc cho khỏe.

Nhưng kết cục tôi chỉ nằm trên giường và hồi tưởng về
toàn bộ buổi dã ngoại với Augustus. Tôi không ngừng suy
nghĩ về khoảnh khắc tôi căng thẳng khi anh chạm vào tôi.
Sự đụng chạm khē khàng quen thuộc ấy có gì đó không
đúng. Tôi nghĩ có lẽ do cách dàn dựng toàn bộ câu chuyện:
Augustus rất tuyệt vời, nhưng anh đã biến tất cả mọi thứ
trong buổi dã ngoại thành thái quá, từ những lát sandwich
mang hình ảnh ẩn dụ hay ho nhưng mùi vị dở tệ, đến bài
độc thoại đã thuộc lòng như cháo nên vô tình ngăn cản
cơ hội tâm sự của chúng tôi. Kịch bản nhằm mang lại cảm
giác Lãng mạn nhưng thực tế hóa ra lãng xẹt.

Nhưng sự thật là tôi chưa bao giờ muốn anh ấy hôn tôi,
không phải theo kiểu thông thường chúng ta muốn những
điều này. Ý tôi là, anh rất tuyệt vời. Tôi hoàn toàn bị anh
chinh phục. Tôi nghĩ về anh *theo hướng đó*, xin mượn cách
nói thời trung học để diễn tả. Thế nhưng sự tiếp xúc bằng
tay, sự đụng chạm thật sự... tất cả đều chệch hướng.

Thế là tôi bắt đầu lo lắng rằng tôi sẽ *phải* hôn anh để
được đến Amsterdam. Và chẳng ai muốn suy diễn theo
chiều hướng này cả, bởi vì (a) tôi thậm chí không nên đặt ra
câu hỏi liệu mình có muốn hôn anh Gus hay không, muốn
hôn là hôn mà không cần lăn tăn chi hết, và (b) hôn một

anh chàng để được tài trợ một chuyến du lịch miễn phí thì cũng nguy hiểm như đang bán thân vậy. Và phải thú nhận rằng dù không nghĩ mình là một người hoàn toàn tốt nhưng tôi chưa bao giờ tưởng tượng ra lần đầu tiên thực sự có hoạt động dục tính lại chẳng khác gì mại dâm.

Nhưng rồi anh đã không thử hôn tôi. Anh chỉ đưa tay chạm nhẹ vào khuôn mặt tôi, khẽ khàng đến mức không thể xem là *hành vi tình dục*. Nó không phải là một động thái nhằm khuấy động hay kích thích tôi, nhưng chắc chắn là một động thái được trù tính trước, bởi vì Augustus Waters không phải kiểu người tùy hứng. Vậy anh muốn truyền đạt thông điệp gì cho tôi? Và tại sao tôi đã không muốn chấp nhận nó?

Ở một khía cạnh nào đó, tôi nhận ra mình đang 'soi' buổi gặp gỡ như Kaitlyn nên tôi quyết định nhắn tin cho nhỏ để yêu cầu trợ giúp. Nhỏ gọi lại ngay.

"Mình gặp rắc rối với con trai," tôi nói.

"THÚ VỊ NHA!" Kaitlyn trả lời. Tôi kể cho nhỏ nghe từ đầu đến cuối, kết thúc ở hành động chạm mặt gây lúng túng, chỉ chừa không tiết lộ chuyến đi Amsterdam và tên anh Augustus. "Này, bồ có chắc là anh ấy phong độ không?" Nhỏ hỏi khi tôi vừa kết thúc câu chuyện.

"Chắc mà!" Tôi khẳng định.

"Theo kiểu thể thao à?"

"Ừ, hồi xưa ảnh chơi bóng rổ cho đội North Central cơ mà."

"Chu choa. Thế sao bồ gặp được anh này?"

"Ở cái Hội Tương Trợ kinh dị á."

"Hừm," Kaitlyn nói. "Mình tò mò chút, thế anh chàng này còn bao nhiêu chân vậy?"

"Khoảng 1,4 chân," tôi nói, không khỏi mỉm cười. Mấy tay cầu thủ bóng rổ rất nổi tiếng ở Indiana. Và tuy Kaitlyn không học ở North Central nhưng mối quan hệ xã hội của nhỏ thì rộng bao la.

"Augustus Waters," nhỏ hào hứng nói.

"Ừm, chắc vậy!"

"Ôi Chúa ơi. Mình đã từng thấy anh này ở mấy buổi tiệc. Những điều mình sẽ làm với anh chàng đó à, ý mình là không phải bây giờ khi mình biết là bồ đang để ý ảnh. Mà ôi, lạy Chúa chứng giám, mình sẽ 'cưỡi' chú ngựa một chân đó cả ngày lẫn đêm cho coi."

"Kaitlyn," tôi nhắc.

"Xin lỗi. Bồ có muốn 'nằm trên' không?"

"Kaitlyn," tôi lại kêu lên.

"Chúng ta đang nói về chuyện gì ấy nhỉ. À phải rồi, chuyện bồ và Augustus Waters. Hay là... bồ không thích con trai?"

"Mình không nghĩ vậy đâu. Ý là, rõ ràng là mình thích ảnh mà."

"Hay tại tay ảnh gớm quá? Thỉnh thoảng người đẹp vẫn có bàn tay xấu xí nha."

"Không, bàn tay ảnh khá là đẹp."

"Hừm," nhỏ khẽ hắng giọng.

"Hừm," tôi nhại theo.

Sau một lúc, Kaitlyn lên tiếng, "Còn nhớ Derek không? Hắn chia tay với mình tuần trước bởi vì hắn thấy về cơ bản chúng mình không hợp nhau, tận sâu trong tâm hồn ấy. Và càng quen lâu sẽ càng bị tổn thương nhiều hơn mà thôi. Hắn gọi đó là *chia tay 'phòng ngừa'*. Nên có thể bồ cũng linh cảm rằng giữa hai người có điểm gì đó cơ bản không hợp nhau. Và bồ đang giành quyền chia tay trước, kiểu vậy á."

"Hừm," tôi trầm ngâm.

"Mình chỉ nghĩ sao nói vậy thôi."

"Chia buồn về vụ Derek nha."

"Ồ, mình đã vượt qua chuyện đó rồi, bồ đừng lo. Mất đứt bốn mươi phút và làm bẩn của mình một tay áo Thin Mints của đội Hướng Đạo Nữ để mình xóa hình ảnh của hắn vĩnh viễn ra khỏi tim mình."

Tôi cười. "Thôi được rồi, cám ơn bồ nha, Kaitlyn."

"Trong trường hợp bồ có 'abc xyz' với ảnh thì phải kể mình nghe mấy chi tiết tò tí te đó nha."

"Nhưng dĩ nhiên là," tôi đang nói thì nghe tiếng Kaitlyn hôn gió ở đầu dây bên kia. "Tạm biệt bồ," nhỏ nói và cúp máy.

...

Trong khi nghe 'quân sư quạt mo' Kaitlyn nói, tôi chợt nhận ra mình đã không dự cảm trước việc làm tổn thương anh Gus. Thay vì tiền linh cảm, tôi chỉ toàn hậu linh cảm thôi.

Thế là tôi bật máy tính xách tay lên và tìm tên Caroline Mathers. Chị ấy giống tôi như tạc: khuôn mặt tròn trĩnh vì tác dụng phụ của thuốc, mũi cũng giống, dáng vóc nhìn chung cũng hao hao giống. Có điều mắt chị màu nâu sẫm (mắt tôi màu lục) và da chị sậm hơn nhiều — chắc là người Ý hay sao đó.

Hàng ngàn người — chính xác là hàng ngàn — đã để lại thông điệp chia buồn cho chị. Danh sách những người tưởng nhớ chị kéo dài vô tận, nhiều đến mức tôi mất một tiếng đồng hồ mới rê chuột được từ trang *sự ra đi của bạn là niềm tiếc thương vô hạn* trở ngược lại trang *Cầu cho bạn sớm khỏe lại*. Chị ấy qua đời một năm trước vì bệnh ung thư não. Tôi có thể vào xem một số hình của chị. Augustus xuất hiện liên tục trong loạt hình cũ: tấm thì anh đang giơ ngón cái khen ngợi một vết sẹo lõm trên cái đầu trọc lóc của chị; tấm thì hai người tay trong tay tại sân chơi của Bệnh viện Memorial, xoay lưng về phía ống kính; tấm nữa hai anh chị đang hôn nhau thắm thiết trong khi Caroline cầm máy ảnh giơ ra xa nên chỉ có thể nhìn thấy mũi và cặp mắt nhắm nghiền của họ.

Những tấm gần đây nhất đều là hình của chị khi còn khỏe mạnh, và do bạn bè tải lên sau khi chị qua đời: một cô gái xinh đẹp, 'thắt đáy lưng ong', với mái tóc suôn dài, đen nhánh, lòa xòa trước mặt. Khi còn khỏe mạnh, trông chúng tôi chẳng có điểm nào giống nhau cả. Tuy nhiên, diện mạo sau cơn bệnh ung thư của chúng tôi lại giống nhau như hai giọt nước. Hèn gì anh ấy cứ nhìn tôi chằm chặp ngay lần đầu gặp tôi.

Tôi tiếp tục nhấn chuột cho đến một lời nhắn được viết cách đây hai tháng, tức chín tháng sau khi chị mất, từ một trong số bạn bè của chị: *Chúng mình nhớ bạn rất nhiều. Niềm thương nhớ này chưa bao giờ vơi, cứ giống như tất cả bọn mình đều bị thương trong cuộc chiến cùng bạn, Caroline. Mình nhớ bạn. Mình yêu bạn.*

Một lát sau, Ba Mẹ gọi tôi ra ăn tối. Tôi tắt máy tính và đứng dậy. Thế nhưng đầu óc vẫn cứ ong ong suy nghĩ về lời nhắn đó. Phần nào lời lẽ trong đó khiến tôi bấn loạn và không thấy đói bụng.

Tôi không ngừng nghĩ về cái vai vẫn còn đau của mình, và tôi vẫn còn đau đầu. Nhưng có lẽ tại tôi đã suy tư về một cô gái chết vì bệnh ung thư não nên tôi thấy đau ở đầu. Tôi cố nhắc mình phải phân thân: với một nửa hiện đang ngồi nơi bàn tròn (dù đường kính có thể bị xem là quá lớn cho ba người và chắc chắn là cực kỳ lớn cho hai người) ăn bông cải xanh mềm nhũn cùng bánh burger đậu đen khô khốc mà đoan chắc mọi loại xốt cà chua trên thế giới đều không thể làm nó mềm ra. Tôi tự trấn an là những tưởng tượng về một khối u ác tính trong não hay trong vai của tôi cũng sẽ không ảnh hưởng đến thực tế vô hình đang diễn ra bên trong cơ thể tôi. Và do đó, tất cả những suy nghĩ mông lung như vậy sẽ làm lãng phí những khoảnh khắc trong cuộc đời vốn được xâu kết bằng một chuỗi hữu hạn các khoảnh khắc như vậy. Tôi thậm chí cố nhắc nhở bản thân mình hãy sống thật tốt cho ngày hôm nay.

Trong một lúc lâu, tôi không thể hiểu tại sao những gì một người lạ nhắn trên mạng Internet cho một người lạ khác (nay đã chết) lại xáo động tôi nhiều vậy và khiến tôi lo lắng rằng có gì đó bất thường trong não tôi — và tôi thấy đau đầu thực sự. Mặc dù theo kinh nghiệm từ nhiều năm bệnh tật triền miên, tôi biết bản thân nỗi đau là một thiết bị chẩn đoán mông lung và nhăng nhít.

Bởi vì hôm đó không có động đất xảy ra ở Papua New Guinea nên Ba Mẹ đặc biệt để ý đến tôi. Và tôi không thể che giấu sự bồn chồn lo lắng của mình.

"Mọi chuyện vẫn ổn chứ con?" Mẹ hỏi khi tôi đang ăn.

"Dạ, dạ," tôi nói. Tôi cắn một miếng burger. Nhai và nuốt. Cố gắng nói điều gì đó mà một người bình thường không đang trong cơn hoảng loạn sẽ nói. "Burger có kẹp bông cải xanh phải không ạ?"

"Mấy miếng à," Ba nói. "Ba hơi hồi hộp khi con được đi Amsterdam."

"Dạ," tôi nói. Tôi cố không nghĩ đến từ 'bị thương' nhưng tất nhiên nỗ lực đó sẽ khiến ta lại suy nghĩ về từ này.

"Hazel," Mẹ chen vào. "Tâm trí con đang ở đâu vậy?"

"Dạ đang lang thang suy nghĩ," tôi nói.

"Chắc đang xốn xang," Ba vừa cười vừa nói.

"Con không phải là thỏ con. Con cũng không phải đang yêu Gus Waters hay ai cả," tôi trả lời, hơi tự vệ quá mức. *Bị thương*. Giống như Caroline Mathers là một quả bom và khi phát nổ, chị để lại những mảnh vỡ trong lòng bạn bè và người thân.

Ba hỏi có phải tôi đang có bài tập nào hóc búa ở trường không. "Con có một số bài tập về nhà môn Đại số cao cấp," tôi nói với ông. "Cao cấp đến mức con không thể giải thích cho một người không chuyên hiểu đâu."

"Thế anh chàng Isaac bạn con sao rồi?"

"Dạ mù rồi," tôi đáp.

"Hôm nay con nói chuyện rất là xì-tin," Mẹ nói. Bà có vẻ khó chịu.

"Không phải Mẹ mong con như vậy sao? Mẹ mong con sống xì-tin mà?"

"Ừ, không nhất thiết phải xì-tin theo kiểu *này*, nhưng dĩ nhiên Ba Mẹ rất vui mừng khi thấy con sống như một thiếu nữ, chịu kết bạn và hẹn hò bạn trai."

"Con sẽ không cặp bồ cặp bịch gì hết," tôi đáp. "Con không muốn cặp bồ với ai hết. Thật là một ý tưởng khủng khiếp và một sự lãng phí thời gian và —"

"Con yêu," Mẹ dịu dàng hỏi. "Có chuyện gì vậy?"

"Con giống như... giống như... Con giống như là một *quả bom hẹn giờ* vậy đó Mẹ. Con là một quả bom và đến một lúc nào đó, con sẽ nổ tung. Và con muốn giảm thiểu thương vong, được chưa?"

Ba tôi hơi ngoẹo cổ sang một bên, chăm chú lắng nghe như một chú chó con đang bị quở mắng.

"Con là một quả bom," tôi lặp lại. "Con chỉ muốn tránh xa mọi người, lặng lặng đọc sách, suy ngẫm về cuộc đời, quanh quẩn bên cạnh Ba Mẹ thôi. Bởi vì không cách gì tránh khỏi việc con sẽ làm Ba Mẹ đau lòng cả; Ba Mẹ đã sống quên mình vì con. Cho nên con chỉ xin Ba Mẹ hãy cho con được toại nguyện, được không? Con không phải đang chán đời đâu. Con chỉ không muốn đi ra ngoài giao thiệp nhiều quá. Và con không thể là một thiếu nữ bình thường được, bởi bản thân con là một quả bom."

"Hazel," Ba nghẹn ngào gọi tên tôi. Ba tôi, ông rất hay khóc.

"Giờ con sẽ về phòng và đọc sách, được không? Con khỏe. Con thật sự khỏe. Chỉ là con muốn đọc sách một lúc."

Tôi cố gắng tập trung đọc một cuốn tiểu thuyết. Nhưng bi kịch là chúng tôi sống trong một ngôi nhà có tường ngăn cách mỏng đến mức tôi có thể nghe thấy tiếng Ba Mẹ thì thầm sau đó. Ba tôi nói, "Lời con bé cắt từng đoạn ruột của anh," và Mẹ tôi ngăn, "*Không nên* để con nghe mấy lời này," và Ba tôi nói, "Anh xin lỗi, nhưng mà—" và Mẹ tôi hỏi, "Anh không thấy biết ơn vì con bé còn sống với chúng ta à?" và Ba tôi đáp, "Chúa chứng giám, tất nhiên anh rất biết ơn Ngài rồi." Tôi tiếp tục cố gắng tập trung vào cuốn tiểu thuyết nhưng tôi không thể ngừng nghe Ba Mẹ.

Tôi bèn bật máy tính lên nghe nhạc. Và vừa mở ban

nhạc yêu thích của Augustus, The Hectic Glow, tôi vừa quay lại xem trang phúng điếu của Caroline Mathers. Tôi đọc những lời ngợi khen chị như một nữ anh hùng trong cuộc chiến của chính mình, chị được mọi người thương nhớ nhiều như thế nào, và giờ đây chị đã đến một nơi tốt đẹp hơn, nhưng chị sẽ sống *mãi mãi* trong ký ức của mọi người, và tất cả những người quen biết chị — tất cả— đều bị đánh gục trước sự ra đi của chị.

Lẽ ra tôi nên ghét Caroline Mathers hoặc sao đó vì chị ấy đã quen với Augustus. Nhưng tôi chẳng thấy vậy. Tôi không thể hình dung về chị ấy rõ ràng lắm qua những lời phúng điếu, nhưng cũng chẳng có gì đáng ghét cả. Chị ấy chỉ có vẻ là bệnh nhân chuyên nghiệp giống tôi. Và điều này khiến tôi lo lắng rằng khi tôi chết đi, mọi người chẳng có gì nhiều nhặn để nói về tôi. Ngoại trừ thành tích tôi đã chiến đấu anh dũng với căn bệnh, như thể điều duy nhất tôi từng cống hiến là Bị Ung Thư.

Dù thế nào chăng nữa, cuối cùng tôi chuyển sang đọc nhật ký ghi chép của Caroline Mathers. Thật ra hầu hết đều do ba mẹ của chị viết. Tôi đoán có lẽ chứng ung thư não của chị là loại sẽ khiến mình không còn là chính mình trước khi tước đi sự sống của mình.

Và mọi nhật ký ghi chép đều tương tự nhau, *Caroline liên tục bị rối loạn hành vi. Cô bé phải đấu tranh vật vã với sự giận dữ và thất vọng khi không còn có thể nói chuyện (chúng ta cũng sẽ thất vọng về những điều này, tất nhiên rồi. Nhưng chúng ta có nhiều cách đối phó với cơn giận mà xã hội chấp nhận hơn). Gus đã gọi Caroline là HULK SMASH và biệt danh này lan truyền đến tai các bác sĩ. Không có gì dễ dàng trong chuyện này đối với người trong cuộc, nhưng hãy cứ pha trò đi khi nào còn có thể. Hy vọng chúng tôi sẽ cùng về nhà vào thứ Năm. Chúng tôi sẽ báo cho mọi người biết...*

Và không cần nói thêm, chị đã không về nhà vào thứ Năm.

Vì vậy, tất nhiên tôi căng thẳng khi anh chạm vào tôi. Vì ở bên cạnh anh thì không tránh khỏi sẽ làm tổn thương anh. Và đó là những gì tận trong thâm tâm tôi nghĩ khi anh đưa tay lên mặt tôi: tôi cảm thấy như thể tôi đang thực hiện một hành vi bạo lực chống lại anh, bởi vì thực sự là vậy.

Tôi quyết định nhắn tin cho anh. Tôi muốn tránh nói về nó.

Chào anh! Okay, tôi không biết liệu anh có hiểu không nhưng tôi không thể hôn anh hay làm bất cứ gì khác. Không nhất thiết anh sẽ muốn vậy, nhưng tôi không thể.

Khi tôi cố gắng nhìn dưới góc độ đó, tôi chỉ thấy những gì tôi sẽ đẩy anh vào. Có lẽ anh không hiểu hết đâu.

Dù sao đi nữa cũng xin lỗi anh.

Một lúc sau anh trả lời.

Okay.

Tôi nhắn lại.

Okay.

Anh nhắn trả:

Ôi Chúa ơi, đừng tán tỉnh anh nữa!

Tôi chỉ nói:

Okay.

Vài phút sau, điện thoại của tôi rung lên.

Anh đùa thôi, Hazel Grace. Anh hiểu mà. (Nhưng cả hai chúng ta đều biết rằng Okay là một từ rất tán tỉnh. Okay làm BÙNG CHÁY ngọn lửa tình.)

Tôi rất muốn nhắn *Okay* một lần nữa. Thế là tôi hình dung anh tại tang lễ của tôi, và điều đó đã giúp tôi nhắn lại đúng đắn hơn.

Xin lỗi anh.

...

Vẫn đeo tai nghe, tôi cố ru mình ngủ. Nhưng một hồi sau, cả Ba và Mẹ đều vào phòng tôi. Mẹ với lấy Bluie từ kệ và ôm nó vào lòng trong khi Ba ngồi xuống chiếc ghế ở bàn học. Ông không khóc nữa và điềm tĩnh nói, "Đối với Ba Mẹ, con không phải là một quả bom đâu. Nghĩ đến chuyện con đang chết dần chết mòn khiến Ba Mẹ rất buồn, Hazel à, nhưng con không phải là bom đạn gì hết. Con rất tuyệt vời. Con không thể biết được, con yêu ạ, bởi vì con chưa bao giờ sinh ra một đứa con mà khi lớn lên lại trở thành một độc giả trẻ xuất sắc với một thú vui tao nhã là xem các chương trình truyền hình siêu nhảm. Thế nhưng niềm vui mà con mang lại cho Ba Mẹ lớn hơn nhiều so với nỗi buồn chúng ta cảm thấy về căn bệnh của con."

"Được rồi Ba," tôi nói.

"Ba nói thật mà!" Ba tôi kêu lên. "Ba không xí gạt con chuyện này đâu. Nếu con gây nhiều rắc rối hơn là đáng yêu thì chúng ta đã vứt con ra ngoài đường rồi."

"Ba Mẹ không phải là người giàu tình cảm đâu," Mẹ nói thêm, mặt ngây ra giả vờ cứng rắn. "Ba Mẹ hoàn toàn có thể bỏ con lại một trại trẻ mồ côi với chỉ một mẩu giấy nhỏ ghi tên đính vào bộ đồ ngủ của con rồi."

Tôi bật cười.

"Con không phải tham gia Hội Tương Trợ nữa," Mẹ tiếp lời. "Con không phải làm bất cứ điều gì. Ngoại trừ đi học ở trường." Bà đưa cho tôi con gấu.

"Con nghĩ Bluie nên ngủ trên kệ tối nay," tôi nói. "Để con nhắc Mẹ nhớ là con đã hơn ba mươi ba tuổi chia đôi rồi đó."

"Hãy ôm nó ngủ đêm nay," bà nằng nặc.

"Mẹ," tôi kêu lên.

"Nó rất *cô đơn*," bà thuyết phục.

"Ôi Chúa ơi, Mẹ thiệt tình!" Tôi nói và đưa tay cầm chú Bluie ngớ ngẩn. Tôi ôm nó vào lòng và ngủ thiếp đi.

Trên thực tế, một tay tôi vẫn vắt qua Bluie khi tôi bật dậy lúc bốn giờ sáng. Cả đầu tôi nhức bưng bưng với một cơn đau nhói vọng ra từ tận sâu trong óc.

CHƯƠNG BẢY

Tôi thét lên thất thanh để đánh thức Ba Mẹ dậy. Ngay lập tức ông bà xông vào phòng, nhưng lại bất lực không thể ngăn các siêu tân tinh đang bùng nổ bên trong não tôi. Đó là một chuỗi những chùm pháo hoa phát sáng liên tục trong hộp sọ khiến tôi đinh ninh rằng mình sắp sửa từ giã cõi đời này. Tôi bèn nói với bản thân — như vẫn thường tự nhủ trước đây — là cơ thể sẽ ngừng hoạt động khi cơn đau trở nên quá khủng khiếp, rằng ý thức đau đớn này chỉ trong tạm thời và sẽ biến mất sau khi tôi 'xuôi tay nhắm mắt'. Nhưng cũng như mọi khi, tôi đã không bị Thần chết bắt đi. Thần chết chỉ để tôi nằm lại trên bãi biển, mặc những con sóng bạc đầu đập vào người tôi mà không dìm tôi chết đuối cho yên chuyện.

Ba tôi vừa lái xe vừa trao đổi với bệnh viện qua điện thoại, trong khi tôi nằm ở ghế sau, tựa đầu vào lòng Mẹ. Mọi nỗ lực giảm đau đều vô ích: Có la hét cũng chỉ càng thêm đau. Thật ra, mọi sự kích thích chỉ làm cho cơn đau tồi tệ hơn.

Giải pháp duy nhất là cố gắng xua tan thế giới quan, biến nó thành một màu đen, im phăng phắc và không một bóng người, đưa nó trở lại thời mông muội trước khi vụ nổ Big Bang xảy ra, vào thời điểm khởi đầu khi chỉ mới có Kinh Thánh và phải sống lẻ loi trong một không gian trống rỗng cùng với Kinh Thánh.

Người ta hay nói về sự can đảm của bệnh nhân ung thư, và tôi không phủ nhận về đức tính can trường ấy. Trong nhiều năm qua tôi hết bị thọc, bị đâm lại bị hạ độc, vậy mà tôi vẫn tiếp tục sống. Nhưng xin chớ lầm tưởng: Trong những thời khắc đó, tôi chỉ mong mình chết quách đi thì sẽ hạnh phúc sung sướng biết bao.

Tôi tỉnh dậy trong Phòng chăm sóc đặc biệt ICU. Tôi có thể xác định mình đang trong phòng ICU bởi vì tôi không ở phòng riêng, bởi vì xung quanh có rất nhiều tiếng bíp, và tôi chỉ nằm trơ trọi một mình: Họ không cho phép gia đình ở lại 24/7 trong phòng ICU ở Khoa Nhi bởi vì nguy cơ nhiễm trùng rất cao. Có tiếng khóc nức nở vọng ra từ cuối hành lang, chắc con ai vừa mới mất. Không có ai quanh tôi cả. Tôi bèn nhấn nút gọi màu đỏ.

Một y tá đến trong vài giây sau đó. "Chào chị," tôi nói.

"Xin chào, Hazel. Chị là Alison, y tá riêng của em," chị ấy cất tiếng.

"Chào chị Alison Y Tá Riêng Của Em," tôi nói.

Và rồi tôi lại thấy khá mệt trong người. Nhưng tôi tỉnh dậy một lúc khi Ba Mẹ vào thăm, ôm chầm lấy tôi, khóc và hôn lên mặt tôi liên tục. Tôi rướn người và cố hết sức ôm lấy ông bà, nhưng cả người đau như dần khi tôi siết chặt vòng tay. Ba Mẹ nói cho tôi biết là tôi không bị u não. Đầu tôi đau là do thiếu ô-xy trong não, mà nguyên nhân sâu xa là do phổi tôi bị tràn dịch lần nữa. Một lít rưỡi (!!!!) chất dịch đã được rút ra khỏi lồng ngực của tôi. Đó là lý do tại sao tôi thấy hơi khó chịu ở bên hông, nơi có, ở *nhìn nè*, một cái ống dẫn từ ngực tôi xuống một túi nhựa. Túi đã đầy một nửa chất dịch lỏng có màu hổ phách giống y đúc màu loại rượu yêu thích của Ba. Mẹ dỗ dành là tôi sẽ sớm được về nhà, và thực sự đúng như vậy. Chỉ cần thỉnh thoảng tôi phải hút dịch phổi và mỗi tối phải thở máy BiPAP, một cỗ máy đẩy không khí lưu thông ra vào hai lá phổi dở hơi của tôi. Và tôi đã được chụp cắt lớp PET ngay đêm đầu tiên nhập viện, Ba Mẹ hăm hở thông báo toàn tin tốt lành: khối u không còn tăng trưởng nữa. Cũng không phát hiện khối u mới. Vai tôi đau vì thiếu ô-xy trầm trọng. Đau vì tim-hoạt-động-quá-tải.

"Sáng nay Bác sĩ Maria nói bà vẫn lạc quan về bệnh tình của con," Ba nói. Tôi mến Bác sĩ Maria, bà không xí gạt bệnh nhân nên thật nhẹ nhõm khi nghe bà nói vậy.

"Đây chỉ là một giai đoạn thử thách, Hazel à," Mẹ tiếp tục dỗ dành. "Một thử thách mà chúng ta có thể vượt qua."

Tôi gật đầu. Sau đó Alison Y Tá Riêng Của Tôi nhẹ nhàng mời Ba Mẹ ra ngoài. Rồi chị quay sang hỏi tôi có muốn ngậm nước đá không. Tôi gật đầu. Thế là chị ngồi bên cạnh giường và dịu dàng đút cho tôi từng muỗng đá dăm.

"Em đã hôn mê trong vài ngày," chị Alison gợi chuyện. "Ừm, để xem nào, em đã bỏ lỡ... Một ngôi sao nổi tiếng sử dụng ma túy. Các chính trị gia bất đồng ý kiến nhau. Một ngôi sao khác mặc *bikini* để lộ khiếm khuyết hình thể. Một đội thể thao giành chiến thắng ở một giải đấu, đội còn lại dĩ nhiên thua giải." Tôi cười. "Em không thể trốn mọi người mãi như vầy, Hazel à. Em đã bỏ lỡ rất nhiều sự kiện."

"Còn không chị?" Tôi hỏi, hất đầu về phía ly xốp trắng trên tay chị.

"Đúng ra chị không nên," chị thì thầm, "nhưng chị sẽ phá lệ với em." Chị đút cho tôi thêm một muỗng đá. Tôi lẩm bẩm cảm ơn. Tạ ơn Chúa vì cho con gặp những y tá tốt như vầy! "Em mệt chưa?" chị hỏi. Tôi gật đầu. "Vậy em chợp mắt một chút đi," chị khuyên. "Chị sẽ ghé thăm em thường xuyên và để em ngủ thêm mấy tiếng trước khi có người đến kiểm tra các chỉ số này nọ." Tôi nói Cảm ơn lần nữa. Ta dùng rất nhiều lời cảm ơn trong khi nằm viện. Tôi ngọ nguậy trên giường để chọn được tư thế nằm thoải mái hơn. Chị chợt hỏi: "Thế em không hỏi thăm về bạn trai của em à?"

"Em chẳng có bạn trai nào cả," tôi đáp lời chị.

"Ồ, có một anh chàng gần như không rời khỏi phòng đợi kể từ hôm em vào đây đó," chị cho biết.

"Vậy là anh ấy chưa nhìn thấy bộ dạng này của em, phải không?"

"Phải. Chỉ có gia đình mới được vào thăm thôi."

Tôi gật đầu và chìm vào một giấc ngủ bồng bềnh.

Tôi nằm lại sáu ngày mới được xuất viện về nhà. Sáu ngày nằm chong mắt nhìn tấm cách âm trên trần, xem truyền hình, lơ mơ ngủ trong nỗi đau ê ẩm, và chỉ mong thời gian mau chóng trôi qua. Tôi đã không gặp Augustus hoặc ai khác ngoài Ba Mẹ mình. Tóc tôi giờ bù xù như tổ quạ; dáng điệu thì lếch thếch như một bệnh nhân mất trí. Thế nhưng mỗi ngày tôi lại thấy khỏe hơn một chút: cứ sau mỗi giấc ngủ, sắc diện tôi lại hồi phục dần. Ngủ chữa lành ung thư, Bác sĩ Jim thân thương đã nói lần thứ một ngàn khi ông lượn qua thăm tôi vào buổi sáng nọ cùng một nhóm sinh viên y khoa tháp tùng.

"Vậy cháu là một cỗ máy chống ung thư," tôi nói với ông.

"Ừ, đúng vậy đó Hazel. Cháu hãy tĩnh dưỡng nhé. Chúng tôi hy vọng cháu sẽ sớm được xuất viện."

Vào thứ Ba, bệnh viện nói sẽ cho tôi về nhà vào thứ Tư. Vào thứ Tư, hai sinh viên y khoa rút ống ở ngực tôi ra mà hầu như không ai giám sát, khiến tôi có cảm tưởng đang

bị chiếc ống đâm ngược vào trong. Nói chung là tình hình
không mấy khả quan nên bệnh viện quyết định giữ tôi lại
đến thứ Năm. Thế là tôi bắt đầu suy nghĩ linh tinh, rằng
tôi là vật thí nghiệm sống mà mãi chẳng nhận được đồng
thù lao nào, thì ngay sáng thứ Sáu, Bác sĩ Maria xuất hiện,
thăm khám toàn thân tôi trong một phút rồi thông báo
tôi có thể xuất viện.

Thế là Mẹ nhanh nhẹn mở chiếc túi xách to đùng đang
đeo, để lộ trong đó bộ Thường Phục Xuất Viện của tôi
mà bà luôn mang theo sẵn. Một y tá bước vào và rút ống
truyền tĩnh mạch cho tôi. Tôi cảm thấy như vừa được
tháo xiềng xích, mặc dù đi đâu tôi vẫn phải mang bình
ô-xy trợ thở kè kè theo. Tôi vào phòng tắm, dội sơ người
sau một tuần dài không tắm táp rồi thay bộ quần áo Mẹ
đưa. Khi bước trở ra, tôi thấy mệt đứ đừ nên lại leo lên
giường nằm thở dốc. Mẹ âu yếm hỏi, "Con có muốn gặp
Augustus không?"

"Cũng được ạ," tôi đáp sau một phút lưỡng lự. Tôi đứng
dậy và lê bước qua một chiếc ghế nhựa tựa sát tường, giấu
bình ô-xy dưới chân ghế. Có vậy mà cũng làm tôi mệt bở
hơi tai.

Mấy phút sau Ba quay trở vào với Augustus. Tóc anh
rối nùi, rũ xuống cả trán. Khi nhìn thấy tôi, khuôn mặt
anh bừng sáng với một nụ cười rộng đến mang tai đúng
kiểu Goofy đóng mác Augustus Waters, và tôi không thể
không mỉm cười đáp lại. Anh ngồi xuống chiếc ghế tựa

giả da màu xanh bên cạnh tôi. Anh nghiêng người về phía tôi, dường như không thể ngăn được nụ cười trên môi.

Ba Mẹ ra khỏi phòng cho chúng tôi không gian riêng tư, lại càng khiến tôi lúng túng. Tôi cố ngước nhìn mắt anh, một đôi mắt thật hút hồn đến nỗi khó lòng nhìn thẳng vào đấy. "Anh nhớ em," Augustus nói.

Giọng tôi nhỏ hơn mức tôi muốn. "Cảm ơn vì đã không cố tình gặp tôi khi tôi trông bệ rạc, thảm thương."

"Công bằng mà nói em trông vẫn còn thê thảm lắm."

Tôi bật cười. "Tôi cũng nhớ anh. Chỉ là tôi không muốn anh nhìn thấy bộ dạng này. Tôi chỉ muốn, những lúc như là... Mà thôi, cũng chẳng quan trọng nữa, không phải ai cũng luôn có cái mình muốn."

"Vậy sao?" Anh hỏi. "Anh thì luôn nghĩ thế giới này là một công xưởng sản xuất điều ước."

"Nhưng hóa ra không phải vậy," tôi đáp. Anh thật điển trai. Anh đưa tay định nắm tay tôi nhưng tôi lặng lẽ lắc đầu. "Đừng anh," tôi nói khẽ. "Dù chúng ta có hẹn nhau đi chơi thì cũng không phải theo kiểu nắm tay nắm chân như vầy."

"Đồng ý," anh nói. "Giờ thì anh có cả tin tốt và tin xấu về cái hiệp hội chuyên ban tặng điều ước đây."

"Dạ, sao ạ?" Tôi tò mò.

"Tin xấu là rõ ràng chúng ta không thể đi Amsterdam cho đến khi em khỏe hơn. Tuy nhiên, các vị thần Genie sẽ gõ cây đũa thần trứ danh của họ ngay khi em bình phục."

"Đó là tin tốt ư?"

"Không, tin tốt là trong khi em say sưa ngủ thì Peter Van Houten đã chia sẻ thêm một chút suy nghĩ vĩ đại của ông với chúng ta."

Anh lại với tay đến tay tôi lần nữa, nhưng lần này để dúi một tờ giấy gấp làm ba làm tư, trên góc tiêu đề có ghi *Peter Van Houten, Tiểu Thuyết Gia Danh Dự.*

Để đảm bảo sẽ không bị gián đoạn bởi bất cứ trị liệu y tế nào, tôi đợi cho đến khi về đến nhà, yên vị trên chiếc giường khổng lồ và trống trải của mình rồi mới mở thư ra đọc. Nhưng nét chữ viết tay nguệch ngoạc, xiêu vẹo của Van Houten khiến tôi loay hoay mãi một lúc lâu mới đọc ra.

Anh Waters thân mến,

Tôi nhận được email của anh vào ngày mười bốn tháng Tư và từ hôm đó đã bị câu chuyện buồn như một vở bi kịch Shakespeare của anh gây ấn tượng mạnh mẽ. Tất cả mọi người trong câu chuyện này đều mang một *bi kịch* trớ trêu: nàng ư, cô nàng thì đau bệnh liên miên; còn anh ư, anh thì khỏe mạnh cường tráng. Dù đổi ngược lại tình trạng sức khỏe cô ấy tốt hơn và anh có tồi tệ hơn, thì những vì sao sẽ không gặp nhau một cách bi thương như vậy. Nhưng bản chất của những vì sao là luôn gặp nhau,

nên Shakespeare đã cực kỳ sai khi để cho nhân vật
Cassius phát biểu rằng, "Lỗi lầm, Brutus thân mến,
không thuộc về những vì sao chiếu mệnh của chúng
ta / Mà là do chính chúng ta". Nếu anh là một nhà
quý tộc La Mã (hoặc là chính Shakespeare!) thì nói
sao cũng được, nhưng thiếu gì lỗi được tìm thấy là
do chính những vì sao của chúng ta.

Trong khi chúng ta đang bàn về những khiếm khuyết
chưa hoàn thiện của đại thi hào Shakespeare, những
lời anh mô tả nàng Hazel trẻ trung của anh nhắc tôi
nhớ đến bài xonê thứ năm mươi lăm của ông, mở
đầu như sau, "Lăng tẩm đế vương dù cẩn đá dát vàng
/ Chẳng thể như thơ anh sống mãi;/ Trong vần thơ
mạnh mẽ tỏa sáng hình bóng nàng, rạng ngời theo
tháng năm/ Không như đá kia nhơ nhớp phủ lớp
bụi thời gian." (Ngoài lề một chút: nhưng thời gian
nào nhơ nhớp đâu, cô nàng 'lừa tình' tất cả mọi
người đấy!) Đó là một bài thơ hay nhưng đầy dối
gian: Chúng ta thực sự khắc ghi vần điệu mạnh mẽ
của thơ Shakespeare, nhưng liệu chúng ta nhớ gì về
người được thốt ra lời ca tụng trong đó? Hoàn toàn
không. Chỉ biết khá chắc chắn đó là một người đàn
ông đang yêu; mọi chi tiết khác chỉ là phỏng đoán.
Shakespeare đã nói với chúng ta rất ít về người đàn
ông bị đại thi hào chôn vùi trong quan tài ngôn ngữ
của ông. (Xin lưu ý rằng khi chúng ta nói về văn học,
chúng ta dùng thì hiện tại. Nhưng khi chúng ta nói

về người đã khuất, chúng ta không viết kiểu như vậy được.) Ta không bất tử hóa sự mất mát bằng cách viết về chúng. Ngôn ngữ sẽ chôn vùi chứ không thể làm cho sự mất mát hồi sinh. (Nói toạc móng heo: Tôi không phải là người đầu tiên đưa ra lời bình phẩm này, trước tôi còn có bài thơ "Không phải lăng tẩm dát vàng hay nạm ngọc" của MacLeish với một câu thơ rất khẳng khái, "Ta tuyên bố nàng rồi cũng chết và chẳng ai còn nhớ đến nàng.")

Tôi đi hơi xa vấn đề, nhưng đây là trọng điểm: Người chết được nhìn qua cặp mắt không ngươi kinh khiếp của ký ức. Người đang sống, cảm ơn trời, vẫn duy trì được khả năng khiến người khác bất ngờ và thất vọng. Nàng Hazel của anh còn sống, anh Waters ạ. Cho nên anh không cần áp đặt nguyện vọng của anh lên quyết định của người khác, đặc biệt đối với một quyết định đã được suy nghĩ thấu đáo. Cô ấy không muốn đẩy anh đến bờ vực đau đớn và anh nên tôn trọng ý nguyện đó. Có thể anh không thấy thuyết phục mấy với lập luận của nàng Hazel trẻ người non dạ, nhưng tôi đã lê bước qua thung lũng nước mắt này lâu hơn cả anh, và đứng từ vị thế của tôi ngày nay mà nhìn nhận thì cô nàng không phải là kẻ mất trí đâu.

Trân trọng,

Peter Van Houten

Thư này thực sự do ông ấy viết. Tôi liếm ngón tay và chấm nhẹ lên tờ giấy, vết mực hơi dây ra, cho nên tôi biết thư này không phải giả.

"Mẹ ơi," tôi gọi. Tôi đã không kêu lớn tiếng. Nhưng cũng chẳng cần thiết, bà lúc nào không quanh quẩn đâu đây. Y như rằng, Mẹ ló đầu ra ở phía sau cánh cửa.

"Con không sao chứ, con yêu?"

"Chúng ta có thể gọi cho Bác sĩ Maria để hỏi xem liệu một chuyến du lịch nước ngoài có đe dọa tính mạng của con không?"

CHƯƠNG TÁM

Vài ngày sau, chúng tôi có một buổi Hội Chẩn Ung Thư liên khoa. Mỗi lần như vậy, một đội ngũ đông đảo các bác sĩ, nhân viên xã hội, chuyên viên vật lý trị liệu và nhiều chuyên gia khác sẽ cùng ngồi lại với nhau quanh một chiếc bàn lớn trong phòng hội nghị và thảo luận về *tình hình của tôi*. (Không phải là tình hình của Augustus Waters hay tình hình chuyến đi Amsterdam, mà là tình hình ung thư.)

Bác sĩ Maria là người dẫn dắt cuộc họp. Bà ôm chầm lấy tôi khi tôi đến, bà ấy rất thích ôm ấp.

Tôi thấy dường như mình khỏe hơn một chút. Cả đêm ngủ với máy thở BiPAP khiến phổi của tôi gần như khỏe lại bình thường, mặc dù tôi thật sự cũng chẳng nhớ nổi cảm giác phổi bình thường là như thế nào.

Mọi người tham dự đông đủ và tỏ ra nghiêm túc bằng cách tắt tất cả các thiết bị nhắn tin và liên lạc của họ, để tập trung thảo luận về tôi. Bác sĩ Maria mở đầu buổi hội thảo, "Vậy tin tốt là Phalanxifor tiếp tục phát huy tác dụng và kiềm chế sự tăng trưởng của khối u, nhưng rõ ràng chúng tôi vẫn thấy những vấn đề nghiêm trọng với tình trạng tràn dịch màng phổi. Nên câu hỏi đặt ra ở đây là bước tiếp theo chúng ta nên làm gì?"

Kế đó bà quay sang nhìn tôi, như thể đang chờ câu trả lời. "Ừm," tôi lúng túng, "Em thấy mình không phải là người giỏi chuyên môn nhất ở đây để trả lời câu hỏi này!"

Bà mỉm cười. "Phải, tôi đang chờ ý kiến của Bác sĩ Simons. Bác sĩ Simons!" Ông cũng là một bác sĩ ung thư gì đấy.

"Vâng, như chúng ta được biết từ các bệnh nhân khác là hầu hết các khối u cuối cùng đều phát triển theo cách nào đó dù có dùng Phalanxifor. Nếu đúng như vậy thì chúng ta đã thấy sự tăng trưởng của khối u trên hình chụp. Nhưng ở đây chúng ta không hề thấy, nghĩa là khối u chưa phát triển."

Chưa thôi, tôi thầm nghĩ.

Bác sĩ Simons gõ ngón trỏ xuống mặt bàn. "Vấn đề đáng nói ở đây là tuy Phalanxifor có thể khiến tình trạng phù nề ngày càng nghiêm trọng, nhưng bệnh tình còn diễn biến tồi tệ hơn rất nhiều nếu chúng ta ngưng sử dụng loại thuốc này."

Bác sĩ Maria nói thêm, "Chúng tôi không thực sự hiểu những ảnh hưởng về lâu về dài của Phalanxifor. Rất hiếm người đã sử dụng thuốc này lâu như em đây."

"Vậy chúng ta sẽ làm gì?"

"Chúng ta sẽ tiếp tục tiến trình điều trị này," Bác sĩ Maria khẳng định, "nhưng cần phải can thiệp nhiều hơn để tránh chứng phù nề gia tăng." Tôi cảm thấy hơi choáng vì một lý do mơ hồ nào đó, giống như tôi sắp nôn mửa. Tôi ghét các buổi Hội Chẩn Ung Thư nói chung, nhưng tôi đặc biệt ghét buổi hôm nay. "Căn bệnh ung thư của em sẽ không biến mất, Hazel à. Nhưng chúng tôi từng chứng kiến nhiều người cũng bị khối u hoành hành ở mức độ như em vẫn sống một thời gian dài." (Tôi không thèm hỏi thời gian dài là bao lâu vì trước đây tôi đã sai lầm một lần khi hỏi.) "Cô biết em mới vừa ra khỏi Phòng chăm sóc đặc biệt và vẫn còn hơi mệt, nhưng dịch tràn của em, ít nhất trong thời điểm này, đã có thể kiểm soát được."

"Sao em không được ghép phổi hay một liệu pháp nào khác ạ?" Tôi hỏi.

Bác sĩ Maria bặm môi lại. "Đáng tiếc em không phải là một ứng cử viên sáng giá cho việc cấy ghép," bà trầm ngâm. Tôi hiểu: Không nên lãng phí hai lá phổi tốt cho một ca bệnh vô vọng như tôi. Tôi gật đầu, cố gắng không tỏ vẻ bị tổn thương bởi nhận xét đó. Ba tôi bắt đầu sụt sịt khóc. Tôi không nhìn ông, nhưng vì không ai nói thêm gì trong một lúc lâu nên tiếng nấc của ông nghe rõ mồn một.

Tôi ghét làm Ba đau lòng. Thường khi tôi có thể quên đi một sự thật cay đắng là: Ba Mẹ có thể vui mừng khi có tôi ở bên, nhưng tôi cũng là ngọn nguồn và kết cục của mọi sự đau khổ trong họ.

Ngay trước khi Phép màu xảy ra, cái lần tôi nằm trong Phòng chăm sóc đặc biệt và tưởng như sắp chết đến nơi, Mẹ đã nói với tôi là hãy thả lỏng người và đừng nghĩ đến nỗi đau nữa. Tôi cũng đã cố gắng làm theo lời Mẹ nhưng phổi của tôi vẫn cố ngoi ngóp tìm không khí. Mẹ gục đầu vào ngực Ba, nức nở một điều gì đó mà tôi mong mình đã chẳng nghe. Và tôi hy vọng bà sẽ không bao giờ phát hiện ra rằng tôi đã nghe thấy lời bà hôm đó, "Em sẽ không được làm mẹ nữa." Ruột tôi đau như cắt khi nghe thấy thế.

Tôi không ngừng suy nghĩ về điều Mẹ nói hôm đó trong suốt buổi Hội Chẩn Ung Thư. Giọng Mẹ thảm thiết cứ vang vang trong đầu tôi, như thể bà sẽ không bao giờ sống thanh thản nếu tôi mất đi. Và có lẽ là như thế thật.

Dù sao đi nữa, quyết định cuối cùng là vẫn tiếp tục liệu trình cũ và sẽ tiến hành hút dịch thường xuyên hơn. Cuối buổi hội chẩn, tôi hỏi liệu tôi có thể đi du lịch đến Amsterdam không. Bác sĩ Simons bật cười (chính xác thì ông ấy đã cười ha hả) khi nghe thấy điều đó. Nhưng Bác sĩ Maria đã lên tiếng:

"Sao lại không được chứ?"

Bác sĩ Simons hỏi vặn lại: "Chị còn hỏi sao lại không được hả?"

Bác sĩ Maria: "Ừ, tôi không thấy có lý do gì mà không đi được cả. Trên máy bay cũng có cung cấp ô-xy mà."

Bác sĩ Simons: "Thế họ có kiểm tra máy thở BiPAP ngay cửa vào không?"

Bác sĩ Maria: "Có chứ, hoặc họ sẽ chuẩn bị sẵn một máy cho cô bé."

Bác sĩ Simons trầm giọng: "Đưa bệnh nhân — một trong những ca 'hợp' với thuốc Phalanxifor đầy hứa hẹn — lên một chuyến bay không dưới tám tiếng đồng hồ mà không có các bác sĩ quen thuộc với ca bệnh của em này à? Đó là một quyết định liều mạng."

Bác sĩ Maria nhún vai: "Kể cũng hơi rủi ro," bà thừa nhận rồi quay sang tôi nói, "Nhưng đó là cuộc sống của em và tùy em quyết định."

Tuy nhiên không hẳn như vậy. Trên đường lái xe về nhà, Ba Mẹ đã đưa ra quyết định thay tôi: Tôi sẽ không đi Amsterdam trừ khi và chỉ khi nào có một thỏa thuận y học đảm bảo rằng tôi sẽ được an toàn.

...

Tối đó, anh Augustus gọi cho tôi sau giờ ăn. Lúc ấy tôi đã leo lên giường — dạo này cứ ăn tối xong là tôi đi ngủ

— nằm giữa một đống gối to tướng và dĩ nhiên có Bluie bên cạnh, máy tính đặt trong lòng.

Tôi nhấc máy: "Có tin xấu đây!"

Anh: "Chết tiệt, chuyện gì vậy?"

"Tôi không thể đi Amsterdam. Một bác sĩ hội chẩn cho rằng đó là một ý tưởng điên rồ."

Anh im lặng trong một giây. "Chúa ơi! Đúng ra anh nên tự trả tiền cho chuyến đi này. Đúng ra anh cứ kéo em đi từ khu triển lãm *Bộ Xương Tân Thời* bay thẳng sang Amsterdam."

"Nhưng có lẽ sau đó là tôi bị đột tử vì thiếu ô-xy ở Amsterdam, và thi thể của tôi sẽ được chuyển về nhà trong khoang chứa hàng của máy bay."

"Ờ! Nhưng trước khi chuyện đó xảy ra, biết đâu cử chỉ lãng mạn vĩ đại của anh sẽ giúp anh 'ngủ' được với cô gái anh yêu."

Tôi phá lên cười nắc nẻ, đến độ tôi cảm giác được chỗ đặt chiếc ống ở ngực hôm trước.

"Em cười vì đó là sự thật."

Tôi cười một lần nữa.

"Đó là sự thật, phải không?"

"Có lẽ là không," sau đó một lúc tôi nói thêm, "mặc dù chúng ta không biết chắc."

Anh rền rĩ trong đau khổ. "Anh sẽ chết mà còn 'gin'."

Tôi ngạc nhiên hỏi: "Anh còn 'gin' á?"

"Hazel Grace, em có giấy viết ở đó không?"

"Có"

"Okay. Vậy em hãy vẽ một vòng tròn." Tôi ngoan ngoãn làm theo. "Giờ vẽ một vòng tròn nhỏ hơn trong đó." Tôi hí hoáy vẽ tiếp như lời anh chỉ dẫn. "Vòng tròn lớn hơn là hội những người còn 'gin'. Còn vòng tròn nhỏ hơn là hội những anh chàng 'mười bảy bẻ gãy sừng trâu' chỉ còn một chân."

Tôi lại được một tràng cười sảng khoái. Kế đó, tôi thừa nhận nếu đa phần các mối quan hệ xã hội phát sinh tại một bệnh viện nhi thì sẽ giảm thiểu được khả năng quan hệ tình dục bừa bãi. Tiếp theo chúng tôi chuyển sang bàn về lời bình luận sắc sảo đầy bất ngờ của Peter Van Houten về sự nhơ nhớp của thời gian. Và tuy tôi đang nằm trên giường còn anh đang ở tầng hầm dưới nhà anh, một lần nữa tôi thực sự cảm thấy như chúng tôi đã quay trở lại không gian thứ ba vô hình của riêng hai đứa, và tôi thực sự rất thích như vậy.

Sau khi tôi cúp điện thoại, Ba Mẹ vào phòng tôi, tuy không đủ chỗ, nhưng cả hai vẫn leo lên nằm ở hai bên mép giường với tôi. Rồi cả nhà cùng xem Chương trình *Siêu mẫu Mỹ* trên chiếc ti-vi bé tẹo trong phòng. Cô gái mà tôi không ưa, Selena, đã bị loại khỏi cuộc thi và phần nào tôi thấy khoái chí trước sự ra đi này. Sau đó, Mẹ nối máy thở BiPAP và chụp mặt nạ thở lên mặt tôi; còn Ba âu yếm hôn lên trán tôi, hàm râu ông làm tôi nhột nhạt; rồi sau đó tôi nhắm mắt lại.

Về cơ bản, máy thở BiPAP toàn quyền kiểm soát hơi thở của tôi, khiến tôi cực kỳ bực bội. Bù lại, điều tuyệt vời nhất là máy phát ra một âm thanh phì phò, o o mỗi khi tôi hít vào, thở ra. Tôi cứ nghĩ giống như có một con rồng đang hít thở cùng lúc với tôi, như thể tôi có một con thú nuôi đang cuộn mình bên cạnh và quan tâm tôi đến độ canh sao cho hơi thở của nó cùng nhịp với tôi. Tôi đã lơ mơ nghĩ như thế khi chìm vào giấc ngủ.

Sáng hôm sau tôi dậy muộn, lười biếng nằm xem ti-vi trên giường và kiểm tra email. Sau một lúc, tôi bắt tay vào thảo một email cho Peter Van Houten kể lể lí do lí trấu tại sao tôi không thể đến Amsterdam, và thề thốt bằng tính mệnh của Mẹ tôi rằng tôi sẽ *không bao giờ* chia sẻ bất kỳ thông tin nào về các nhân vật còn lại với bất cứ ai, và rằng tôi cũng chẳng muốn chia sẻ nó bởi vì tôi là một người cực kỳ ích kỷ, và xin ông có thể nói cho tôi biết liệu Chú Tulip Hà Lan có thật lòng không, liệu mẹ của Anna có kết hôn với chú không, và về cả chú chuột hamster Sisyphus nữa.

Nhưng tôi đã không gửi email đó. Nó nghe thống thiết đến đáng khinh, ngay cả đối với tôi.

Khoảng ba giờ, khi tôi biết chắc rằng Augustus đã đi học về, tôi đi ra sân sau và gọi anh ấy. Khi điện thoại còn đang đổ chuông, tôi ngồi bệt xuống thảm cỏ mọc um tùm. Phía đằng xa, bộ đánh đu vẫn còn đó, cỏ mọc lún phún chỗ trũng đất mà ngày xưa tôi thường đạp chân để đu cao hơn. Tôi nhớ Ba đã mua bộ này từ cửa tiệm Toys "R" Us và hì hụi dựng nó ở sân sau với bác hàng xóm. Ông đã khăng khăng đòi thử nó trước để kiểm tra chất lượng và thế là suýt làm gãy nó.

Bầu trời xám xịt, vần vũ chuyển mưa nhưng vẫn chưa rơi giọt nào. Tôi tắt máy khi điện thoại chuyển sang hộp thư thoại của Augustus. Rồi cứ đặt bừa điện thoại xuống đất cạnh chỗ mình ngồi, tôi đưa mắt nhìn bộ đánh đu, ước gì tôi có thể đổi tất cả những ngày bệnh hoạn còn lại để lấy một vài ngày được mạnh khỏe. Tôi cố an ủi bản thân rằng khi đó có lẽ tình hình sẽ tệ hơn, rằng thế giới này không phải là một công xưởng sản xuất điều ước nữa, rằng tôi đang sống chung với ung thư chứ không phải đang chết dần chết mòn vì bệnh đó, rằng tôi sẽ không để nó dễ dàng giày vò tâm trí tôi trước khi nó tước đi mạng sống của tôi. Sau đó tôi bắt đầu lẩm bẩm từ *ngu ngốc ngu ngốc ngu ngốc ngu ngốc ngu ngốc ngu ngốc*, lặp đi lặp lại cho đến khi âm thanh tôi phát ra không còn thể hiện rõ ý nghĩa của từ đó nữa. Tôi vẫn còn đang lẩm bẩm từ đó thì anh gọi lại cho tôi.

"Chào anh!"

"Hazel Grace."

"Chào," tôi nói một lần nữa.

"Hazel Grace, em đang khóc hả?"

"Chỉ sụt sịt tí thôi."

"Sao vậy?"

"Vì tôi đang — tôi muốn đi Amsterdam, và tôi muốn

ông ấy kể cho tôi biết những gì xảy ra sau khi cuốn sách kết thúc. Và tôi đặc biệt không muốn sống cuộc sống bệnh hoạn này nữa. Và bầu trời u ám này cũng khiến tôi chán nản. Và giờ trước mặt tôi là bộ đánh đu mà Ba đã làm cho tôi chơi hồi tôi còn nhỏ xíu."

"Anh phải xem tận mắt cái bộ đánh đu cũ rích đã khiến em rơi nước mắt mới được. Anh sẽ ghé qua trong vòng hai mươi phút."

Tôi ngồi lại ở sân sau vì tôi không muốn Mẹ lo lắng. Mẹ luôn luôn quan tâm thái quá và thực sự khiến tôi ngột ngạt mỗi khi tôi khóc, vì tôi không phải kiểu con gái mít ướt. Và bà sẽ nghiêm túc muốn ngồi xuống nói chuyện và thảo luận xem liệu tôi có nên điều chỉnh liều lượng thuốc hay không. Chỉ nghĩ đến nội dung cuộc nói chuyện thôi cũng đã khiến tôi muốn nôn ọe.

Không phải là tôi đã có một ký ức đẹp, đáng để khắc cốt ghi tâm về một người cha khỏe mạnh đang đẩy chiếc đu cho một bé gái mạnh khỏe và đứa con gái cứ phấn khích kêu *cao hơn cao hơn cao hơn* hay những khoảnh khoắc rung động nào khác. Bộ đánh đu vẫn hiện diện ở đằng xa, hoang phế, hai dây đu nhỏ treo im lìm và buồn bã trên một tấm gỗ xám xịt dùng làm ghế đu. Cả bộ đánh đu mang hình ảnh một nụ cười nguệch ngoạc do con nít vẽ.

Tôi nghe tiếng cửa trượt mở phía sau lưng. Tôi quay lại và thấy Augustus, hôm nay anh mặc quần kaki và áo kẻ sọc ngắn tay cài nút. Tôi quệt tay áo lau nước mắt và mỉm cười. "Chào anh!"

Mất một giây để anh ngồi phệt xuống cạnh tôi, và mặt anh nhăn nhó khi anh đặt mông đánh ịch xuống nền đất. "Chào em!" cuối cùng anh cất tiếng. Tôi nhìn anh. Anh nhìn qua vai tôi ra phía đằng xa. "Anh hiểu sao em khóc rồi," anh nói khi vòng tay qua vai tôi. "Đó là một chiếc đu buồn hắt buồn hiu."

Tôi tựa đầu vào vai anh. "Cảm ơn anh đã ghé qua."

"Em thấy chưa, em có cố gắng giữ khoảng cách với anh cũng sẽ không làm giảm bớt tình cảm của anh đối với em đâu."

"Có lẽ vậy."

"Mọi nỗ lực cứu anh thoát khỏi em đều sẽ thất bại thôi."

"Tại sao? Tại sao anh lại thích em? Bộ anh chưa thấy đủ phiền toái sao?" Tôi hỏi mà trong đầu cứ nghĩ đến chị Caroline Mathers.

Gus không trả lời. Anh chỉ giữ chặt vai tôi, các ngón tay anh siết chặt cánh tay trái của tôi. "Chúng ta phải giải quyết bộ đánh đu chết bầm này thôi! Anh cam đoan đây là chín mươi phần trăm vấn đề của em đó."

Khi tôi đã trấn tĩnh trở lại, chúng tôi đi vào trong và ngồi xuống cạnh nhau trên ghế xô-pha, chiếc laptop đặt một nửa trên chân (giả) của anh và một nửa trên chân tôi. "Nóng quá!" tôi nhận xét về đế chiếc laptop. Anh cười lém lỉnh, "Mới ngồi kế anh mà đã 'nóng' rồi hả?"

Gus đăng nhập trang bán rẻ gọi là Free No Catch và hai đứa cùng viết một mẩu quảng cáo. Anh hỏi:

"Ghi tựa sao đây?"

"Chiếc Đu Cần Tìm Nơi Lưu Trú."

"Chiếc Đu Cô Đơn Lẻ Bóng Cần Tìm Mái Ấm Nương Thân."

"Chiếc Đu Cô Đơn Hơi-Bị-Mê-Con-Nít Đang Tìm Mông Trẻ Em."

Anh phá ra cười. "Thấy chưa?"

"Thấy gì?"

"Đó là lý do tại sao anh thích em. Em có biết hiếm hoi lắm mới có duyên gặp gỡ một cô nàng vừa xinh đẹp vừa có biệt tài tạo ra tính từ như *mê con nít* không? Em quá bận rộn là chính em nên em không hề biết mình độc đáo vô đối thế nào đâu."

Tôi hít một hơi thật sâu bằng mũi. Chưa bao giờ thế giới này đủ không khí cho tôi hít thở, nhưng lúc này đây càng đặc biệt thiếu hụt nghiêm trọng.

Chúng tôi cùng viết quảng cáo, cùng chỉnh từng lời từng chữ cho đến khi hoàn toàn hài lòng với phiên bản sau:

Chiếc Đu Cô Đơn Lẻ Bóng Cần Tìm Mái Ấm Nương Thân

Một bộ đánh đu, tuy cũ kỹ nhưng vẫn còn chắc chắn, đang tìm mái ấm mới. Hãy tạo dựng kỷ niệm đẹp với con (cái) của bạn, để một ngày nào đó chúng nhìn vào chiếc đu ở sân sau và có cảm giác đau nhói ở tim như tình cảnh tuyệt vọng của tôi chiều nay. Cảm giác đó có thể mong manh và thoáng qua, thưa quý độc giả kính mến. Nhưng cùng với chiếc đu này, con (cái) của bạn sẽ làm quen với những thăng – trầm của kiếp người một cách nhẹ nhàng mà an toàn, hay cũng có thể rút ra bài học quan trọng nhất: Dù có đẩy mạnh thế nào, đu cao ra sao, cũng không thể đu trọn một vòng ba trăm sáu mươi độ.

Bộ đánh đu hiện đang cư trú gần số 83 và Spring Mill.

Sau đó, chúng tôi bật ti-vi để xem một chốc. Nhưng vì không tìm thấy chương trình nào hay nên tôi chạy vào chộp lấy cuốn *Nỗi đau tột cùng* trên chiếc bàn kê cạnh giường ngủ và mang nó ra phòng khách. Augustus Waters đọc cho tôi nghe trong khi Mẹ cũng vừa chuẩn bị bữa trưa vừa lắng nghe.

"'*Con mắt giả của Mẹ thụt vào trong,*'" Augustus bắt đầu đọc. Khi anh đọc, tôi thấy mình đang đắm chìm trong tình yêu của anh như cách ta chìm vào giấc ngủ: từ từ không vội vã và đột nhiên say sưa từ lúc nào không hay.

Khi kiểm tra email một giờ sau đó, tôi thấy có khá nhiều người muốn nhận bộ đánh đu, tha hồ cho chúng tôi chọn lọc. Cuối cùng, chúng tôi chọn được một người tên là Daniel Alvarez, vì ông ấy đã đính kèm hình chụp ba nhóc tì ở nhà đang chụm đầu chơi điện tử, và ở dòng tiêu đề thư ông ghi: *Tôi chỉ muốn chúng được chơi đùa ngoài trời*. Tôi gửi email trả lời ông rằng khi nào rảnh cứ đến lấy nó.

Augustus hỏi tôi có muốn đi với anh đến Hội Tương Trợ không, nhưng tôi thực sự mệt sau một ngày đứ đừ Mang Căn Bệnh Ung Thư Trong Người nên quyết định ở nhà. Đang ngồi trên ghế xô-pha cùng tôi thì anh đẩy người đứng dậy định đi. Rồi anh chợt ngồi xuống lại và bất ngờ hôn trộm lên má tôi.

"Augustus!" tôi kêu lên.

"Tình thương mến thương thôi mà!" anh nói. Xong anh lại đẩy mình đứng lên và lần này anh bước hai bước về phía Mẹ tôi và chào, "Cháu luôn thấy vui khi gặp bác ạ," Mẹ dang hai tay ra ôm anh. Augustus cúi xuống hôn lên má bà và quay sang hỏi tôi: "Em thấy chưa?"

Tôi đi ngủ ngay sau khi ăn tối và máy thở BiPAP tách tôi ra khỏi thế giới bên ngoài căn phòng.

Từ đó, tôi không bao giờ nhìn thấy chiếc đu nữa.

Tôi ngủ một giấc thật lâu, mười tiếng đồng hồ. Có thể do bệnh tình chậm hồi phục và ngủ nghê giúp chữa lành ung thư, cũng có thể tôi là cô gái tuổi trăng tròn không có thời gian thức giấc cụ thể. Tôi cũng chưa khỏe hẳn để đi học lại ở trường MCC. Khi tôi cảm thấy đã tỉnh ngủ, tôi tháo mặt nạ thở của máy BiPAP ra khỏi mũi, thay bằng đầu phun ô-xy đặt trong lỗ mũi. Tiếp theo tôi lôi laptop từ dưới gầm giường ra, chỗ tôi cất nó hồi đêm trước.

Tôi nhận được một email từ chị Lidewij Vliegenthart gửi.

Em Hazel thân mến,

Chị đã nhận được thông tin qua các vị thần Genie là em sẽ sang thăm chúng tôi từ ngày 4 tháng Năm này, cùng với Augustus Waters và mẹ em. Chỉ có một tuần ngắn ngủi thôi! Chú Peter và chị rất vui mừng và mong đến ngày được gặp em. Khách sạn Filosoof nơi em ở chỉ cách nhà chú Peter một con đường à. Nhưng có lẽ nên để em nghỉ ngơi một ngày để bớt say máy bay chứ, đúng không nào? Nên nếu không có gì bất tiện thì chúng ta sẽ gặp nhau tại nhà của chú Peter vào sáng ngày 5 tháng Năm, khoảng mười giờ, cùng dùng cà phê và để chú Peter trả lời các câu hỏi em muốn biết về cuốn sách nhé. Sau đó chúng ta có thể đi tham quan bảo tàng hay Nhà lưu niệm Anne Frank?

Chúc em những điều tốt đẹp nhất,
Lidewij Vliegenthart

Trợ lý Điều hành của Ô. Peter Van Houten, tác giả cuốn *Nỗi đau tột cùng*

...

"Mẹ ơi," tôi gọi. Bà không trả lời. "MẸ ƠI!" tôi la lên. Không có động tĩnh gì. Tôi gào lên lần nữa, to hơn, "MẸ ƠI!"

Mẹ tôi chạy vào, trên người quấn một chiếc khăn màu hồng mòn xơ cả chỉ, nước vẫn đang nhỏ tong tong thành giọt. Giọng bà hơi hốt hoảng, "Có chuyện gì vậy con?"

"Không có gì ạ. Con xin lỗi, con không biết là Mẹ đang trong phòng tắm," tôi ấp úng nói.

"Mẹ đang tắm, Mẹ chỉ..." bà nhắm mắt lại, thở hắt ra. "Chỉ mới tắm có năm giây thôi. Mà thôi, chuyện gì vậy con?"

"Mẹ có thể gọi các vị thần Genie và nói cho họ biết chuyến đi đã bị hủy không? Con vừa nhận một email từ trợ lý của Peter Van Houten và chị ấy nghĩ rằng chúng ta sắp sang đó."

Bà mím môi và liếc qua tôi. Tôi hỏi:

"Sao ạ?"

"Mẹ không được nói con biết cho đến khi Ba về đến nhà."

"*Sao ạ?*" Tôi vẫn ngoan cố hỏi.

Cuối cùng Mẹ nói: "Chúng ta vẫn đi. Đêm qua Bác sĩ Maria gọi đến và cố gắng thuyết phục rằng con cần được sống theo—"

"MẸ, CON YÊU MẸ NHẤT TRẦN ĐỜI!" Tôi sung sướng hét vang. Mẹ bước đến gần giường để tôi có thể vòng tay ôm bà.

Sau đó, tôi nhắn tin cho Augustus vì tôi biết anh còn đang học:

Vẫn rảnh vào ngày ba tháng Năm chứ? :-)

Anh nhắn lại ngay lập tức.

Waters đang chuẩn bị mọi thứ cho ngày đó.

Nếu tôi chỉ có thể sống thêm một tuần, tôi muốn biết những bí mật bất thành văn về mẹ của Anna và Chú Tulip Hà Lan. Tôi nhìn xuống ngực áo mình.

"Chúng mày ráng ngoan nhé!" Tôi thì thầm với hai lá phổi của mình.

CHƯƠNG CHÍN

Trước ngày chúng tôi lên đường đi Amsterdam, tôi có đến tham dự Hội Tương Trợ, cũng là lần đầu tiên tôi quay lại kể từ khi gặp Augustus. Và trong Trái Tim của Chúa Giêsu, màn tự giới thiệu lúc này xoay vòng nhanh hơn một chút vì vắng mặt một hai diễn viên quen thuộc. Tôi đến sớm, vừa đủ thời gian cho nữ chiến binh ung thư ruột thừa mãi mãi mạnh mẽ Lida kể cho nghe tình hình của tất cả mọi người trong nhóm trong khi tôi đứng tựa vào bàn thức ăn nhẹ, nhấm nháp một miếng bánh quy hạt sô-cô-la vụn mua ở cửa hàng tạp hóa.

Em Michael mười hai tuổi bị bệnh bạch cầu đã qua đời. Em ấy đã chiến đấu anh dũng, Lida hùng hồn nói, như thể có một cách khác để chiến đấu vậy. Những người khác vẫn còn đầy đủ. Ken đã được xác nhận NEC sau khi xạ trị. Lucas thì bệnh cũ tái phát, cô nàng nói với một nụ cười buồn kèm một cái nhún vai như cách ta thường nói về một người nghiện rượu đã 'ngựa quen đường cũ' vậy.

Một cô bé mũm mĩm, dễ thương đến chỗ bàn chúng tôi, chào Lida rồi tự giới thiệu tên với tôi là Susan. Tôi không biết cô bé từng bị gì nhưng trên mặt cô có một vết sẹo kéo dài từ cánh mũi xuống môi, nằm dọc trên má cô. Cô bé đã giặm phấn trang điểm che vết sẹo, mà kết quả chỉ càng khiến nó lộ ra. Tôi cảm thấy hơi hụt hơi khi đã đứng một lúc nên nói, "Chị kiếm chỗ ngồi đây." Sau đó cửa thang máy mở ra và tôi thấy Isaac cùng mẹ anh ấy. Hôm nay anh đeo kính mát, một tay nắm tay mẹ còn tay kia cầm gậy.

"Hazel Hội Tương Trợ không phải Monica đây!" Tôi chào khi anh đến gần. Anh mỉm cười và kêu lên, "A, Hazel, khỏe không em?"

"Khỏe ạ. Này, em *ngày càng xinh xẻo* kể từ khi anh mù đi đó."

"Ừ chắc vậy," anh bảo. Mẹ anh dẫn anh đến một cái ghế, âu yếm hôn lên trán anh và quay lưng trở ra thang máy. Anh quơ tay sờ tìm mặt ghế rồi ngồi xuống, tôi cũng đến ngồi bên cạnh anh. "Còn anh sao rồi?"

"Vẫn khỏe. Xuất viện về nhà vui hơn, anh đoán vậy. Gus nói với anh là em phải vào Phòng chăm sóc đặc biệt ICU, đúng không?"

"Dạ."

"Chán quá ha!"

"Em khỏe hơn nhiều rồi. Mai em sẽ đi Amsterdam với anh Gus đó."

"Anh biết. Anh được cập nhật khá sít sao về cuộc sống của em đó. Vì thằng Gus nó chẳng bao giờ Nói. Về. Chuyện. Gì. Khác. Cả."

Tôi mỉm cười. Patrick hắng giọng: "Mời tất cả ổn định chỗ ngồi nào!" Anh bắt gặp ánh mắt của tôi. "Hazel! Anh rất vui khi thấy em hôm nay."

Khi mọi người đã yên vị, anh Patrick bắt đầu kể lại câu chuyện bị cắt tinh hoàn của anh. Và tôi lại rơi vào lối sinh hoạt quen thuộc của Hội Tương Trợ: giao tiếp bằng tiếng thở dài với anh Isaac, cảm thấy đáng tiếc cho tất cả mọi người trong phòng và cả thế giới bên ngoài nữa, cố tách khỏi buổi nói chuyện để tập trung vào chứng khó thở và cơn đau trong lồng ngực của mình. Thế giới vẫn tiếp diễn như vốn dĩ mà không cần có sự tham gia lên tiếng của tôi. Và tôi chỉ bị đánh thức khỏi cơn mơ màng khi có ai đó nêu tên tôi.

Đó là Lida Mạnh Mẽ. Lida đã thuyên giảm bệnh tình. Lida tóc vàng, cao to, khỏe mạnh, có tên trong đội bơi ở trường trung học. Lida, chỉ bị thiếu duy nhất khúc ruột thừa, đã nêu tên tôi trong bài phát biểu của cô nàng, "Hazel là nguồn cảm hứng cho tôi; bạn ấy thực sự là tấm gương cho tôi noi theo. Bạn cứ mải mê chiến đấu, mỗi sáng thức dậy là ra chiến trường mà không một lời phàn nàn gì. Bạn ấy thật mạnh mẽ. Bạn ấy mạnh mẽ hơn cả tôi. Tôi chỉ ước mình có được sức mạnh đó."

"Hazel," anh Patrick hỏi. "Em thấy sao khi nghe vậy?"

Tôi nhún vai và nhìn qua Lida. "Tôi sẽ cho bạn sức mạnh của tôi nếu đổi lại bệnh tình của tôi có thể thuyên giảm như bạn." Và lập tức thấy hối hận vì câu đó.

Patrick đính chính: "Anh không nghĩ ý của Lida là vậy đâu. Anh nghĩ bạn ấy..." Nhưng tôi chẳng buồn nghe tiếp.

Sau khi cầu nguyện cho cả người đang sống và danh sách dài vô tận những người đã chết (với tên Michael được đưa vào cuối cùng), chúng tôi cùng nắm tay nhau đồng thanh: "Hãy sống thật tốt cho ngày hôm nay!"

Lida lập tức lao đến chỗ tôi định xin lỗi và giải thích này nọ. Nhưng tôi đã phẩy tay ngăn cô nàng lại, "Không, không, mình thực sự không sao." Kế đó tôi quay sang nói với anh Isaac, "Anh có muốn đi cùng em ra ngoài không?"

Anh nắm lấy tay tôi, và tôi đi cùng anh ra thang máy, hí hửng vì có cớ để tránh đi thang bộ. Khi đến gần thang máy, tôi nhìn thấy mẹ anh đang đứng trong một góc của Trái Tim. "Mẹ đây," cô nói với Isaac, và anh chuyển từ tay tôi sang nắm tay mẹ mình rồi hỏi, "Em có muốn đến chơi nhà anh không?"

"Được ạ!" Tôi đáp. Tôi cảm thấy tội tội anh. Mặc dù tôi ghét ai thương hại mình nhưng tôi không thể ngăn mình không thương cảm cho anh.

Anh Isaac sống trong một trang trại nhỏ ở Meridian Hills bên cạnh một trường tư khang trang đẹp đẽ. Chúng tôi ngồi ở phòng khách trong khi mẹ anh vào bếp chuẩn bị bữa tối. Thế là anh hỏi tôi có muốn chơi điện tử với anh không.

"Được ạ," tôi đáp. Anh hỏi tìm chiếc điều khiển từ xa, tôi bèn đưa nó cho anh. Anh lần lượt mở ti-vi và cái máy tính gắn liền với nó. Màn hình ti-vi vẫn đen thui, nhưng một vài giây sau, một giọng nói trầm trầm phát ra từ nó.

"Bản Deception. Một người chơi hay hai người chơi?"

"Hai," Isaac nói. "Tạm dừng." Anh quay sang tôi giải thích, "Anh chơi trò này với Gus suốt. Nhưng đáng giận ở chỗ tên đó chơi như tự sát vậy, lúc nào cũng hung hăng cứu giúp thường dân và mấy nhân vật tép riu."

"Dạ," tôi nói, chợt nhớ đến buổi tối đập phá cúp.

"Tiếp tục," Isaac nói.

"Game thủ thứ nhất, vui lòng xác định danh tính."

"Đây là giọng nói quyến rũ chết người của game thủ thứ nhất," Isaac nói.

"Game thủ thứ hai, vui lòng xác định danh tính."

"Tôi sẽ là game thủ thứ hai, chắc vậy," tôi lên tiếng.

Trung sĩ Max Mayhem và Thám tử tư Jasper Jacks tỉnh dậy trong một căn phòng tối rộng khoảng hơn bốn thước vuông, trống huơ trống hoác.

Isaac chỉ về phía ti-vi, giống như kêu tôi nói chuyện với nó hay làm gì đó. "Ừm," tôi nói. "Có công tắc điện không?"

Không.

"Có cửa ra vào không?"

Thám tử Jacks tìm ra cánh cửa. Nó bị khóa.

Isaac chen vào. "Có một chìa khóa ở trên khung cửa."

Ừ, có.

"Mayhem mở cửa đi."

Bóng tối vẫn còn dày đặc.

"Rút dao ra," Isaac ra lệnh.

"Rút dao ra," tôi thêm vào.

Một cậu bé — chắc là em trai của Isaac — phóng ra từ nhà bếp. Cậu nhóc khoảng mười tuổi, dẻo dai, hơi hiếu động, nhảy chân sáo băng ngang phòng khách trước khi nhái y hệt giọng của anh Isaac, gào lên, "TỰ TỬ ĐI!"

Trung sĩ Mayhem kê con dao vào cổ của mình. Có chắc là—

"Không," Isaac chen vào. "Tạm dừng. Graham, coi chừng anh đá đít em bây giờ." Nhóc Graham cười nắc nẻ rồi biến mất cuối lối đi.

Như Mayhem và Jacks thực thụ, anh Isaac và tôi lần tìm lối ra trong hang động cho đến khi va vào một gã. Nhờ gã này mà chúng tôi biết rằng mình đang bị giam trong một nhà tù Ukraine, nằm sâu trong một hang động cách mặt đất hơn một dặm. Sau khi thủ tiêu gã này, chúng tôi tiếp tục dò đường. Lúc này, hiệu ứng âm thanh sống động — một con sông gầm gừ chảy xiết dưới lòng đất, nhiều người xôn xao nói tiếng Ukraine bằng giọng Anh — dẫn chúng tôi xuyên qua hang động, nhưng trò chơi này chỉ một màu đen tuyền nên không thể thấy gì trong bóng tối.

Sau khi chơi trong một giờ, chúng tôi bắt đầu nghe thấy tiếng cầu xin yếu ớt của một tù nhân tuyệt vọng, "Chúa ơi, xin Người giúp con, xin Người cứu con."

"Tạm dừng," anh Isaac lại nói. "Ở đoạn này lúc nào Gus cũng một mực đòi tìm cho được tù nhân dù khi đó sẽ không thắng. Và cách duy nhất để *thực sự giải phóng* tù nhân là giành chiến thắng trong cuộc chơi."

"Dạ, anh ấy hơi thật tình khi chơi điện tử," tôi đáp. "Anh ấy hơi bị say mê với phép ẩn dụ."

"Thế em có thích Gus không?" Isaac chợt hỏi.

"Dĩ nhiên là em thích anh ấy rồi. Anh ấy thật tuyệt vời."

"Nhưng mà em không muốn cặp với hắn à?"

Tôi nhún vai. "Chuyện phức tạp lắm."

"Anh biết em đang cố gắng vì em không muốn đẩy hắn đến một tình huống không thể đối mặt. Em không muốn hắn Monica em."

"Đại loại thế," tôi đáp. Nhưng không hẳn vậy. Sự thật là, tôi không muốn Isaac anh ấy. "Mà để công bằng với chị Monica, những gì anh đã làm với chỉ cũng không hay lắm đâu."

"*Anh* đã làm gì chị ấy chứ?" Anh hỏi vẻ tự vệ.

"Anh biết đấy, bị mù và tất cả mọi chuyện."

"Nhưng đó không phải lỗi của anh."

"Em không nói đó là *lỗi* của anh. Em chỉ nói chuyện đó *không hay* thôi."

CHƯƠNG MƯỜI

Chúng tôi chỉ có thể mang một va-li. Tôi không thể mang vác gì còn Mẹ khăng khăng bảo bà không thể xách hai va-li. Cho nên chúng tôi phải khéo léo sắp đồ vào chiếc va-li màu đen – món quà cưới mà Ba Mẹ tôi đã nhận được từ một triệu năm trước đây, chiếc va-li tưởng sẽ được chu du qua những miền đất hứa, nhưng cuối cùng quanh đi quẩn lại chỉ mỗi Dayton, nơi Công ty Bất động sản Morris có một văn phòng vệ tinh mà Ba phải thường xuyên đến công tác.

Tôi tranh luận với Mẹ rằng nên dành cho tôi hơn một nửa va-li, vì nếu không có tôi và bệnh ung thư của tôi thì ngay từ đầu chúng tôi sẽ không bao giờ được đi Amsterdam. Mẹ phản đối rằng do bà to gấp đôi tôi nên cần mặc nhiều vải để giữ gìn sự đoan trang thùy mị của mình, bà xứng đáng có ít nhất hai phần ba chiếc va-li.

Cuối cùng, cả hai mẹ con đều đuối lý. Nên đành mặc kệ.

Chuyến bay của chúng tôi khởi hành vào giữa trưa. Vậy mà Mẹ đánh thức tôi dậy lúc năm giờ ba mươi phút, vừa bật đèn phòng vừa réo, "AM-STERDAM!" Bà cứ chạy lòng vòng khắp nhà cả buổi sáng, để đảm bảo rằng chúng tôi không quên ổ cắm biến điện, kiểm tra năm lần bảy lượt xem chúng tôi đã có đủ bình ô-xy và tất cả các bình đều đầy khí chưa, vân vân và vân vân, trong khi tôi chỉ cần nhấc lưng khỏi giường và chui ngay vào Bộ Vía Du Lịch Amsterdam của mình (quần jean, áo hai dây màu hồng và chiếc áo len màu đen trong trường hợp máy bay bật nhiệt độ thấp).

Đồ đạc được chất lên xe vào lúc sáu giờ mười lăm phút, rồi Mẹ nhất quyết đòi hai mẹ con phải ăn sáng với Ba, mặc dù tôi luôn phản đối chuyện ăn sáng trước khi bình minh ló dạng. Tôi không phải là nông dân Nga thế kỷ mười chín cần ních đầy bụng cho một ngày lao động cực nhọc ngoài đồng. Nhưng dù sao tôi cũng cố lót dạ vài quả trứng luộc trong khi cả Ba và Mẹ thưởng thức món bánh burger kẹp trứng tự làm theo kiểu McMuffins khoái khẩu. Tôi tò mò hỏi:

"Tại sao chúng ta lại ăn thức ăn sáng vào bữa sáng? Giống như, tại sao chúng ta không ăn cà-ri vào bữa ăn sáng?"

"Hazel, lo ăn đi."

"Nhưng *tại sao chứ*? Con hỏi thật mà: Sao mà món trứng đánh bị liệt thành món ăn độc quyền cho bữa sáng vậy? Ta có thể kẹp sandwich với thịt xông khói mà chẳng ai phiền trách. Nhưng chỉ cần kẹp trứng vào sandwich là bum, nó trở thành bánh sandwich *điểm tâm*."

Ba lúng búng trả lời trong khi miệng đầy đồ ăn. "Khi con trở về, chúng ta sẽ ăn tối bằng đồ ăn sáng. Chịu chưa con yêu?"

"Con không muốn 'ăn tối bằng đồ ăn sáng'," tôi trả lời, đặt dao và nĩa trên chiếc đĩa còn ê hề thức ăn của tôi. "Con muốn ăn trứng đánh vào bữa ăn tối mà không cần giải thích nhảm nhí là món trứng đánh chỉ dành riêng cho *bữa ăn sáng* ngay cả khi ta dùng nó vào giờ ăn tối."

"Con phải tự chiến đấu trong thế giới này, Hazel," Mẹ tôi nói. "Nhưng nếu đây là vấn đề mà con muốn tranh đấu thì Ba Mẹ sẽ đứng sau lưng ủng hộ con."

"Hơi lấp ló phía sau thôi," Ba tôi để thêm làm Mẹ cười ngặt nghẽo.

Dù sao tôi cũng biết chuyện mình nêu ra khá ngốc nghếch, nhưng tôi vẫn cảm thấy tội tội cho món trứng đánh.

Sau khi ăn xong, Ba rửa chén bát rồi đưa chúng tôi ra xe. Tất nhiên là ông lại sụt sùi. Ông hôn lên má tôi với khuôn mặt ướt đẫm nước mắt, râu ria lởm chởm chưa cạo. Ông ép chặt mũi mình vào gò má của tôi và thì thầm, "Ba yêu con. Ba cũng rất tự hào về con." (*Tự hào về chuyện gì nhỉ*, tôi tự hỏi.)

"Cám ơn Ba."

"Vài ngày nữa ba con mình lại gặp nhau, được chưa con yêu? Ba yêu con rất nhiều."

"Con cũng yêu Ba mà," tôi mỉm cười. "Con và Mẹ chỉ đi có ba ngày thôi."

Khi chúng tôi lái xe ra khỏi nhà, tôi vẫy tay chào Ba. Ông vẫy tay lại và nước mắt ngắn dài, khiến tôi cứ nghĩ chắc ông tưởng sẽ không bao giờ còn có thể nhìn thấy tôi nữa. Có lẽ ông luôn nghĩ thế vào mỗi buổi sáng trước khi đi làm trong suốt phần đời còn lại của ông, thật tội cho Ba tôi.

Mẹ và tôi lái xe đến nhà của Augustus. Khi đến nơi, bà muốn tôi chờ ở trong xe để đỡ mệt nhưng tôi không chịu. Khi chúng tôi đến gần nhà, tôi nghe tiếng ai khóc bên trong. Lúc đầu tôi không nghĩ đó là Gus, bởi vì chẳng giống gì với chất giọng trầm trầm của anh. Nhưng sau đó tôi nghe thấy một giọng nói chắc chắn mang âm điệu của anh nhưng đã bị biến âm, "VÌ ĐÂY LÀ CUỘC SỐNG CỦA CON, MẸ. CUỘC SỐNG CỦA CON THUỘC VỀ CON." Và Mẹ tôi nhanh chóng choàng tay quanh vai tôi, buộc tôi quay trở lại xe, dáng vẻ gấp gáp. "Chuyện gì vậy Mẹ?"

"Chúng ta không được nghe trộm chuyện nhà người ta, Hazel."

Hai mẹ con tôi trở vào trong xe và tôi nhắn tin cho Augustus báo chúng tôi đã đến và đợi ở bên ngoài đến khi nào anh sẵn sàng khởi hành.

Chúng tôi nhìn chằm chằm vào nhà trong một lúc. Điều kỳ lạ về mấy ngôi nhà là chúng luôn luôn trông giống như không có gì đang xảy ra bên trong mặc dù phần lớn cuộc sống của chúng ta đều diễn ra trong đó. Tôi tự hỏi liệu đó có phải là điểm thú vị trong kiến trúc không.

Sau một hồi, Mẹ lên tiếng, "À, chắc chúng ta đến quá sớm."

"Mẹ nói cứ như thể con không phải dậy lúc năm giờ ba mươi vậy," tôi nói.

Mẹ với tay lấy cốc cà phê trên bộ điều khiển giữa chúng tôi, nhấp một ngụm. Vừa lúc đó điện thoại của tôi rung lên, là tin nhắn từ Augustus.

> Anh KHÔNG THỂ quyết định nên mặc đồ gì. Em thích anh mặc áo polo tròng cổ hay áo cài nút hơn?

Tôi trả lời:

> Áo cài nút.

Ba mươi giây sau, cửa trước mở ra, và anh Augustus tươi cười xuất hiện, tay kéo một chiếc túi du lịch phía sau. Anh mặc quần jean, đóng thùng một chiếc áo cài nút màu xanh da trời. Điếu Camel Light bặm hờ ở khóe môi. Mẹ tôi bước ra chào anh. Anh tạm thời rút điếu thuốc ra và nói bằng một giọng tự tin mà tôi đã quen, "Cháu luôn thấy vui khi gặp bác ạ."

Tôi quan sát họ qua gương chiếu hậu cho đến khi Mẹ mở cốp xe. Một lúc sau, Augustus mở cánh cửa phía sau tôi và loay hoay ngồi vào ghế sau bằng một chân.

"Anh có muốn em nhường chỗ này không?" Tôi hỏi.

"Chẳng cần đâu. Chào em, Hazel Grace."

"Chào anh. Okay chưa?"

"Okay rồi."

"Okay."

Mẹ tôi ngồi vào sau tay lái, đóng cửa xe và trịnh trọng thông báo, "Điểm dừng kế tiếp, Amsterdam."

Và không hoàn toàn đúng như thế. Điểm dừng chân tiếp theo là bãi đậu xe sân bay, rồi đến một chiếc xe buýt đưa chúng tôi đến ga đi, và sau đó một chiếc xe điện không mui đưa chúng tôi đến vạch kiểm soát. Anh chàng Quản lý An ninh Vận chuyển đứng bên kia vạch, ở đầu dãy, dõng dạc hô hào nào là các túi hành lý không được chứa chất nổ, vũ khí hoặc chất lỏng nặng hơn một trăm gram. Tôi rù rì với Augustus, "Quan sát: Đứng ngay hàng thẳng lối là một hình thức áp bức," và anh đáp, "Nghiêm trọng."

Thay vì bị kiểm tra bằng tay, tôi chọn cách bước qua các máy dò kim loại mà không đeo bình ô-xy, giá thép hoặc thậm chí đầu phun bằng nhựa ở trong mũi. Đi bộ qua máy X-quang đánh dấu lần đầu tiên trong nhiều tháng liền, tôi cất bước mà không cần tiếp ô-xy. Và cảm giác thật tuyệt vời khi đi bộ mà không vướng víu gì, cứ sải bước tự tin vượt lên chính mình và sự im lặng của máy thừa nhận rằng tôi, dẫu chỉ trong tích tắc, là một sinh vật phi kim loại.

Tôi cảm thấy rõ rệt chủ quyền của cơ thể mình, điều mà tôi không sao mô tả được rõ ràng, chỉ có thể đưa ra một ví dụ là khi tôi còn nhỏ, tôi từng vác một chiếc ba lô nặng trịch chứa đầy sách vở đi khắp nơi. Và khi đã vác chiếc ba lô to oạch ấy đủ lâu, tôi sẽ cảm thấy như thể đang trôi bồng bềnh khi cởi nó ra.

Chỉ mười giây sau, tôi có cảm giác như hai lá phổi của mình đang co lại giống cánh hoa tàn lúc hoàng hôn. Tôi ngồi xuống băng ghế xám phía sau máy quét và cố gắng bắt nhịp thở. Tôi ho húng hắng, và thấy rất khổ sở cho đến khi đút được đầu phun ô-xy vào mũi trở lại.

Dù vậy nó vẫn đau. Nỗi đau luôn thường trực, quặn thắt bên trong như thể muốn tôi phải cảm nhận được nó. Lúc nào tôi cũng thấy giống như bị đánh thức bởi nỗi đau khi có một đối tượng nào đó ở thế giới bên ngoài bất thình lình cần tôi chú ý hay nhận xét này nọ. Mẹ lo lắng nhìn tôi, bà vừa nói gì đó. Mẹ vừa nói chuyện gì nhỉ? Rồi tôi chợt nhớ ra, bà hỏi tôi có chuyện gì không ổn sao.

"Không có gì đâu Mẹ," tôi đáp.

"Amsterdam!" Bà hào hứng.

Tôi mỉm cười hùa theo, "Amsterdam!"

Bà đưa tay ra kéo tôi đứng lên khỏi băng ghế.

Chúng tôi tới cửa khởi hành một tiếng trước giờ lên máy bay. "Bác Lancaster, bác thật là một người cực kỳ đúng giờ," Augustus nói khi anh ngồi xuống bên cạnh tôi trong khu vực chờ chỉ lác đác vài hành khách.

"Ừ, như vậy thì bác sẽ dư dả thời gian để sắp xếp này nọ," Mẹ đáp.

"Mẹ cũng đầu tắt mặt tối mà!" Tôi nói với bà, mặc dù tôi hiểu Mẹ 'đầu tắt mặt tối' chủ yếu vì phải chăm sóc cho tôi. Dĩ nhiên Mẹ cũng khá 'đầu tắt mặt tối' vì làm vợ của Ba – một người không có mấy khái niệm về chuyện giao dịch ngân hàng, kêu thợ sửa ống nước, nấu ăn hay chuyện gì khác, ngoài việc làm công ăn lương cho Công ty Bất động sản Morris. Nhưng phần lớn là vì tôi. Mục tiêu sống lớn nhất của Mẹ và của tôi lại đan chéo vào nhau một cách phức tạp.

Khi hành khách lần lượt đến và lấp kín những ghế chờ xung quanh chúng tôi, Augustus chợt nói, "Anh sẽ đi mua một chiếc burger trước khi lên máy bay. Em có muốn ăn gì không?"

"Dạ không, nhưng em đánh giá rất cao việc anh không chạy theo những quy ước xã hội về món ăn sáng."

Anh nghiêng đầu nhìn tôi bối rối. Mẹ tôi chen vào, "Chả là Hazel vừa phát triển một đề tài nghiên cứu về 'thân phận thấp hèn' của món trứng đánh."

"Thật đáng xấu hổ khi tất cả chúng ta cứ thờ ơ sống và mù quáng chấp nhận món trứng đánh về cơ bản luôn là 'món điểm tâm'."

"Anh muốn thảo luận sâu hơn về đề tài này," Augustus nói. "Nhưng giờ anh sắp chết đói đây, nên anh đi ăn trước. Anh sẽ quay lại ngay."

Hai mươi phút sau vẫn chưa thấy Augustus quay về, tôi

hỏi Mẹ xem liệu có chuyện gì bất trắc không. Và Mẹ chỉ ngẩng nhìn lên trong tích tắc từ quyển tạp chí nhảm nhí đang đọc, vừa đủ lâu để nói, "Chắc thằng bé đi vào phòng vệ sinh hay gì đó thôi."

Một nhân viên kiểm soát cửa khởi hành bước đến và thay bình ô-xy của tôi bằng chiếc do hãng hàng không cung cấp. Tôi hơi ngượng khi cô nhân viên cứ quỳ dưới chân tôi, thu hút ánh mắt hiếu kỳ của các hành khách xung quanh. Nên tôi bấm nhắn tin cho Augustus trong khi cô nhân viên vẫn lúi húi làm tiếp.

Anh không trả lời. Mẹ dường như không quan tâm, nhưng tôi đang tưởng tượng trong đầu cơ man những bất trắc có thể phá hỏng chuyến du lịch Amsterdam (nào là bị bắt giam, bị thương, hay bị suy sụp tinh thần). Và mỗi phút trôi qua, tôi thấy ngực mình đau nhói nhưng không phải vì căn bệnh ung thư hoành hành.

Và chỉ khi nữ nhân viên đứng phía sau quầy kiểm soát vé thông báo mời những hành khách cần lên máy bay trước chuẩn bị, khiến mọi người đang ngồi trong sảnh chờ đều đổ dồn ánh mắt về phía tôi, thì tôi mới thấy Augustus đang khập khiễng bước nhanh về phía chúng tôi. Một tay anh cầm chiếc túi McDonald, ba lô treo lủng lẳng trên vai.

"Anh đã ở đâu vậy?" tôi hỏi.

"Mọi người xếp hàng rồng rắn ở đó, anh xin lỗi," anh nói và chìa tay ra đỡ tôi đứng dậy. Nắm tay anh, chúng tôi sóng bước bên nhau đến cổng kiểm soát để ra máy bay.

Tôi có thể cảm nhận là tất cả mọi người đều đang nhìn chúng tôi, thắc mắc không biết hai đứa tôi bị bệnh gì, có bị đe dọa mạng sống không, và Mẹ tôi thật can đảm, vân vân và vân vân. Đôi khi đây chính là chuyện tồi tệ nhất khi bị ung thư: dấu hiệu bệnh tật thể hiện rõ trên cơ thể bạn, tách biệt bạn khỏi những người khỏe mạnh khác. Chúng tôi khác biệt không lẫn vào đâu được. Và hiển nhiên nhất là khi cả ba chúng tôi đi qua hai hàng ghế trống trên máy bay, mấy cô tiếp viên gật đầu chào ra vẻ thông cảm và chỉ cho chúng tôi tới hàng ghế ở tít phía sau. Tôi ngồi ở ghế giữa, Augustus ở ghế cửa sổ và Mẹ ở cạnh lối đi, ngay phía sau cánh máy bay. Bên phía Mẹ ngồi hơi lấn một chút nên tất nhiên tôi hơi xịch qua phía Augustus. Anh mở túi McDonald và lấy ra cái hamburger của anh. Vừa ăn anh vừa nói:

"Tuy nhiên, lý luận về trứng của em, là bữa ăn sáng đã nâng món trứng đánh lên như một món điểm tâm *bất khả xâm phạm* phải không? Em có thể ăn thịt xông khói, phô mai Cheddar ở bất cứ nơi đâu vào bất cứ lúc nào, từ món bánh mì *taco* chiên giòn của Mexico đến bánh sandwich điểm tâm hay phô mai nướng, nhưng riêng món trứng đánh thì *thật quan trọng*."

"Lố bịch," tôi thốt lên. Hành khách bắt đầu lên máy bay. Tôi không muốn nhìn họ, nên tôi nhìn sang chỗ khác và nhìn sang chỗ khác là nhìn vào Augustus.

"Anh chỉ đang nói là: Có lẽ món trứng đánh hơi bị cô

lập, nhưng chúng cũng đặc biệt mà. Chúng có một vị trí và thời gian phân bổ riêng, giống như nhà thờ vậy."

"Anh sai đến mức không còn có thể sai hơn được nữa. Anh đang lậm vào tình cảm ủy mị như mấy cái gối thêu lời động viên ở nhà ba mẹ anh rồi. Anh đang lập luận rằng, vật càng mong manh dễ vỡ, càng hiếm thấy thì càng đẹp, chỉ đơn giản là vì nó mong manh dễ vỡ và hiếm thấy. Nhưng đó là dối trá, và anh biết thế mà."

"Em thật khó dỗ dành quá!"

"Dễ dỗ dành thì không còn là dỗ dành rồi. Anh từng là một bông hoa hiếm hoi và mong manh dễ vỡ, anh nhớ chứ!?"

Trong một lúc anh không nói gì. "Em thật biết cách làm anh im lặng, Hazel Grace."

"Đó là đặc quyền của em và trách nhiệm của em."

Trước khi tôi thôi nhìn anh, anh khẽ nói, "Nghe này, anh xin lỗi. Lúc nãy anh tránh mặt ở cửa kiểm soát. Thật ra hàng người xếp hàng ở McDonald không dài như thế; anh chỉ... anh chỉ không muốn ngồi đó mà tất cả mọi người đều nhìn chúng ta."

"Chủ yếu là nhìn em thôi," tôi chỉnh lại. Mọi người có thể nhìn lướt qua Gus mà không bao giờ biết anh cũng bị bệnh, trong khi bệnh của tôi thể hiện ra hết bề ngoài, đó là một phần lý do tại sao hồi đầu tôi chỉ muốn ru rú ở nhà. "Augustus Waters, thần tượng của bao cô nàng, lại thấy xấu hổ khi ngồi bên cạnh một cô gái vác theo một bình ô-xy."

"Không phải là xấu hổ. Họ chỉ đôi khi khiến anh bực mình thôi. Và anh không muốn mình mang tâm trạng bực bội ngày hôm nay." Sau đó anh mò tay vào túi và lật mở gói thuốc lá.

Khoảng chín giây sau, một nữ tiếp viên tóc vàng chạy đến hàng ghế của chúng tôi và lịch sự nói: "Thưa anh, anh không được hút thuốc trên máy bay này. Hay bất kỳ máy bay nào khác."

"Tôi không hút thuốc," anh giải thích, điếu thuốc lá bập bồng trong miệng khi anh nói.

"Nhưng—"

"Đó là một phép ẩn dụ," tôi giải thích giùm anh. "Anh ấy đặt cái thứ giết người ấy trong miệng mình mà không cho nó khả năng giết ảnh."

Chị tiếp viên thoáng bối rối trong giây lát rồi nhã nhặn nói. "Vâng, phép ẩn dụ đó bị cấm trên chuyến bay ngày hôm nay ạ." Gus gật đầu và trả điếu thuốc lại vào bao.

Cuối cùng máy bay cũng bắt đầu lăn bánh trên đường băng và tiếng viên phi công thông báo, *Các tiếp viên chú ý, máy bay chuẩn bị cất cánh.* Tiếp theo là tiếng hai động cơ phản lực gầm lên và máy bay bắt đầu tăng tốc. "Đây chính là cảm giác khi em ngồi trong xe anh lái nè," tôi nói. Anh hơi mỉm cười, nhưng vẫn cắn chặt quai hàm. Tôi hỏi anh, "Ổn không vậy?"

Máy bay lướt trên đường băng với tốc độ mỗi lúc một

nhanh hơn. Bỗng nhiên Gus nắm lấy tay vịn, mắt mở to. Tôi đặt tay lên tay anh và hỏi, "Anh ổn không?" Anh chẳng nói gì, chỉ mở to mắt nhìn chăm chăm tôi. Tôi lại hỏi, "Anh sợ đi máy bay hả?"

"Lát anh sẽ cho em biết," anh nói. Mũi của máy bay nhấc lên và chúng tôi đã ở trên không trung. Gus nhìn chằm chằm ra ngoài cửa sổ, xem mặt đất thu nhỏ dần ở bên dưới. Sau đó tôi thấy tay anh thả lỏng ra ở bên dưới tay tôi. Anh liếc qua tôi rồi nhìn ra ngoài cửa sổ. "Chúng ta đang *bay*," anh tuyên bố.

"Trước đây anh chưa bao giờ đi máy bay à?"

Anh lắc đầu. "NHÌN KÌA!" anh reo lên, chỉ tay vào cửa sổ.

"Ừ, ừ, em thấy rồi. Trông giống như chúng ta đang ở trên máy bay."

"CHẲNG CÓ GÌ TRÔNG GIỐNG NHƯ THẾ TRONG LỊCH SỬ NHÂN LOẠI," anh nói. Sự phấn khích của anh thật đáng yêu, và tôi không thể cưỡng mình nghiêng qua hôn lên má anh.

"Này, báo cho cô biết là tôi đang ở đây đấy nhé," Mẹ nhắc nhở. "Ngồi ngay bên cạnh cô, Mẹ của cô đấy. Là người đã nắm tay dìu cô đi khi cô chập chững những bước đầu đời đấy."

"Chỉ là tình thương mến thương thôi mà!" Tôi nhắc lại lời Gus hôm trước, rồi quay sang hôn đánh chụt lên má Mẹ.

"Anh không thấy tình thương mến thương xíu nào," Gus thì thầm chỉ đủ cho tôi nghe. Khi một chàng Gus ngạc nhiên, phấn khích một cách ngây thơ, chuyển sang một anh Augustus hay có những Nghĩa Cử Cao Quý Mang Tính Ẩn Dụ thì đơn giản là tôi không thể cưỡng lại sự quyến rũ đó.

Đó là một chuyến bay ngắn quá cảnh tới Detroit. Đến nơi chúng tôi đi xe điện mini sang cửa khởi hành đi Amsterdam. Chiếc máy bay này có màn hình ti-vi ở mặt sau mỗi ghế. Nên khi chúng tôi đang bay trên những đám mây, Augustus và tôi cùng canh giờ bật xem bộ phim hài lãng mạn cùng một lúc trên màn hình riêng của mỗi đứa. Nhưng bất chấp mọi nỗ lực đồng bộ hóa quy trình nhấn nút *play* của chúng tôi, phim trên màn hình của anh luôn chiếu trước một vài giây. Kết quả là trước mỗi tình huống buồn cười, anh đều cười trước khi tôi bắt đầu nghe câu thoại đó.

Mẹ nảy ra một kế hoạch vĩ đại là cả ba chúng tôi sẽ ngủ trong những giờ bay cuối cùng, sao cho khi hạ cánh vào lúc tám giờ sáng, chúng tôi đã ngủ đủ giấc và hoàn toàn tỉnh táo, sẵn sàng khám phá khắp mọi ngõ ngách của thành phố. Vì vậy, sau khi bộ phim kết thúc, Mẹ, Augustus và tôi cùng uống thuốc ngủ. Mẹ nhanh chóng ngủ khò trong vòng vài giây, nhưng Augustus và tôi vẫn thức và chong mắt nhìn ra ngoài cửa sổ trong một lúc. Đó là một ngày trời trong. Và dù không thể nhìn thấy mặt trời đang lặn, hai đứa tôi vẫn thấy được ánh hoàng hôn phản chiếu qua các tầng mây.

"Chúa ơi, đẹp quá!" tôi khẽ trầm trồ.

"'Những tia sáng hừng đông chiếu lấp lánh trong đôi mắt đã lòa của cô,'" anh đọc một câu trong tác phẩm *Nỗi đau tột cùng*.

"Nhưng giờ không phải là bình minh," tôi chỉnh lại.

"Mặt trời đang mọc ở một nơi nào đó," anh điềm nhiên đáp. Một lúc sau, anh nói tiếp: "Nhận xét: Thật tuyệt nếu được du hành trong một chiếc máy bay siêu nhanh để có thể đuổi theo mặt trời mọc ở vòng quanh thế giới hen!"

"Khi đó ta có thể sống lâu hơn," tôi nói khiến anh liếc nhìn tôi, vẻ thắc mắc. "Anh biết không, theo thuyết tương đối hay gì đó," tôi tiếp lời khi thấy anh vẫn chưa hết bối rối, "chúng ta chậm lão hóa hơn khi di chuyển với tốc độ nhanh hơn so với đứng yên. Nên ngay bây giờ, thời gian trôi qua chậm hơn với chúng ta so với những người trên mặt đất."

"Quả nhiên là 'gái' đại học, nói chuyện cũng thông minh hẳn," anh gật gù.

Tôi trợn mắt nhìn anh. Anh thúc đầu gối (thật) của mình vào đầu gối của tôi và tôi cũng đẩy lại. "Anh buồn ngủ hả?" Tôi hỏi.

"Đâu có đâu," anh trả lời.

"Ừ," tôi thở dài. "Em cũng không thấy buồn ngủ." Thuốc ngủ và chất gây mê đều không phát huy tác dụng với tôi như những người bình thường khác.

"Em có muốn xem một bộ phim khác không?" anh hỏi.

"Ở đây có một bộ phim do Portman đóng từ Kỷ nguyên Hazel của chỉ nè."

"Em muốn xem phim gì mà anh chưa từng xem á."

Cuối cùng chúng tôi cùng xem phim *300*, một bộ phim chiến tranh kể về 300 chiến binh dũng mãnh Sparta trong cuộc chiến không cân sức bảo vệ thành bang Sparta khỏi sự xâm lăng của đội quân Ba Tư đông có khi đến cả tỉ người. Phim bên màn hình Augustus vẫn bắt đầu trước bên tôi. Nên sau vài phút nghe anh hô, "Chết nè!" hay "Thảm quá!" mỗi khi có ai bị giết một cách man rợ, tôi nghiêng mình và tựa đầu trên vai anh, quyết định sẽ xem trên màn hình của anh để chúng tôi thực sự cùng xem phim với nhau.

300 quy tụ một dàn nam diễn viên trẻ trung, hùng hậu, những chiến binh mình trần lực lưỡng, da bóng nhẫy rất bắt mắt nên cũng dễ theo dõi. Tuy nhiên khiên giáo trong phim hình như chẳng có tác dụng gì. Thi thể lính Ba Tư và chiến binh Sparta cứ chồng chất lên nhau làm tôi không thể tìm ra lý do tại sao lính Ba Tư lại tàn độc còn chiến binh Sparta lại dũng cảm như vậy. Theo tác phẩm *Nỗi đau tột cùng* thì "Tính đương thời phản ánh rõ rệt trong những cuộc chiến mà không ai mất mát bất cứ thứ gì dù giá trị to hay nhỏ, trừ chính mạng sống của họ." Và đó chính là cuộc chiến của mấy anh chàng khổng lồ đang choảng nhau kịch liệt này.

Về cuối phim, hầu như tất cả mọi người đều đã chết, thì đội quân Sparta nảy ra ý tưởng điên rồ là xếp xác chết thành một bức tường khổng lồ, ngáng giữa lính Ba Tư và con đường độc đạo dẫn vào thành bang Sparta. Tôi thấy chuyện đổ máu này không cần thiết nên tôi quay mặt đi một lúc và hỏi Augustus, "Anh nghĩ có bao nhiêu người đã chết vậy?"

Anh phẩy tay ra hiệu im lặng, "*Suỵt. Suỵt.* Tới khúc gay cấn nè."

Thế là khi tấn công, trong khi bọn lính Ba Tư phải hì hục leo lên bức tường xác này thì các chiến binh người Sparta chiếm ưu thế hơn vì đang đứng trên đỉnh núi thi thể. Và khi xác chồng xác, bức tường của các chiến sĩ đã hy sinh anh dũng càng cao chất ngất và khó leo hơn. Tất cả mọi người đều vung kiếm / bắn tên loạn xạ, khiến máu đổ thành sông từ Ngọn Núi Xác Chết này...

Tôi ngồi thẳng người lên để tránh xem cảnh máu me rùng rợn mà thay vào đó, tôi nhìn Augustus đang xem phim. Anh không thể kìm kiểu cười ngốc nghếch của mình. Tôi nheo mắt nhìn lên màn hình phía bên tôi khi ngọn núi ngày càng lớn hơn vì xác của các bên tham chiến. Khi người Ba Tư cuối cùng thắng thế, tôi nhìn qua Augustus một lần nữa. Và anh dường như hết sức *vui vẻ* mặc dù cái thiện vừa thua cái ác. Tôi lại rúc vào vai anh, nhưng lần này nhắm tịt mắt cho đến khi trận chiến kết thúc.

Khi đến đoạn giới thiệu danh sách các diễn viên và ê-kíp đoàn làm phim, anh tháo tai nghe ra, "Xin lỗi nha, anh xem phim nhập tâm quá, cứ bị cuốn vào sự hy sinh cao thượng của người Sparta. Lúc nãy em nói gì vậy?"

"Anh nghĩ có bao nhiêu người đã chết?"

"Giống như có bao nhiêu nhân vật hư cấu đã chết trong bộ phim hư cấu này hả? Thấm tháp gì đâu," anh đùa.

"Không, ý em là, tính từ hồi đó đến giờ thì sao?"

"Anh vô tình biết được câu trả lời nè: có bảy tỷ người đang sống và khoảng chín mươi tám tỷ người đã chết."

"Ồ," tôi thốt lên. Tôi cứ đinh ninh là do tốc độ tăng dân số quá nhanh nên tổng số người sống sẽ cao hơn số người đã chết cộng lại chứ.

"Tỷ lệ là khoảng mười bốn người đã chết trên một người đang sống," anh nói. Danh sách giới thiệu vẫn tiếp tục chạy trên màn hình. Phải mất một thời gian dài để nhận diện những người đã chết, tôi đoán thế. Đầu tôi vẫn tựa trên vai anh. "Anh đã nghiên cứu về số liệu này một vài năm trước đây," Augustus nói tiếp. "Lúc đó anh tự hỏi liệu tất cả mọi người đều sẽ được nhớ đến không. Giống như, nếu thế giới này được tổ chức chặt chẽ và mỗi người sống được chia một lượng người đã chết thì liệu có đủ người còn sống để nhớ hết tất cả những người đã chết không?"

"Thế có đủ không?"

"Chắc chắn đủ, bất cứ ai cũng có thể nêu tên mười bốn người chết mà. Nhưng chúng ta là những kẻ khóc mướn vô tổ chức, nên rất nhiều người chỉ nhớ mỗi đại thi hào Shakespeare mà không một ai buồn nhớ đến người mà ông đã viết trong bài Xonê thứ Năm Mươi Lăm."

"Đúng vậy," tôi thừa nhận.

Im lặng một hồi, anh hỏi tôi, "Em có muốn đọc sách hay làm gì không?" Tôi đồng ý. Thế là tôi đọc một bài thơ dài mang tên *Tiếng Hú* của Allen Ginsberg sáng tác mà lớp tôi đang học, còn Gus đọc lại cuốn *Nỗi đau tột cùng*. Được một lát, anh lại hỏi:

"Có gì hay không?"

"Bài thơ á?"

"Ừ."

"À, hay lắm. Mấy gã trong bài thơ này còn dùng nhiều thuốc hơn em. Còn *NĐTC* sao rồi?"

"Vẫn xuất sắc. Hay em đọc thơ cho anh nghe đi."

"Đây thực sự không phải là một bài thơ thích hợp để đọc to khi quý phụ huynh đang say giấc nồng bên cạnh. Trong đó toàn là mấy chuyện dâm dật và ma túy."

"Em vừa kể hai trong nhiều thú tiêu khiển ưa thích của anh đó. Thế thôi, vậy em đọc cho anh nghe gì khác đi?"

"Ừm, nhưng em không *có* gì khác để đọc."

"Thật là chán mà. Anh đang có hứng nghe thơ thẩn. Thế em có thuộc bài thơ nào không?"

"'Hãy cùng đi với nhau, em và anh,'" tôi rụt rè đọc, "'Khi màn đêm vây kín bầu trời mênh mông / như một bệnh nhân nằm mê man trên bàn mổ.'"

"Chậm chậm thôi em."

Tôi thấy hơi e dè, giống như lần đầu tôi kể với anh về tác phẩm *Nỗi đau tột cùng* vậy. "Ừm, được rồi. Được rồi. 'Hãy cùng đi với nhau, băng qua những phố phường thưa thớt bóng người / Lắng nghe lời thì thầm của những đêm không ngủ / Giấu mình trong khách sạn rẻ tiền vui tình một đêm / hay trong nhà hàng mạt rệp vương vãi vỏ sò: / Những con đường nối tiếp nhau như một mê cung miên man buồn tẻ / Ẩn chứa trong lòng những mục đích không sáng trong / Dẫn em đến một câu hỏi bí ẩn choán cả tâm trí... / Ồ không, xin em đừng hỏi, đừng hỏi "Đó là gì?" / Mà hãy cứ đi cùng anh và tự khám phá.'"

"Anh yêu em," anh lặng lẽ nói.

"Anh Augustus!"

"Thật đó," anh vừa nói vừa nhìn tôi chăm chăm. Tôi có thể thấy khóe mắt anh nheo lại. "Anh yêu em và chẳng việc gì anh phải chối bỏ niềm vui được nói ra sự thật đó. Anh đang yêu em và anh biết tình yêu này vô vọng, chắc chắn sẽ bị lãng quên, rằng chúng ta đều có số phận bi đát và rằng sẽ đến một ngày mọi nỗ lực của hai ta đều trở về với cát bụi. Anh cũng biết mặt trời rồi sẽ nuốt chửng hành tinh xanh của chúng ta nhưng anh vẫn yêu em."

"Anh Augustus!" Tôi gọi tên anh lần nữa, không biết nói gì thêm. Giống như mọi cảm xúc đang dâng trào trong tôi, như thể tôi đang đắm chìm trong một niềm vui sướng lâng lâng pha chút tê tái trong lòng, nhưng tôi không thể nói nên lời. Tôi không thể nói bất cứ điều gì đáp lại anh. Tôi chỉ nhìn anh và để anh nhìn tôi cho đến khi anh khẽ gật đầu, mím chặt môi rồi quay đi, gục đầu lên thành cửa sổ.

CHƯƠNG MƯỜI MỘT

Tôi nghĩ chắc anh đã thiu thiu ngủ rồi. Rốt cuộc tôi cũng chợp mắt được và chỉ bị đánh thức khi máy bay chuẩn bị hạ cánh. Miệng tôi đắng nghét làm tôi không dám nói chuyện vì sợ sẽ đầu độc cả khoang hành khách.

Tôi nhìn qua chỗ anh Augustus, anh đang say sưa ngắm nhìn khung cảnh bên ngoài cửa sổ. Khi máy bay hạ thấp độ cao, tôi ngồi thẳng lên, rướn mình chiêm ngưỡng Hà Lan. Mảnh đất dường như bị nhấn chìm trong đại dương, những mảng xanh hình chữ nhật nhỏ nhắn được bao bọc tứ bề bởi các kênh đào nhân tạo. Máy bay đáp xuống, trên thực tế, song song với một con kênh, giống như có hai đường băng: một dành cho chúng tôi và một dành cho loài chim nước.

Sau khi lấy hành lý và làm thủ tục thông quan xong, cả ba chúng tôi leo lên một chiếc taxi. Bác tài xế bị hói đầu và trông nhợt nhạt xanh xao nhưng nói tiếng Anh rất sõi, thậm chí còn chuẩn hơn cả tôi. Tôi kêu: "Đến Khách sạn Filosoof."

Bác tài hỏi, "Chị và hai cháu là người Mỹ phải không?"

Mẹ đáp, "Phải, chúng tôi đến từ *bang Indiana*."

"Indiana. Họ đánh cắp vùng đất từ người da đỏ và để lại tên cũ, đúng không?"

"Gần như vậy," Mẹ nói. Chiếc taxi hòa mình vào dòng xe cộ và hướng về phía đường cao tốc. Tôi thấy rất nhiều bảng tên đường màu xanh với toàn nguyên âm đôi như Oosthuizen, Haarlem. Dọc hai bên đường cao tốc là những dải đất bằng phẳng trống trải kéo dài hàng dặm, thỉnh thoảng chấm phá vài trụ sở chính của các tập đoàn lớn. Tóm lại, Hà Lan trông chẳng khác gì Indianapolis, có điều là xe cộ nhỏ hơn. "Đây là Amsterdam à?" Tôi hỏi bác tài.

"Phải và không," ông trả lời. "Amsterdam giống như những vòng cây: càng vào đến trung tâm thì càng lâu đời cổ kính."

Thế rồi khung cảnh đột ngột thay đổi: Vừa ra khỏi đường cao tốc, tôi thấy những dãy nhà đúng như trong trí tưởng tượng của mình nhấp nhô chạy dọc theo các con kênh, xe đạp nhan nhản khắp nơi và các quán cà phê đều trưng bảng quảng cáo rầm rộ là có PHÒNG HÚT THUỐC LỚN. Xe băng qua một con kênh và từ trên đỉnh cầu, tôi có thể thấy hàng chục nhà thuyền neo đậu dọc theo dòng nước. Giờ thì không còn nét gì giống nước Mỹ của tôi nữa. Hà Lan thoắt biến thành một bức tranh xưa cũ nhưng chân thực — mọi thứ đều bình yên lạ thường trong nắng sáng — và tôi cứ miên man suy nghĩ sẽ thật kỳ diệu dù hơi kỳ lạ khi sống ở một vùng đất mà tất cả mọi thứ gần như do bàn tay của những người đã chết xây đắp nên.

"Có phải những ngôi nhà này rất lâu đời rồi đúng không?" Mẹ tôi hỏi.

"Có nhiều nhà dọc kênh được xây từ Thời Đại Hoàng Kim vào thế kỷ mười bảy," bác tài đáp. "Thành phố của chúng tôi có một lịch sử lâu đời và đặc sắc dù nhiều du khách chỉ muốn tham quan Khu Đèn Đỏ." Bác tài ngập ngừng. "Một số du khách cứ nghĩ Amsterdam là một thành phố tội lỗi, nhưng sự thật đây là thành phố của tự do. Và trong sự tự do đó, người ta thường tìm thấy tội lỗi."

Tất cả phòng trong Khách sạn Filosoof được đặt theo tên của các triết gia: hai mẹ con tôi ở phòng mang tên Kierkegaard ngay tầng trệt còn anh Augustus ở phòng Heidegger trên lầu một. Gian phòng của chúng tôi khá nhỏ: một chiếc giường đôi kê sát tường cùng với máy thở BiPAP, máy tạo ô-xy cá nhân và hàng lô hàng lốc bình ô-xy có thể tái nạp khí để ngay chân giường. Qua khỏi mớ thiết bị lỉnh kỉnh là một chiếc ghế hoa hòe hoa sói cũ kỹ, bám đầy bụi, ở giữa đã võng xuống vì quá nhiều người từng ngồi qua; một chiếc bàn; và một kệ sách phía trên giường tập hợp những tác phẩm sưu tầm của Søren Kierkegaard. Chúng tôi thấy trên bàn đã đặt sẵn một giỏ mây để đầy ắp quà từ các vị thần Genie: giày gỗ, một chiếc áo thun Hà Lan màu cam, sô-cô-la, và nhiều món nho nhỏ xinh xinh khác.

Khách sạn Filosoof nằm ngay bên cạnh Vondelpark, công viên trứ danh nhất của Amsterdam. Mẹ muốn đi dạo công viên ngay nhưng vì tôi quá đuối sức, Mẹ đành chụp mặt nạ thở của máy BiPAP cho tôi. Tôi ghét phải nói chuyện khi đang đeo mặt nạ, nhưng vẫn ráng trấn an Mẹ, "Mẹ cứ ra công viên chơi đi. Khi nào thức dậy con sẽ gọi Mẹ ngay."

"Được rồi," bà âu yếm. "Ngủ ngoan nhé, con yêu."

Nhưng khi giật mình tỉnh giấc vài giờ sau đó, tôi đã thấy Mẹ đang ngồi trên chiếc ghế nhỏ cổ kính trong góc phòng, chăm chú đọc cuốn cẩm nang du lịch.

"Chào buổi sáng," tôi nói.

"Thật ra giờ đã là cuối buổi chiều rồi," bà thở dài đáp và đứng dậy, đến bên giường, đặt một chiếc bình ô-xy vào giá thép, nối dây rồi cài cho tôi, trong khi tôi tháo mặt nạ BiPAP ra và đặt đầu phun ô-xy vào mũi. Mẹ đặt chế độ hai lít rưỡi mỗi giờ, như vậy tôi sẽ có sáu giờ tự do hoạt động trước khi phải thay bình mới. Tôi đứng dậy sau khi đã được trang bị đầy đủ. "Con thấy trong người thế nào?" Bà hỏi.

"Tốt ạ. Con thấy tinh thần rất sảng khoái. Còn công viên Vondelpark thì sao ạ?"

"Mẹ dẹp kế hoạch đó rồi. Thay vào đó, Mẹ đang nghiên cứu cuốn cẩm nang du lịch."

"Mẹ ơi, Mẹ không cần ở đây với con miết như vậy đâu?"

Bà nhún vai. "Ừ, Mẹ biết. Nhưng Mẹ muốn thế, Mẹ thích ngắm con ngủ mà. Nghe giống mấy kẻ hay rình rập quá ha!" Bà bật cười, nhưng tôi vẫn chưa cảm thấy thoải mái tí nào.

"Con chỉ muốn Mẹ vui chơi, thăm thú chỗ này chỗ kia, Mẹ hiểu không?"

"Được rồi. Tối nay Mẹ sẽ vui chơi thỏa thích, chịu chưa? Mẹ sẽ chơi đủ mọi trò giải trí của một bà mẹ trong khi con và Augustus đi ăn tối."

"Thế Mẹ không đi cùng à?" Tôi thắc mắc.

"Ừ, không có Mẹ. Thật ra đã có một bàn đặt trước theo tên con ở một chỗ gọi là Oranjee. Trợ lý của ông Van Houten đã thu xếp chuyện này. Chỗ đó nằm trong khu Jordaan cạnh đây. Rất lý tưởng, theo như cuốn cẩm nang giới thiệu. Có một trạm xe điện ngay góc đường. Augustus có chỉ dẫn đường đi. Con có thể ăn tối ngoài trời và ngắm nhìn tàu thuyền qua lại. Sẽ rất thú vị. Rất lãng mạn."

"Mẹ."

"Thì Mẹ chỉ nói thế thôi. Con nên thay quần áo đi. Mặc đầm mùa hè không tay, được không?"

Người ta có thể ngạc nhiên trước sự điên rồ của tình huống này: Một người mẹ giao đứa con gái mười sáu tuổi của mình cho một anh chàng mười bảy tuổi đi lang thang giữa một thành phố xa lạ ở một đất nước xa lạ vốn nổi tiếng về sự buông thả. Nhưng đây, đồng thời, cũng là một tác dụng phụ của sự chờ chết: Tôi không thể chạy hoặc nhảy hoặc ăn các thực phẩm giàu ni-tơ, nhưng Mẹ cũng chẳng kềm cặp gì nên tôi hoàn toàn được giải phóng trong một thành phố của sự tự do.

Cuối cùng tôi diện bộ đầm mùa hè in hoa màu xanh, dài chấm gối của hiệu Forever 21 với quần bó và mang giày Mary Janes bởi vì tôi thích mình thấp hơn nhiều so với anh. Tôi đi vào cái phòng tắm bé tẹo đến buồn cười và đánh vật với cái đầu bù xù của mình cho đến khi từ trên xuống dưới đều chỉn chu như một cô nàng Natalie Portman chính hiệu giữa những năm 2000. Khi đồng hồ chỉ sáu giờ tối (là giữa trưa ở Mỹ), chúng tôi nghe thấy tiếng gõ cửa.

"Xin chào?" Tôi nói qua cánh cửa. Cửa các phòng trong Khách sạn Filosoof không có lỗ mắt thần.

"Okay," tiếng anh Augustus vọng vào. Tôi có thể nghe ra anh đang ngậm thuốc lá trong miệng. Tôi cúi nhìn lần nữa, chiếc đầm mùa hè phô phang được xương cổ và lồng ngực của tôi mà trước đây anh Augustus đã từng thấy qua. Nó không quá khiêu khích hay gợi ý gì, chỉ là hơi phô bày tí ti da thịt thôi. (Mẹ tôi có một phương châm trên phương diện này mà tôi hoàn toàn tán thành: "Nhà Lancasters luôn ăn mặc kín đáo.")

Tôi kéo mở cánh cửa. Augustus mặc một bộ suit đen, ve áo hẹp, may ôm khít người, bên trong là chiếc áo sơ-mi màu xanh lơ và cà-vạt bản nhỏ màu đen. Một điếu thuốc treo hờ ở khóe miệng nghiêm trang của anh. "Hazel Grace," anh thốt lên, "nhìn em xinh quá!"

"Em," tôi nói. Tôi cứ nghĩ phần còn lại của câu sẽ tự phát ra từ luồng không khí qua dây thanh âm của tôi, nhưng chẳng có thêm một từ nào cả. Sau cùng, tôi nói, "Em thấy hơi thiếu vải."

"À, lại chuyện cũ rích ấy nữa à?" Anh hỏi, cúi xuống nhìn tôi cười.

"Augustus," Mẹ nói vọng từ sau lưng tôi, "cháu nhìn *thật là* bảnh."

"Cảm ơn bác," anh đáp. Xong anh chìa tay ra. Tôi nắm tay anh, và xoay lại chào Mẹ. Bà nói:

"Hẹn gặp con lúc mười một giờ tối nay."

Trong lúc chờ tuyến xe điện số một trên con đường rộng thênh nhưng vẫn chật ních xe cộ, tôi nói với anh Augustus, "Em đoán đây là bộ suit anh mặc đi dự tang lễ, đúng không?"

"Thực ra là không phải," anh nói. "Bộ đó chẳng được đẹp như vầy đâu."

Chiếc xe điện xanh - trắng ghé vào trạm. Anh Augustus chìa thẻ của chúng tôi cho bác tài xem và được bác tài giải thích rằng chúng tôi phải chìa nó trước đầu cảm biến hình tròn. Khi chúng tôi đang len lỏi trên chiếc xe điện đông đúc này thì có một ông lão đứng lên nhường chỗ cho hai đứa ngồi với nhau. Và dù tôi đã cố gắng nói rằng ông cứ ngồi đó nhưng ông một mực nhường tôi cái ghế trống. Tôi nhoài người qua phía anh Gus để có thể nhìn ké khung cảnh ngoài cửa sổ trong khi chiếc xe điện chạy qua ba trạm dừng.

Anh Augustus chỉ lên những tán cây và hỏi: "Em có thấy gì không?"

Tôi thấy chứ. Cây du mọc ở khắp nơi, soi bóng bên dòng kênh, và mùa này cây đang ra hạt, các hạt giống bị gió thổi bay lả tả trong không trung. Nhưng chúng nhìn không như hạt giống tí nào, mà lại như những cánh hoa hồng nhỏ li ti đã phai nhạt màu. Mấy cánh hoa phơn phớt hồng được gió thổi tung lên như những đàn chim — hàng ngàn bông chụm lại, tựa như một cơn bão tuyết mùa xuân.

Ông cụ vừa nhường chỗ thấy hai đứa đang say sưa ngắm nhìn khung cảnh đó, bèn nói bằng tiếng Anh, "Tuyết xuân của Amsterdam đó. Cây *iepen* ném hoa giấy lên trời để chào đón mùa xuân."

Chúng tôi đổi tuyến xe điện, và qua thêm bốn trạm nữa thì đến một con đường ngăn đôi bởi dòng kênh tuyệt đẹp. Mặt nước lao xao bên dưới phản chiếu hình ảnh cây cầu cổ kính và những dãy nhà đẹp như tranh vẽ chạy dọc theo hai bên bờ kênh.

Nhà hàng Oranjee chỉ cách trạm xe điện vài bước. Nhà hàng ở bên này đường và phía bên kia là khu ngồi ngoài trời — một khu thủy tạ xây bằng bê-tông nằm ngay trên bờ kênh. Đôi mắt của chị tiếp viên sáng lên khi thấy Augustus và tôi tới gần. "Anh chị Waters phải không ạ?"

"Dạ phải," tôi đáp.

"Bàn của anh chị ở đằng kia," chị nói và chỉ vào một chiếc bàn nhỏ ở phía bên kia đường, ngay mé bờ kênh. "Sâm-banh khai vị là quà tặng của nhà hàng."

Gus và tôi nhìn nhau mỉm cười. Sau khi băng qua đường đến bàn, anh lịch sự kéo ghế mời tôi ngồi và đẩy giúp vào trở lại. Quả thật trên chiếc bàn trải khăn trắng đã bày sẵn hai ly rượu để uống sâm-banh. Ánh mặt trời chói chang đã thêm chút hơi ấm cho tiết trời se lạnh. Phía bên kia chúng tôi, dọc ngoài đường đi, mấy chiếc xe đạp nhàn tản chạy qua, trên đó là nam thanh nữ tú ăn mặc thanh lịch đang trên đường từ sở làm về nhà, mấy cô nàng tóc vàng duyên dáng đang thong thả đạp xe đạp đôi cùng với bạn trai, bọn trẻ con thì để đầu trần không đội mũ bảo hiểm cứ luôn miệng ríu rít trên yên ghế sau lưng ba mẹ chúng. Và phía bên đây là dòng kênh đang lặng lờ trôi với hàng triệu hoa-giấy-hạt-du nhỏ li ti. Những con thuyền nhỏ neo dọc bờ kênh lót gạch, trong lòng thuyền xâm xấp nước mưa, một số chiếc trông như sắp chìm. Xa hơn phía cuối con kênh thấp thoáng mấy ngôi nhà thuyền bập bềnh trên phao nổi và ngay giữa dòng kênh, một chiếc thuyền không mui đáy bằng đang lững lờ trôi về phía chúng tôi, trên boong thuyền kê vài chiếc ghế vải cùng một chiếc cassette. Anh Augustus nâng ly sâm-banh của anh lên, tôi cũng cầm lấy ly của mình mặc dù tôi chưa bao giờ thử thức uống có cồn trừ một vài ngụm bia nhấm nháp của Ba.

"Okay," anh hóm hỉnh.

"Okay," tôi nói, và chúng tôi cụng ly. Tôi nhấp một ngụm. Rượu sóng sánh sủi bọt, vô vàn bọt tăm tan trong miệng và di chuyển lên trung ương não của tôi. Ngọt. Thanh. Ngon. "Ngon thật," tôi hào hứng. "Trước đây em chưa từng uống sâm-banh."

Một anh phục vụ trông thật cường tráng với mái tóc vàng gợn sóng xuất hiện. Anh ấy, thậm chí có thể còn cao hơn cả anh Augustus, chợt hỏi bằng một giọng truyền cảm: "Quý khách có biết Dom Pérignon phát biểu gì sau khi phát minh ra rượu sâm-banh không?"

"Không?" Tôi không khỏi tò mò.

"Ông ấy đã giục các tu sĩ đồng môn, 'Đến đây nhanh nào: Tôi đang nếm các vì sao.' Hoan nghênh quý khách đến chơi Amsterdam. Quý khách có muốn xem qua thực đơn, hay muốn thưởng thức các món do bếp trưởng của chúng tôi giới thiệu?"

Tôi nhìn anh Augustus và anh cũng nhìn tôi. "Món do bếp trưởng giới thiệu nghe hấp dẫn thật, nhưng Hazel lại ăn chay." Tôi chỉ từng nói qua chuyện này với anh Augustus duy nhất một lần thôi, vào ngày đầu tiên chúng tôi gặp nhau.

"Không thành vấn đề," anh phục vụ vui vẻ nói.

"Hay quá! Thế chúng tôi có được uống thêm sâm-banh không?" Anh Gus hỏi.

"Rất hân hạnh được phục vụ," anh chàng phục vụ đáp. "Chúng tôi đã gom tất cả sao trên bầu trời tối nay đóng vào chai rồi, thưa hai bạn. Ây, hoa giấy," anh thốt lên và lẹ làng phủi một hạt giống bám trên cánh vai trần của tôi. "Nhiều năm rồi hạt không rơi rụng nhiều như vậy, giờ thì nhan nhản khắp nơi. Thật bực mình."

Anh chàng phục vụ biến mất. Chúng tôi lặng ngắm hoa giấy lác đác rơi trong không trung, chao nghiêng trước gió và cuối cùng đáp xuống dòng kênh. Sau một hồi, anh Augustus nhận xét, "Thật khó tin là có người lại bực mình mấy hạt hoa giấy này."

"Tuy vậy mọi người đều sẽ quen thuộc với cái đẹp."

"Anh vẫn chưa quen thuộc với em đấy thôi," anh ranh mãnh đối đáp. Tôi ý thức được mình đang đỏ mặt. "Cảm ơn em đã đến Amsterdam," anh bảo.

"Cảm ơn anh đã cho em đánh cướp đi điều ước của anh," tôi nói.

"Cảm ơn em đã diện một chiếc áo mà anh phải thốt lên 'oa'," anh tiếp tục. Tôi lắc đầu, cố không mỉm cười với anh. Tôi không muốn là một quả lựu đạn. Nhưng một lần nữa, anh hẳn biết rõ những gì mình làm chứ, đúng không? Đó cũng là lựa chọn của anh mà. "Này, vậy bài thơ kết thúc thế nào vậy?" Anh chợt đổi đề tài.

"Hả?"

"Bài thơ mà em đọc cho anh nghe ở trên máy bay đó."

"Ồ, 'Prufrock' đó hả? Nó kết thúc như vậy, 'Đôi ta nấn ná trên chiếc giường biển cả / Cạnh những nàng tiên cá kết rong biển nâu và tảo đỏ làm vòng hoa / Cho đến khi tiếng nói của loài người đánh thức chúng ta, và cả hai chìm xuống.'"

Anh Augustus rút ra một điếu thuốc và gõ đầu lọc xuống bàn. "Tiếng nói ngu ngốc của loài người luôn làm hỏng mọi thứ."

Anh phục vụ mang thêm hai ly sâm-banh và món mà anh giới thiệu là "Măng tây trắng của Bỉ ướp hoa oải hương."

"Anh cũng chưa bao giờ uống sâm-banh," Gus nói sau khi anh phục vụ đi khỏi. "Phòng khi em đang thắc mắc này nọ, anh cũng chưa từng nếm qua măng tây trắng."

Tôi đang thưởng thức miếng đầu tiên trên đĩa của mình. "Ngon tuyệt!" tôi xuýt xoa khen.

Anh cũng cắn thử một miếng, thong thả nhai rồi nuốt. "Lạy Chúa. Nếu măng tây lúc nào cũng có vị thế này thì anh cũng muốn thành người ăn chay luôn." Trên dòng kênh bên dưới có một chiếc thuyền gỗ sơn đang chầm chậm tiến về phía chúng tôi. Một người phụ nữ trên đó, trạc ba mươi tuổi với mái tóc vàng uốn xoăn, tay nâng ly bia đang uống hướng về phía chúng tôi và hét lên gì đó.

"Chúng tôi không biết tiếng Hà Lan," anh Gus hét lại.

Một người khác trên thuyền diễn giải: "Một cặp thật đẹp đôi."

Thức ăn ngon tuyệt đến nỗi cứ sau mỗi món được dọn ra, cuộc trò chuyện của chúng tôi dần chuyển sang tán dương món ngon trước mắt: "Anh ước gì món cơm Ý trộn cà rốt này biến thành một cô gái để anh có thể dắt cô ấy qua Las Vegas và kết hôn với cổ." "Kem đậu, cưng ngon tuyệt cú mèo." Tôi ước sao mình còn bụng để ăn.

Sau khi dẹp món mì *gnocchi* vị tỏi xanh với lá mù tạt đỏ, anh phục vụ thông báo. "Tiếp theo là món tráng miệng. Nhưng nếm thêm sao trước nhé?" Tôi lắc đầu, hai ly là đủ rồi. Sâm-banh không phải là một ngoại lệ với sức chịu đựng cao của tôi, cũng giống như đối với thuốc chống trầm cảm và thuốc giảm đau, tôi cảm thấy ấm áp nhưng không say. Nhưng tôi không muốn mình say. Không dễ gì có những đêm tuyệt diệu như thế này và tôi muốn mình tỉnh táo để ghi nhớ nó.

"Mmmm," tôi khẽ thốt lên sau khi anh phục vụ rời khỏi. Anh Augustus nhếch miệng cười khi anh nhìn chằm chằm xuống dòng kênh còn tôi thì ngước lên nhìn bầu trời. Chúng tôi có nhiều thứ để chiêm ngưỡng nên không thấy bầu không khí im lặng này kỳ cục lắm. Tuy nhiên tôi muốn mọi chuyện đều hoàn hảo. Theo tôi, nó cũng đã hoàn hảo rồi, nhưng cứ có cảm giác ai đó đã cố dàn dựng Amsterdam theo trí tưởng tượng của tôi, khiến tôi không sao dứt bỏ được suy nghĩ rằng bữa tối hôm nay, cũng giống như chuyến du lịch này, chỉ là một đặc quyền dành cho bệnh nhân ung thư thôi. Tôi chỉ muốn chúng tôi nói chuyện và cười đùa thoải mái, giống như hồi hai đứa cùng ngồi tâm sự trên chiếc xô-pha ở nhà, nhưng có một sự căng thẳng nào đó đang phá hỏng mọi thứ.

"Đây không phải là bộ suit dự tang lễ của anh," anh chợt lên tiếng sau một hồi im lặng. "Khi anh mới phát hiện ra bệnh — ý anh là khi các bác sĩ nói cho anh biết anh có khoảng tám mươi lăm phần trăm cơ hội chữa khỏi bệnh. Anh biết tỷ lệ như vậy là cao nhưng anh vẫn nghĩ đây là trò đánh bài ru-lét của Nga. Ý anh là, anh sẽ phải trải qua địa ngục trong sáu tháng hoặc một năm, bị cụt một chân và rồi cuối cùng, *vẫn* không chữa khỏi, em hiểu không?"

"Em hiểu," tôi đáp, dù không thực sự hiểu lắm. Ngay từ khi phát hiện bệnh tôi đã ở giai đoạn cuối; mọi phép điều trị chỉ nhằm kéo dài mạng sống của tôi, chứ không phải chữa bệnh ung thư. Phalanxifor đã góp một liệu pháp mơ hồ vào câu chuyện ung thư của tôi, nhưng tôi khác với Augustus: chương cuối của đời tôi đã được viết ngay khi chẩn đoán. Anh Gus, giống như hầu hết những người sống sót qua ung thư, đều sống với tâm trạng phập phồng không chắc chắn.

"Phải," anh nói. "Vì vậy anh đối mặt bằng cách chuẩn bị sẵn sàng. Nhà anh đã mua một lô đất ở nghĩa trang Crown Hill, và anh đã rảo một vòng với ba và chọn được một chỗ ưng ý. Anh đã lên kế hoạch toàn bộ cho đám tang của mình và mọi chi tiết khác. Rồi ngay trước khi phẫu thuật, anh hỏi ba mẹ liệu anh có thể mua một bộ suit, đại loại là một bộ suit thật sự oách phòng trường hợp anh không qua khỏi không. Dù sao thì anh vẫn chưa bao giờ có dịp mặc nó. Cho đến tận tối nay."

"Hóa ra đây là bộ suit tử phục của anh."

"Đúng. Chứ em không có bộ tử phục nào à?"

"Có chứ," tôi đáp. "Đó là một bộ đầm em mua vào dịp sinh nhật lần thứ mười lăm. Nhưng em không mặc nó đi hẹn hò."

Đôi mắt anh sáng lên. "Vậy là chúng ta đang hẹn hò hả?"

Tôi cụp mắt xuống, có phần e thẹn. "Đừng đẩy câu chuyện đi xa mà."

Cả hai chúng tôi đều đã no căng bụng, nhưng món tráng miệng — *miếng bánh kem crémeux* béo ngậy phủ chanh dây — trông ngon lành đến nỗi cả anh, cả tôi đều không thể cầm lòng. Thế là chúng tôi nấn ná một lúc, chờ bụng đói trở lại. Mặt trời cứ lì lợm chưa chịu đi ngủ: Đã quá tám giờ rưỡi tối mà trời vẫn còn sáng.

Đột nhiên anh Augustus hỏi, "Em có tin vào kiếp sau không?"

"Em nghĩ vĩnh hằng là một khái niệm không chính xác," tôi trả lời.

Anh nhếch miệng cười. "Em là một khái niệm không chính xác."

"Em biết. Đó là lý do tại sao em không được luân hồi."

"Chuyện đó không có gì vui cả," anh nói rồi nhìn ra đường. Có hai cô gái chạy xe đạp ngang qua, cô ở phía sau ngồi về một bên.

"Thôi nào," tôi thốt lên. "Em chỉ đùa tí mà."

"Suy nghĩ em không được luân hồi với anh chẳng vui tí nào," anh nói. "Nghiêm túc nào, em có tin rằng có kiếp sau không?"

"Không," tôi nói, rồi sau đó sửa lại. "À, có lẽ em sẽ không khẳng định hoàn toàn là không. Còn anh?"

"Có," anh đáp, giọng đầy tự tin. "Chắc chắn là có. Không hẳn như một thiên đường nơi em cưỡi kỳ lân, thổi đàn hạc, và sống trong một dinh thự xây bằng mây. Nhưng có. Anh tin là có một Kiếp khác với chữ K viết hoa tồn tại. Anh luôn tin như thế."

"Thật không?" tôi hỏi, không tránh khỏi ngạc nhiên. Từ trước đến nay tôi luôn nghĩ đức tin vào thiên đường, nói một cách thẳng thắn, là xa rời tri thức khoa học. Nhưng anh Gus đâu phải ngốc.

"Ừ," anh lặng lẽ nói. "Anh tin vào câu trong cuốn *Nỗi đau tột cùng*: 'Ánh mặt trời chói chang tỏa nắng trong đôi mắt đã lòa của nàng.' Anh nghĩ ánh mặt trời là Chúa Trời và ánh sáng Người soi rọi toàn nhân loại, còn đôi mắt của cô ấy chỉ mới lòa chứ chưa mù hẳn. Anh không tin rằng việc chúng ta sẽ luân hồi ở kiếp sau để ám ảnh hay an ủi những người còn sống, mà anh cho rằng chúng ta sẽ biến đổi thành một thứ gì đó."

"Nhưng anh sợ bị lãng quên mà."

"Dĩ nhiên, anh sợ sự lãng quên của trần thế. Nhưng không phải lẩm cẩm như ba mẹ anh ở nhà, anh tin rằng con người có linh hồn, và anh tin chuyện linh hồn không siêu thoát. Nỗi sợ bị lãng quên thuộc một phạm trù khác, sợ rằng anh sẽ không thể cống hiến cái gì để đổi lấy cuộc đời của mình. Nếu ta không sống một cuộc sống có ích thì ít ra ta phải chết một cái chết có ý nghĩa, em hiểu không? Và anh sợ rằng anh sẽ không có được một cuộc sống hay thậm chí một cái chết có ý nghĩa như vậy."

Tôi chỉ lắc đầu.

"Sao thế?" Anh hỏi.

"Nỗi ám ảnh của anh về chuyện chết cho một lý tưởng cao đẹp hay để lại dấu ấn về cuộc đời anh hùng của anh. Nghe thật lạ!"

"Ai cũng muốn sống một cuộc sống phi thường mà em."

"Không phải tất cả mọi người đều như vậy," tôi đáp, không thể che giấu sự khó chịu của mình.

"Em bực mình hả?"

"Chỉ là," tôi nói nhưng sau đó không thể hoàn thành câu nói của mình. "Chỉ là," tôi lặp lại một lần nữa. Ánh nến lung linh trên bàn. "Anh thật là ích kỷ khi tuyên bố rằng cuộc đời có ý nghĩa chỉ là cuộc đời của những người sống hoặc chết vì một lý tưởng gì đó. Anh thật ích kỷ khi nói thế với em."

Vì lý do gì đó, tôi thấy mình thật trẻ con, thế là tôi bèn cắn một góc bánh tráng miệng, tỏ vẻ chuyện không có gì to tát với tôi. "Xin lỗi em," anh nói. "Anh không có ý như vậy. Anh chỉ đang nghĩ về bản thân anh thôi."

"Ừ, em biết," tôi nói. Tôi đã quá no không thể ăn tiếp

được, no đến nỗi tôi lo ngại là mình sẽ nôn ra hết. Bởi thật tình tôi cũng hay nôn mửa sau khi ăn. (Không phải tôi ăn uống vô độ đâu, mà là do căn bệnh ung thư đấy.) Tôi đẩy đĩa bánh tráng miệng của mình về phía anh Gus, nhưng anh lắc đầu từ chối.

"Anh xin lỗi," anh lặp lại rồi với tay sang nắm lấy tay tôi. Tôi để anh cầm lấy tay mình. "Anh có thể sẽ tệ hơn, em biết không."

"Tệ như thế nào?" Tôi hỏi, có ý đùa bỡn.

"Như là, ở nhà anh, trên bồn cầu có treo một bức thư pháp ghi là, 'Hãy tắm rửa mỗi ngày theo lời răn trong sách Phúc Âm,' Hazel à, anh có thể sẽ tệ hơn nữa."

"Nghe ghê quá," tôi nói.

"Anh có thể sẽ tệ hơn."

"Anh có thể sẽ tệ hơn." Tôi mỉm cười. Anh thực sự thích tôi. Có lẽ tôi là người tự yêu mình thái quá nhưng khi tôi nhận ra sự thật này ngay lúc đó ở Nhà hàng Oranjee, tôi càng thấy thích anh nhiều hơn.

Khi anh phục vụ đến dọn món tráng miệng đi, anh nói với chúng tôi, "Bữa tối của anh chị đã được ông Peter Van Houten thanh toán."

Augustus mỉm cười. "Ông nhà văn Peter Van Houten này không tệ nhỉ!"

Chúng tôi tản bộ dọc bờ kênh khi trời sập tối. Khi đến cách Nhà hàng Oranjee một dãy nhà, chúng tôi dừng lại ở một băng ghế đá, vây quanh là vô số những chiếc xe đạp cũ, hoen gỉ được khóa vào khung giữ xe và khóa vào với nhau. Chúng tôi ngồi xuống cạnh nhau, nhìn mông lung ra con kênh trước mặt, và anh đưa tay ôm lấy tôi.

Tôi có thể nhìn thấy đèn sáng nhấp nháy từ Khu Đèn Đỏ. Mặc dù nó có tên là Khu Đèn Đỏ nhưng ánh sáng hắt ra từ khu đó thật kỳ lạ lại là màu xanh lục. Tôi tưởng tượng đến hàng ngàn du khách đã say lướt khướt, say không còn biết trời trăng gì đang bước loạng choạng trong mấy con ngõ chật hẹp.

"Em không thể tin là ngày mai ông ấy sẽ nói cho chúng ta nghe phần kết," tôi nói. "Peter Van Houten sẽ bật mí cho chúng ta biết đoạn kết bí ẩn chưa được viết của cuốn sách hay nhất trần đời này."

"Một điểm cộng nữa là ông ấy đã thanh toán cho bữa tối hôm nay của chúng ta," anh Augustus nói thêm.

"Em cứ tưởng tượng là ngày mai ông ấy sẽ lục soát người chúng ta để tìm các thiết bị ghi âm trước khi tiết lộ câu chuyện. Và sau đó ông ấy sẽ ngồi giữa hai đứa mình trên ghế xô-pha trong phòng khách và thì thầm bật mí xem liệu mẹ của Anna có kết hôn với Chú Tulip Hà Lan hay không."

"Đừng quên chú chuột hamster Sisyphus," Augustus nhắc.

"Phải rồi ha, dĩ nhiên là còn số phận của chú chuột hamster Sisyphus nữa." Tôi nghiêng người về phía trước, để ngắm nhìn con kênh. Có rất nhiều những cánh hoa du màu hồng nhạt dưới dòng kênh, trông ngồ ngộ. "Một phần tiếp theo chỉ dành riêng cho chúng ta," tôi nói.

"Theo phỏng đoán của em, câu chuyện sẽ kết thúc thế nào?" Anh hỏi.

"Em cũng không biết nữa. Em đã đọc tới đọc lui hàng ngàn lần tác phẩm đó. Mỗi lần đọc, em lại có một kết luận khác, anh biết không?" Anh gật đầu. "Thế anh có giả thiết gì không?"

"Có chứ. Anh không nghĩ Chú Tulip Hà Lan là một kẻ lừa gạt nhưng ông cũng không giàu như vẻ bề ngoài thể hiện. Và anh nghĩ rằng sau khi Anna qua đời, mẹ của Anna sang Hà Lan với ông ấy và tin rằng hai người sẽ sống bên nhau mãi mãi. Nhưng chuyện không thành bởi vì bà muốn được ở gần nơi con gái mình từng sống."

Tôi đã không biết là anh suy nghĩ về cuốn sách nhiều như vậy, rằng tác phẩm *Nỗi đau tột cùng* đã chiếm một góc hoàn toàn độc lập trong tâm trí của Gus với góc dành riêng cho tôi.

Nước lặng lẽ vỗ vào kè đá dưới chân chúng tôi; một nhóm thanh niên đạp xe ngang qua, nói líu tít bằng tiếng Hà Lan; mấy chiếc thuyền nhỏ cứ dập dềnh mấp mé mép nước; mùi nước kênh đã tù đọng quá lâu thỉnh thoảng phả lên; anh chợt kéo tôi vào lòng; chân (thật) anh tì vào chân (dĩ nhiên là thật) tôi. Tôi hơi tựa người vào lòng anh. Anh nhăn mặt. "Xin lỗi, anh không sao chứ?"

Anh khẽ đáp *không sao* bằng một giọng rõ ràng là đang đau đớn.

"Xin lỗi," tôi nói. "Vai em toàn xương không."

"Không sao," anh đáp. "Thật ra nó đẹp mà."

Chúng tôi ngồi đó một lúc thật lâu. Cuối cùng anh cũng rút tay khỏi vai tôi và để tựa trên lưng ghế đá công viên. Phần lớn thời gian chúng tôi chỉ nhìn xuống dòng kênh. Tôi cứ miên man suy nghĩ không hiểu cách nào họ đã giữ nơi đây tồn tại mặc dù nó lẽ ra đã chìm dưới nước, và tôi đối với Bác sĩ Maria cũng hao hao như Amsterdam, một ca bệnh bất thường sắp chết chìm, và nó lại khiến tôi nghĩ đến cái sự chờ chết. "Em có thể hỏi anh về chị Caroline Mathers không?"

"Vậy mà em nói không có kiếp sau," anh trả lời mà không nhìn tôi. "Nhưng, tất nhiên, em muốn biết gì?"

Tôi muốn biết rằng anh sẽ không sao nếu tôi chết. Tôi muốn mình không phải là một quả lựu đạn hay là một nhân tố xấu ảnh hưởng đến cuộc sống của những người tôi yêu. "Thì anh chỉ cần kể những chuyện đã xảy ra."

Anh thở dài, dài đến nỗi giống như anh đang khoe khoang trước hai lá phổi dở hơi của tôi. Anh bập một điếu thuốc mới lên môi. "Em biết đó, chẳng có nơi nào kém náo nhiệt hơn là sân chơi của một bệnh viện." Tôi gật đầu đồng ý. "Ừ, thì khi đó anh nằm lại Bệnh viện Memorial thêm một vài tuần sau ca phẫu thuật tháo khớp chân. Anh nằm trên tầng năm và nhìn xuống toàn cảnh sân chơi, nơi dĩ nhiên không một bóng người lui tới. Lúc đó trong đầu anh tràn ngập hình ảnh ẩn dụ sâu sắc và thiếu sức sống của sân chơi trống hươ trống hoác ở bệnh viện. Thế rồi cô ấy bắt đầu xuất hiện ở sân chơi, đơn độc lẻ loi, mỗi ngày

ngồi đong đưa một mình trên chiếc xích đu, giống cảnh
em thường thấy trên phim. Vì vậy anh nhờ một chị y tá
tốt bụng tìm hiểu thêm về cô nàng bí ẩn đó. Chị y tá liền
dẫn cô ấy lên thăm, và đó là chị Caroline. Anh đã dùng
sức quyến rũ chết người của mình để lấy lòng cô ấy." Anh
ngừng lại, nên tôi quyết định lên tiếng.

"Anh chẳng quyến rũ đến như vậy đâu," tôi nhẹ nhàng
chỉnh lại. Anh tỏ vẻ không tin và chế giễu tôi. "Anh chỉ
nhìn bảnh thôi chớ không đến mức quyến rũ chết người,"
tôi giải thích.

Anh cười xòa. "Có điều đối với người đã khuất," anh
định nói gì đó nhưng chợt khựng lại, ngập ngừng. "Đối
với người đã khuất, nếu ta không thi vị hóa câu chuyện
thì ta cũng chẳng khác nào một kẻ không ra gì, nhưng nếu
nói sự thật thì... nó rất phức tạp, vậy đó. Giống như em
đã quen với lối kể chuyện tu từ bóng bẩy về những nạn
nhân ung thư phải đối mặt với nghịch cảnh và quyết tâm
vượt lên số phận, oanh liệt chiến đấu với căn bệnh nghiệt
ngã không còn bằng sức mạnh của người bình thường nữa
mà không bao giờ buông lời phàn nàn hay tắt nụ cười trên
môi cho đến khi 'sức tàn lực kiệt' mới thôi, đại loại thế."

"Thật mà," tôi nói. "Họ là những linh hồn tốt bụng và
hào phóng mà từng giây phút họ sống như thổi một Luồng
Cảm Hứng khích lệ cho Tất Cả Chúng Ta. Họ thật mạnh
mẽ và đáng ngưỡng mộ mà!"

"Đúng, nhưng thật ra thì theo thống kê, ý anh là không
tính chúng ta nha, bệnh nhi ung thư thường có khuynh

hướng là những nhân vật tuyệt vời, hay động lòng trắc ẩn hoặc kiên gan bền chí, kiểu kiểu vậy đó. Còn Caroline thì luôn luôn rầu rĩ nhàu nhĩ. Ấy vậy mà anh lại thích thế, cảm giác như thể anh là người duy nhất được cô ấy chọn không ghét bỏ trên thế giới này. Và thế là trong suốt khoảng thời gian đó anh chỉ toàn nghe thấy cô ấy rầy rà phê bình người khác thôi, em hiểu không? Kêu ca từ mấy cô y tá đến các bệnh nhi khác, về cả gia đình của chính cô ấy và mọi chuyện khác. Và anh không biết đó là bản chất của cô ấy hay do khối u gây ra nữa. Tại có lần một y tá chăm sóc cho cô ấy nói với anh là loại ung thư mà Caroline mắc phải được giới y học gọi là Khối u Đê tiện, bởi vì nó biến bệnh nhân thành một quái vật. Thế nên đó là một cô nàng đã bị tổn thương một phần năm não bộ với Khối u Đê tiện vừa mới tái phát, và vì vậy cô ấy không phải là, em biết đấy, một hình tượng mẫu mực của chủ nghĩa anh hùng như các bệnh nhi ung thư biết vượt lên số phận. Cô ấy... nói thẳng ra là không khác gì bà chằn. Nhưng ta không thể nói trắng ra như vậy, vì cô ấy mang trong người khối u này, và bởi vì cô ấy cũng đã chết rồi. Và cô ấy có hàng tá lý do để khó chịu, em biết không?"

Tôi biết.

"Em có nhớ một đoạn trong cuốn *Nỗi đau tột cùng* khi Anna đang băng ngang sân bóng để đến lớp thể dục gì đó và bạn ấy bị ngã đập mặt xuống cỏ không? Đó là lúc bạn ấy biết rằng bệnh ung thư đã tái phát trở lại và tấn công hệ thần kinh của bạn ấy, bạn ấy đã không thể tự đứng dậy được. Bạn ấy nằm chết trân trên sân bóng, nhìn đám cỏ ở cự li thật gần, ghi nhận được ánh nắng lung linh trên từng ngọn cỏ... Anh không thuộc từng câu từng lời trong đó, nhưng đại ý là Anna đã có sự khám phá vĩ đại kiểu Walt Whitman: định nghĩa về nhân tính là khoảnh khắc mà chúng ta thấy kinh ngạc trước vẻ uy nghi của tạo hóa hay bất cứ điều gì. Em có nhớ đoạn đó không?"

"Em nhớ đoạn đó," tôi đáp.

"Trở lại câu chuyện, dù khi đó anh đã bị tước mất một chân do hóa trị nhưng anh vẫn quyết định lấy lại niềm tin và hy vọng. Không hẳn vì anh đã sống sót, mà vì anh cảm thấy giống như Anna trong tác phẩm vậy, chính là cảm giác hứng thú và biết ơn về việc còn có thể ngạc nhiên trước các sự vật sự việc quanh mình.

"Trong khi đó, ngược lại, Caroline ngày càng trở nên tệ hại. Cô ấy được xuất viện về nhà sau một thời gian và có những khoảnh khắc mà anh nghĩ rằng hai đứa anh có thể có một mối quan hệ bình thường nhưng thực sự không thể. Bởi cô ấy không biết chắt lọc giữa suy nghĩ và lời nói của mình, cứ thường xuyên thốt ra những lời buồn bã, khó chịu và thường khiến người nghe bị tổn thương. Tuy nhiên ta không thể chia tay với một cô gái bị u não. Ba mẹ cô ấy đều thương quý anh, và chưa kể cô ấy còn có một đứa em trai thật sự rất kháu. Ý anh là, làm sao anh có thể chấm dứt với cô ấy cơ chứ! Cô ấy *sắp chết* mà.

"Chuyện cứ dây dưa dai dẳng như vậy. Phải mất gần một năm, và trong một năm đó anh phải đi chơi với cô nàng mà cứ lâu lâu lại bật cười ngớ ngẩn, rồi còn chỉ vào cái chân giả của anh và gọi anh là Chàng Lùn."

"Ôi không," tôi kêu lên.

"Thế đó. Ý anh là, đó là do khối u, nó ăn não của cô ấy, em hiểu không? Hoặc cũng có thể không phải do khối u. Anh chẳng thể nào biết được, bởi vì cả hai không tách rời nhau – cô ấy và khối u. Nhưng khi cô ấy trở bệnh nặng hơn, cô ấy cứ lặp đi lặp lại những câu chuyện cũ và cười nhạo ý kiến nhận xét của chính mình ngay cả khi cô ấy đã lải nhải điều tương tự cả trăm lần trong ngày. Giống như cô ấy cứ giễu cợt anh hàng tuần liền là: 'Gus có một đôi chân tuyệt vời. Là chân đó nha!' rồi sau đó cười rộ lên như điên như dại."

"Ôi, anh Gus," tôi bật thốt. "Thật là..." Tôi không biết phải nói gì thêm. Anh không nhìn tôi, và tôi thấy mình thật đường đột khi cứ nhìn anh. Tôi cảm thấy anh hơi cúi người về phía trước, lảng tránh ánh nhìn của tôi. Anh lấy điếu thuốc ra khỏi miệng, nhìn chằm chằm vào nó và vân vê nó giữa ngón cái và ngón trỏ rồi sau đó lại ngậm lên miệng.

"Thật ra," cuối cùng anh cũng lên tiếng, "công bằng mà nói, anh *có* cái chân tuyệt vời."

"Em rất tiếc," tôi khẽ khàng. "Em thực sự rất tiếc."

"Anh không sao đâu, Hazel Grace. Nhưng anh phải nói rõ là, lần đầu khi anh nghĩ mình nhìn thấy bóng ma của Caroline Mathers tại Hội Tương Trợ, anh không hẳn đã vui hoàn toàn đâu. Đúng là anh đã nhìn em chằm chặp, nhưng anh không có tí khao khát nào, mong em hiểu ý anh." Anh rút gói thuốc từ trong túi ra và đặt điếu thuốc vào lại trong đó.

"Em rất tiếc." Tôi nói một lần nữa.

"Anh cũng thế."

"Em không bao giờ muốn làm thế với anh." Tôi bảo.

"Ồ, anh không phiền đâu, Hazel Grace. Thậm chí em có làm tan nát tim anh thì đối với anh, đó còn là đặc ân nữa kìa."

CHƯƠNG MƯỜI HAI

Tôi thức dậy lúc bốn giờ mà theo múi giờ Hà Lan thì trời đã hửng sáng. Mọi nỗ lực để ngủ trở lại đều không thành, vì vậy tôi nằm trên giường trong khi máy thở BiPAP cứ liên tục hết bơm không khí vào lại rút khí thải ra. Tuy tôi thích nghe âm thanh tựa một chú rồng đang thở phát ra từ chiếc máy nhưng tôi vẫn ước mình có thể chủ động chọn nhịp thở cho chính mình.

Tôi lấy cuốn *Nỗi đau tột cùng* ra đọc lại cho đến khi Mẹ tỉnh dậy lúc sáu giờ sáng. Bà lăn qua phía tôi đang nằm và rúc đầu vào vai tôi, khiến tôi chợt thấy khó chịu và mơ hồ nhớ cảm giác Augustinô.

Nhân viên khách sạn phục vụ bữa sáng tận phòng cho

chúng tôi, một thực đơn thật hợp ý tôi với *các món thịt được chế biến công phu* và hoàn toàn 'nói không' với công thức quen thuộc của bữa sáng kiểu Mỹ. Chiếc váy tôi định mặc đến gặp Peter Van Houten đã được 'đặc cách' lên trình làng trong bữa ăn tối lãng mạn ở Oranjee. Vì vậy sau khi tôi tắm táp và rũ thẳng tóc, tôi mất đứt ba mươi phút tranh luận với Mẹ về những ưu – khuyết của những bộ trang phục mang theo trước khi quyết định diện giống như Anna trong *Nỗi đau tột cùng*, càng giống càng tốt: một đôi giày đế mềm hiệu Chuck Taylor cùng quần jean sậm màu như bạn ấy luôn mặc, và một áo T-shirt màu xanh lơ.

Trên chiếc áo in một tác phẩm Siêu thực nổi tiếng của René Magritte, trong đó ông đã vẽ một tẩu thuốc kèm dòng ghi chú bên dưới được viết theo kiểu chữ thảo *Ceci n'est pas une pipe.* ("Đây không phải là một tẩu thuốc.")

Mẹ nói: "Mẹ thật không hiểu cái hình trên áo."

"Ông Peter Van Houten sẽ hiểu nó, Mẹ tin con đi. Có đến khoảng bảy ngàn ẩn dụ kiểu Magritte trong siêu phẩm *Nỗi đau tột cùng* mà."

"Nhưng nó *là* một tẩu thuốc."

"Không, không phải," tôi nói. "Đó là *hình vẽ* của một tẩu thuốc. Mẹ hiểu không, mọi hình ảnh đại diện cho một vật nào đó vốn đều là trừu tượng. Lập luận này thật thông minh."

"Sao mà con lớn nhanh như thổi và hiểu được những điều mà người mẹ cổ lỗ sĩ của con thấy khó hiểu nhỉ?"

Mẹ thắc mắc. "Với Mẹ vẫn mới như ngày hôm qua, khi còn giải thích cho bé Hazel bảy tuổi tại sao bầu trời lại có màu xanh. Chắc hẳn khi đó con nghĩ rằng Mẹ là một thiên tài ha!"

"Tại sao bầu trời *lại* màu xanh vậy Mẹ?" Tôi hỏi.

"Bởi vì..." bà dài giọng. Tôi phá lên cười nắc nẻ.

Càng gần đến mười giờ, tôi càng hồi hộp lo lắng: hồi hộp vì sắp gặp anh Augustus; hồi hộp vì sắp gặp Peter Van Houten; lo lắng rằng bộ trang phục tôi đang mặc không bắt mắt; lo lắng rằng chúng tôi sẽ không tìm đúng nhà ông văn sĩ vì mọi ngôi nhà ở Amsterdam trông khá giống nhau; lo lắng rằng chúng tôi sẽ bị lạc và không bao giờ tìm được đường về lại Khách sạn Filosoof; hồi hộp lo lắng, lo lắng hồi hộp. Mẹ cố gắng trò chuyện với tôi nhưng thực sự tôi không để tâm lắng nghe. Tôi vừa định nhờ Mẹ đi lên lầu trên xem anh Augustus đã thức chưa thì nghe tiếng anh gõ cửa phòng.

Tôi ra mở cửa. Anh nhìn chiếc áo và mỉm cười. "Buồn cười quá!" Anh nhận xét.

"Đừng nói ngực em buồn cười," tôi hờn mát.

"Có người lớn ở đây nha," Mẹ nhắc nhở từ phía sau. Vì tôi đã làm Augustus đỏ mặt và kéo anh ra khỏi trò chòng ghẹo của anh, nên cuối cùng tôi đủ can đảm liếc nhìn lên anh.

"Thật sự Mẹ không muốn đi cùng tụi con à?" Tôi hỏi Mẹ.

"Mẹ sẽ tham quan Bảo tàng Rijksmuseum và Công viên

Vondelpark hôm nay," bà sôi nổi nói. "Thêm nữa là Mẹ chẳng mê tác phẩm của ông ấy. Không có ý xúc phạm gì thần tượng của con đâu nhé. Nhớ gửi lời cảm ơn của chúng ta đến ông ấy và cô Lidewij nhé!"

"Dạ được," tôi đáp. Tôi ôm Mẹ, và bà âu yếm hôn phía trên vành tai tôi.

Khu nhà trắng nơi Peter Van Houten ở nằm ngay góc ngã tư cùng dãy phố với khách sạn, trên đường Vondelstraat, đối diện với công viên. Nhà số 158. Một tay anh Augustus cầm hộ giá ô-xy, tay còn lại anh dắt tôi bước ba bước về phía cánh cửa sơn màu xanh – đen. Tim tôi đập thình thịch. Chỉ còn cách một cánh cửa nữa thôi tôi sẽ có được câu trả lời mà mình luôn ước ao được biết kể từ lần đầu tiên đọc trang cuối cùng dở dang của tác phẩm này.

Tôi có thể nghe thấy tiếng bass ầm ầm bên trong, lớn đến nổi mấy bệ cửa sổ cũng phải rung chuyển. Không biết Peter Van Houten có con nhỏ thích nghe nhạc rap hay không?

Tôi nắm lấy vòng sắt gõ cửa hình đầu sư tử và ngập ngừng đập vào cửa. Tiếng bass vẫn vọng ra từ bên trong. "Có lẽ ông ấy không nghe thấy giữa tiếng nhạc chói tai này đâu," Augustus nói. Anh nắm lấy cái vòng sắt và đọng cửa mạnh hơn.

Tiếng nhạc tắt hẳn, thay vào đó là tiếng chân lê bước ra cửa. Tiếng mở chốt cửa. Thêm một chốt khác. Rồi cánh cửa cọt kẹt hé mở. Một người đàn ông bụng phệ, tóc lưa thưa, gò má xệ, và bộ râu lún phún chắc một tuần chưa cạo bước ra, nheo mắt trước ánh sáng mặt trời. Ông ta mặc bộ đồ ngủ màu lam nhạt, giống mấy ông già trong các bộ phim cũ. Mặt và bụng ông ta thật tròn trịa trong khi hai cánh tay thì khẳng khiu, nên trông ông ta giống như một quả bóng tròn với bốn cái que xiên vào nó. "Chú Van Houten phải không ạ?" anh Augustus cất tiếng hỏi, giọng anh hơi cao hơn bình thường.

Cánh cửa đóng sầm một phát. Phía sau cửa, một chất giọng the thé hét lên, ngắt quãng, "LEEE-DUH-VIGH!" (Trước đó, tôi toàn phát âm tên chị trợ lý của ông ta là lid-uh-widge.)

Chúng tôi có thể nghe thấy cuộc đối thoại ở bên kia cánh cửa. "Họ đến rồi hả chú Peter?" Giọng người phụ nữ hỏi.

"Có — cô Lidewij này, có hai đứa thiếu niên 'hiện hồn' ở trước cửa."

"Hiện hồn?" Chị hỏi lại bằng âm giọng Hà Lan thánh thót rất dễ thương.

Van Houten hấp tấp tuôn một tràng. "Là bóng ma, bóng quỷ, ma-cà-rồng, ma cà tưng, *hồn ma bóng quế hiện về*, Lidewij. Làm sao mà một người đang học cao học về văn chương Mỹ như cô lại có thể sở hữu kỹ năng tiếng Anh tệ lậu như vậy hả?"

"Chú Peter, mấy em đó không phải là ma quỷ gì hết. Đó là Augustus và Hazel, những fan hâm mộ trẻ mà gần đây chú đã phúc đáp thư từ qua lại."

"Chúng — cái gì? Chúng — tôi tưởng chúng nó đang ở Mỹ chứ!"

"Vâng, nhưng chú đã mời hai em ấy đến đây, chú nhớ không?"

"Cô có biết lý do tại sao tôi rời nước Mỹ không, cô Lidewij? Tôi đi để mà tôi không bao giờ gặp phải bọn người Mỹ nữa."

"Nhưng chú là người Mỹ."

"Một sự thật không thể sửa chữa được, có vẻ như thế. Nhưng đối với *mấy đứa* Mỹ này, cô phải bảo chúng nó rời khỏi đây ngay, rằng đó là một sai lầm khủng khiếp, rằng thằng cha Van Houten chết tiệt chỉ mời lơi thế thôi chứ không phải thật tâm muốn vậy, cho nên cần phải đọc và hiểu lời mời ấy một cách tượng trưng."

Có vẻ như tôi suýt chút nữa là nôn mửa. Tôi nhìn qua phía Augustus, anh đang dán chặt mắt vào cánh cửa, và tôi thấy anh buông thông hai vai.

"Cháu sẽ không làm vậy đâu, chú Peter," tiếng chị Lidewij trả lời. "Chú *phải* gặp họ. Chú phải làm như vậy. Chú cần gặp gỡ hai em ấy. Chú cần thấy công việc viết lách của chú có sức ảnh hưởng thế nào."

"Cô Lidewij, có phải cô cố tình qua mặt tôi để sắp xếp chuyện này không?"

Một sự im lặng kéo dài, và cuối cùng cánh cửa lại mở ra lần nữa. Người đàn ông hết nhìn anh Augustus lại quay đầu nhìn sang tôi, mắt vẫn nheo nheo. "Ai trong hai cô cậu là Augustus Waters?" ông ta hỏi. Anh Augustus ngập ngừng giơ tay. Van Houten gật đầu và nói tiếp, "Thế cậu đã 'cưa đổ' cô nàng đó chưa?"

Và lần đầu tiên và duy nhất tôi chứng kiến một Augustus Waters thực sự không nói nên lời. "Cháu," anh ngắc ngứ, "ừm, cháu, Hazel, ừm. À."

"Cậu bé này dường như bị một chứng bệnh chậm phát triển nào đó," Peter Van Houten kết luận với Lidewij.

"*Chú Peter*," chị mắng ông.

"À," Peter Van Houten vừa nói vừa chìa tay về phía tôi. "Dù sao thì cũng rất vui khi được gặp những sinh vật không thể tồn tại về mặt bản thể." Tôi bắt tay ông ta – một bàn tay sưng húp, và nhìn ông ta bắt tay với anh Augustus. Tôi đã tự hỏi *về mặt bản thể* nghĩa là gì. Dù sao, tôi cũng thích thuật ngữ này. Anh Augustus và tôi đều thuộc Câu lạc bộ Những sinh vật Không thể tồn tại gồm chúng tôi và bọn thú mỏ vịt.

Tất nhiên, tôi đã hy vọng rằng Peter Van Houten là một người ôn hòa mực thước, nhưng quả thật thế giới này không phải là một công xưởng sản xuất điều ước. Điều quan trọng là cánh cửa đã được mở và tôi đã bước qua ngưỡng cửa đó, vào bên trong để tìm hiểu những chuyện xảy ra sau khi kết thúc truyện *Nỗi đau tột cùng*. Vậy là đủ. Chúng tôi đi theo ông ta và chị Lidewij vào trong nhà, băng qua một bàn ăn bằng gỗ sồi khổng lồ với chồng chơ hai chiếc ghế, để vào một phòng khách lạnh lẽo đến rợn tóc gáy.

Nó trông giống một bảo tàng, nhưng chẳng có tranh ảnh nghệ thuật nào trên những bức tường trắng toát. Ngoại trừ một chiếc ghế xô-pha và một chiếc ghế nệm dài, đều bằng thép bọc da màu đen, căn phòng dường như trống rỗng. Thế rồi tôi để ý thấy phía sau ghế xô-pha có hai túi rác lớn màu đen, căng phồng và buộc xoắn ở miệng túi.

"Rác à?" Tôi thì thầm với anh Augustus, giọng thẽ thọt đủ để không ai khác nghe thấy.

"Thư của fan hâm mộ," Van Houten trả lời khi ông ta ngồi phịch xuống ghế nệm. "Mười tám năm được ngần đấy. Không thể mở ra. Đáng sợ lắm. Thư của cô cậu là những bức thư đầu tiên mà tôi đã trả lời, và hãy nhìn xem kết quả thế nào đây. Thành thật mà nói tôi thấy hành động của các độc giả hoàn toàn chẳng hay ho tí nào."

Điều đó lý giải tại sao ông ta không bao giờ trả lời thư của tôi: Ông ta chưa bao giờ đọc qua chúng. Tôi tự hỏi tại sao ông ta giữ tất cả thư từ lại, chưa nói đến việc cất chúng trong một căn phòng khách trang trọng dù trống toác thế này. Van Houten 'thượng' hai bàn chân lên chiếc ghế đệm thấp, đôi dép lê bắt chéo nhau. Ông ta ra hiệu về phía chiếc ghế nệm dài. Anh Augustus và tôi ngồi xuống cạnh nhau, nhưng không *quá* sát nhau.

"Hai em ăn sáng chút gì nhé?" Chị Lidewij mời.

Tôi vừa định trả lời là chúng tôi đã ăn sáng rồi thì Van Houten chen ngang. "Còn quá sớm để nghĩ đến chuyện ăn sáng, cô Lidewij."

"Ồ, hai em đến từ nước Mỹ, chú Peter à. Nên lúc này đã quá giờ trưa đối với bụng của hai em ấy rồi."

"Vậy thì lúc này cũng quá trễ để ăn sáng rồi," ông ta tiếp tục. "Tuy nhiên, đã quá giờ trưa thì tại sao chúng ta không thưởng thức rượu hoa quả nhỉ. Cô bé có uống rượu Scotch không?" Ông ta hỏi tôi.

"Cháu á—ừm, không, cháu không cần uống gì đâu," tôi đáp.

"Cậu Augustus Waters?" Van Houten hỏi, hất đầu về phía Gus.

"Ừm, cháu cũng không cần."

"Vậy thì chỉ có mình tôi thôi, cô Lidewij. Rượu Scotch và nước nhé." Van Houten chuyển sự chú ý của mình sang Gus, ông ta hỏi: "Cậu có biết cách chúng tôi pha rượu Scotch với nước trong ngôi nhà này không?"

"Không, thưa chú," Gus trả lời.

"Chúng tôi đổ rượu Scotch vào ly và sau đó suy nghĩ đến nước trong tâm tưởng, thế rồi chúng tôi hòa rượu Scotch trên thực tế với ý nghĩ trừu tượng về nước."

Lidewij nói: "Có lẽ đầu tiên nên ăn sáng một ít, chú Peter."

Ông nhìn về phía chúng tôi và thì thào từng chữ, "Cô ấy nghĩ rằng tôi nghiện rượu."

"Và tôi nghĩ rằng mặt trời đã lên cao," Lidewij đáp lời. Tuy nhiên, chị vẫn bước đến quầy rượu trong phòng khách, với tay lấy một chai Scotch, và rót lấy một nửa ly rồi mang nó đến cho ông ta. Peter Van Houten nhấp một ngụm, sau đó ngồi thẳng dậy trên ghế. "Rượu ngon thế này phải uống với tư thế chuẩn nhất," ông ta nói.

Tôi chợt ý thức về tư thế ngồi của mình và hơi thẳng lưng lên một chút trên chiếc ghế nệm dài. Tôi sắp xếp lại dây nhợ của mình. Ba luôn luôn nói với tôi là chúng ta có thể đánh giá một người qua cách họ đối xử với trợ lý và người phục vụ bàn. Theo cách đó thì Peter Van Houten có thể là kẻ xấu xa đê tiện nhất trần đời. "Vậy là cậu thích cuốn sách của tôi," ông ta nói với Augustus sau khi nhấp một ngụm rượu nữa.

"Dạ," tôi hào hứng đáp thay anh Augustus. "Dạ vâng, chúng cháu— à, anh Augustus đây đã quyết định Điều Ước của mình là được đến đây gặp chú và nghe chú tiết lộ cho tụi cháu biết chuyện gì xảy ra sau khi kết thúc cuốn *Nỗi đau tột cùng.*"

Van Houten không nói gì, chỉ cầm lấy ly rượu nốc một hơi.

Sau một phút, anh Augustus lên tiếng, "Cuốn sách của chú có thể xem là đã đưa chúng cháu đến với nhau."

"Nhưng cô cậu không đến với nhau," ông ta buông lời nhận xét mà chẳng buồn liếc nhìn tôi.

"Nó đã đưa chúng cháu gần đến với nhau," tôi chỉnh lại.

Giờ thì ông ta quay sang tôi. "Cô đã cố tình ăn mặc giống như con bé phải không?"

"Bạn Anna ạ?" Tôi hỏi.

Ông ta chỉ nhìn tôi chằm chặp.

"Phần nào," tôi nói.

Ông ta lại nốc một hơi nữa, sau đó nhăn mặt. "Tôi không có nghiện rượu," ông ta tuyên bố, bất chợt to tiếng một cách không cần thiết. "Tôi có một mối quan hệ mật thiết với rượu: Tôi có thể kể chuyện cười, cai trị nước Anh và làm bất cứ điều gì tôi muốn làm. Ngoại trừ chuyện cai rượu." Ông ta liếc nhìn chị Lidewij và hất đầu về phía ly của mình. Chị cầm lấy nó quay về quầy rượu. "Nhớ *nghĩ* đến nước nhé, cô Lidewij," ông ta hướng dẫn.

"Vâng ạ, biết rồi khổ lắm nói mãi!" Chị đáp, phát âm lơ lớ giọng Mỹ.

Ly rượu thứ hai đã tới. Van Houten lại duỗi cột sống lần nữa với tất cả lòng tôn sùng rượu. Ông ta tuột đôi dép ra, để lộ hai bàn chân thực sự xấu xí. Ông ta mỗi lúc một phá hỏng hình tượng thiên tài viết lách trong mắt tôi. Nhưng ông ta có câu trả lời cho những câu hỏi của tôi.

"À, ừm," tôi nói, "đầu tiên, chúng cháu muốn cảm ơn chú đã mời bữa tối đêm qua và—"

"Chúng ta đã trả tiền bữa ăn tối qua à?" Van Houten hỏi chị Lidewij.

"Vâng, tại Oranjee."

"À, thế à. Ừ, tin tôi đi, người cô cậu phải cảm ơn không phải là tôi mà là cô Lidewij, người đặc biệt có khiếu trong việc xài tiền của tôi."

"Đó là tấm lòng của chúng tôi," chị Lidewij từ tốn.

"Vâng, dù sao đi nữa cũng xin cảm ơn," anh Augustus chen vào. Tôi có thể nghe giọng anh thoáng chút bực bội.

"Vậy giờ có tôi đây," Van Houten nói sau một lúc. "Cô cậu muốn hỏi gì?"

"Ừm," Augustus bật thốt.

"Anh chàng này dường như có ngòi bút sắc sảo hơn là lời nói," Van Houten nói với chị Lidewij về Augustus. "Có lẽ căn bệnh ung thư đã tấn công vào não cậu ta."

"Chú Peter," Lidewij thốt lên, giọng thoáng chút kinh hãi.

Tôi cũng giật bắn mình. Nhưng có một sự thật dễ chịu là một người ti tiện hèn hạ như thế luôn bất lịch sự trước tất cả mọi người, với chúng tôi cũng sẽ chẳng tử tế gì hơn. "Thật ra chúng cháu có một số câu hỏi," tôi nói. "Cháu đã liệt kê chúng trong email gửi chú, không biết chú còn nhớ không."

"Tôi chẳng nhớ gì sất."

"Trí nhớ của chú ấy đã giảm sút," chị Lidewij giải thích.

"Phải chi mà trí nhớ của tôi giảm sút," Van Houten vặc lại.

"Trở lại câu hỏi của chúng cháu," tôi nhắc lại.

"Cô bé tự xưng là 'chúng cháu' kìa," Peter nói bâng quơ. Thêm một ngụm rượu. Tôi không biết rượu Scotch có vị như thế nào, nhưng nếu nó có vị giống sâm-banh thì tôi không thể hình dung làm thế nào ông ta có thể uống quá nhiều, quá nhanh, và quá sớm vào buổi sáng như vầy. "Cô bé có từng nghe qua 'Nghịch lý của Zeno về Achilles và con rùa' chưa?" Ông ta hỏi tôi.

"Chúng cháu có một số thắc mắc xoay quanh những chuyện đã xảy ra với các nhân vật sau khi kết thúc truyện, nhất là Anna—"

"Cô bé nhầm ở chỗ tôi cần phải nghe câu hỏi trước rồi mới trả lời. Cháu có biết triết gia Zeno không?" Tôi ngơ ngác lắc đầu. "Trời ơi! Zeno là một nhà triết học trước thời Socrates, người đã phát hiện ra bốn mươi nghịch lý trong thế giới quan của Parmenides đưa ra trước đó — chắc chắn cháu phải biết Parmenides rồi," ông ta nói chắc nịch, và tôi gật đầu xác nhận rằng tôi biết Parmenides, mặc dù tôi chẳng có chút ý niệm nào về vị này. "Tạ ơn Chúa," ông ta nói tiếp. "Zeno đặc biệt chuyên chỉ ra những điểm không chính xác và quá đơn giản hóa vấn đề của Parmenides, một việc không mấy khó khăn, vì Parmenides luôn sai be bét trong mọi nhận định. Parmenides chỉ hữu dụng trong đúng một trường hợp duy nhất khi chúng ta có một người quen luôn chọn sai ngựa chiến mỗi dịp chúng ta đưa anh chàng này đến trường đua và cá cược với hắn. Nhưng phát hiện quan trọng nhất của Zeno—khoan đã, hãy chứng minh cho tôi thấy rằng cô cậu biết nhạc hip-hop của Thụy Điển nào."

Tôi không chắc liệu có phải Peter Van Houten đang nói đùa không. Sau một lúc, anh Augustus trả lời thay tôi. "Chỉ biết chút chút!"

"Được rồi, nhưng có lẽ có biết đến album trứ danh *Fläcken* của Afasi och Filthy."

"Chúng cháu không biết," tôi đáp thay cho cả hai.

"Lidewij, bật bản 'Bomfalleralla' ngay cho tôi." Chị Lidewij đi đến bên một máy nghe nhạc MP3, hơi xoay trục đĩa một chút rồi nhấn nút phát. Một bài nhạc rap nổi lên dồn dập từ mọi hướng. Nó nghe như một bài rap khá bình thường, ngoại trừ phần ca từ bằng tiếng Thụy Điển.

Sau khi bài nhạc kết thúc, Peter Van Houten nhìn chúng tôi chờ đợi, cặp mắt ti hí của ông ta mở to hết cỡ. "Hay không?" ông ta hỏi. "Hay không?"

Tôi nói, "Cháu xin lỗi chú, nhưng chúng cháu không biết tiếng Thụy Điển".

"Chậc, tất nhiên là không rồi, tôi cũng chẳng biết một chữ bẻ đôi. Ai điên mà đi học tiếng Thụy Điển chứ!? Điều quan trọng không phải nằm ở chỗ mấy ca từ vớ vẩn ấy đang *nói gì*, mà chính là ta *cảm thụ* lời bài hát ra sao. Chắc hẳn cháu cũng biết rằng chỉ có hai cảm xúc tồn tại thôi, đó là tình yêu và sự sợ hãi. Và đó là cách Afasi och Filthy lèo lái giữa hai cảm xúc này bằng một phương tiện mà chúng ta khó tìm thấy trong nhạc hip-hop bên ngoài biên giới Thụy Điển. Cô bé có muốn nghe lại lần nữa không?"

"Chắc chú đang đùa với tụi cháu!" Gus nói.

"Gì cơ?"

"Đây là kiểu nói chuyện của chú ấy à?" anh hướng mắt nhìn lên Lidewij và hỏi, "Chị?"

"Chị e là không," Lidewij trả lời. "Chú ấy không phải lúc nào cũng—hôm nay quá bất thường—"

"Thôi, cô im ngay, cô Lidewij. Rudolf Otto từng nói nếu ta chưa từng gặp một điều gì bí ẩn, nếu chưa từng trải qua một sự kiện mà ta *không thể lý giải được*, thì công trình nghiên cứu của ông không dành cho ta. Và tôi xin thưa với cô cậu, hai người bạn trẻ, rằng nếu cô cậu đây không thể nghe thấy phản ứng can đảm của Afasi och Filthy trước nỗi sợ hãi, thì tác phẩm của tôi không dành cho hai người."

Tôi xin nhấn mạnh điều này: Đó là một bài rap hoàn toàn bình thường, trừ chuyện bằng tiếng Thụy Điển. "Ừm," tôi nói. "Vậy về tác phẩm *Nỗi đau tột cùng*. Mẹ của Anna, khi kết thúc truyện, bà đang—"

Van Houten ngắt lời tôi, vừa nói vừa gõ ngón tay vào ly rượu cho đến khi chị Lidewij rót đầy lần nữa. "Vậy Zeno nổi tiếng nhất nhờ nghịch lý con rùa của ông. Hãy tưởng tượng rằng cô bé đang chạy đua cùng một chú rùa, trong đó cô chấp rùa chạy trước mười thước. Trong khoảng thời gian cô bé chạy hết mười thước đó thì chú rùa đã dẫn trước thêm khoảng một thước. Và trong thời gian cô chạy thêm một thước đó thì chú rùa cũng đồng thời lết được thêm một đoạn. Cứ như thế, dù cô bé có chạy nhanh hơn rùa thì cũng không bao giờ có thể bắt kịp chú; cô bé chỉ có thể rút ngắn khoảng cách giữa mình với rùa thôi.

"Tất nhiên, cô bé có thể chạy vượt mặt chú rùa mà không suy ngẫm về khía cạnh cơ học liên quan, nhưng bài toán làm thế nào để có thể đạt được điều đó hóa ra lại vô cùng phức tạp. Và không có ai thực sự giải quyết được bài toán này cho đến khi Cantor chứng minh cho chúng ta thấy rằng có những tập hợp số vô hạn lớn hơn những tập hợp số vô hạn khác."

"Dạ," tôi nói.

"Tôi cho rằng những gì tôi vừa trao đổi đã trả lời cho câu hỏi của cô bé," ông ta tự tin nói, sau đó sảng khoái nốc một ngụm rượu rõ to.

"Không hẳn thế," tôi vẫn lì lợm. "Tụi cháu đều tự hỏi là sau đoạn kết của *Nỗi đau tột cùng*—"

"Tôi phủ nhận tất cả mọi thứ trong cuốn tiểu thuyết thối tha đó," Van Houten cắt ngang lời tôi.

"Không," tôi kêu lên.

"Gì chứ?"

"Không, cháu không chấp nhận," tôi phản đối. "Cháu hiểu rằng câu chuyện kết thúc lưng chừng vì Anna qua đời hoặc quá ốm yếu không thể tiếp tục kể chuyện. Nhưng chú đã hứa sẽ nói cho chúng cháu biết những gì sẽ xảy ra với các nhân vật, và đó là lý do tại sao chúng cháu ở đây. *Chúng cháu, cháu* cần chú nói cho cháu biết."

Van Houten thở dài. Lại tợp một ngụm nữa rồi ông ta mới khề khà, "Được rồi, cô bé muốn biết chuyện của ai?"

"Mẹ của Anna, Chú Tulip Hà Lan, chú Chuột hamster Sisyphus, tức là— những chuyện sau đó của tất cả mọi người."

Van Houten nhắm mắt lại, phồng má thở hắt ra, rồi ngước lên nhìn mấy thanh rầm gỗ đan chéo nhau trên trần nhà. "Con chuột hamster đó," ông ta thủng thẳng nói sau một lúc trầm ngâm. "Chú chuột được Christine nhận nuôi," đó là một trong số bạn bè cũ của Anna hồi trước khi bạn ấy phát bệnh. Cũng có lý. Christine và Anna đã cùng chơi với Sisyphus trong một vài đoạn của truyện. "Chú được Christine mang về nuôi và sống thêm một vài năm sau đó rồi chết thanh thản trong giấc ngủ thiên thu của loài chuột."

Giờ mọi việc đang tiến triển hơn. "Tuyệt," tôi reo. "Tuyệt thật. Được rồi, thế còn Chú Tulip Hà Lan. Ông ấy có phải là kẻ bội tín không? Liệu ông ấy và mẹ của Anna có kết hôn với nhau không?"

Van Houten vẫn nhìn chằm chằm lên các thanh rầm trên trần. Ông ta lại nhấp một ngụm rượu, cái ly lại gần như cạn. "Cô Lidewij, tôi không thể làm việc này. Tôi không thể. Tôi *không thể* mà." Ông ta hướng ánh mắt sang phía tôi. "*Chẳng có gì* xảy ra với Chú Tulip Hà Lan cả. Ông ấy không phải là kẻ lừa đảo và cũng không là kẻ lừa đảo; ông ấy là *Đức Chúa Trời*. Ông ấy là một hình tượng ẩn dụ rõ ràng và hiển nhiên của *Chúa*, hỏi những gì xảy đến với người này cũng hóc búa tương tự như hỏi chuyện gì đã xảy ra với cặp mắt quái gở của Bác sĩ T. J. Eckleburg trong *Gatsby* vậy. Liệu ông ấy và mẹ của Anna có kết hôn không hả? Chúng ta đang nói về một cuốn tiểu thuyết, cô nhóc ạ, không phải là tiểu sử của một ai cả."

"Phải, nhưng chắc hẳn chú đã nghĩ đến những chuyện sẽ xảy ra với họ, ý cháu là với các nhân vật, tức là tách bạch họ với ý nghĩa ẩn dụ, đại khái là vậy."

"Đó là những nhân vật hư cấu," ông ta nói, lại gõ ly rượu lần nữa. "Không có gì xảy ra với họ cả."

"Chú nói chú sẽ cho cháu biết," tôi khăng khăng. Tôi nhắc mình phải cương quyết. Tôi cần phải hướng sự chú ý của vị tác giả lẩn thẩn này vào câu hỏi của mình.

"Có lẽ thế, nhưng tôi đã bị ấn tượng sai lầm rằng cô bé không thể du lịch xuyên Đại Tây Dương như vầy. Tôi đã cố gắng... để an ủi cô bé, tôi nghĩ vậy, chuyện mà lẽ ra tôi không nên dại dột thử. Nhưng nói thẳng thừng thì cái ý tưởng rất trẻ con là tác giả của một cuốn tiểu thuyết hẳn phải thấu hiểu sâu sắc các nhân vật trong đó... thì thật nực cười. Cuốn tiểu thuyết được sáng tác từ các phác thảo nguệch ngoạc trên một trang giấy, bé con ạ. Các nhân vật sống trong truyện không tồn tại bên ngoài mấy cái ý tưởng phác thảo đó. Điều gì *đã xảy ra* với họ ư? Tất cả bọn họ đều không còn tồn tại vào thời điểm cuốn tiểu thuyết kết thúc."

"Không," tôi nói và đẩy mình đứng lên. "Không, cháu hiểu điều đó, nhưng không thể không tưởng tượng đến một tương lai cho họ. Và chú là người có năng lực nhất để tưởng tượng đến tương lai đó. Phải có chuyện gì đó đã xảy ra với mẹ của Anna. Hoặc cô có kết hôn hay không. Hoặc cô có chuyển đến Hà Lan với Chú Tulip Hà Lan hay không. Hoặc cô có sinh thêm con nữa hay không. Cháu cần biết những gì sẽ xảy ra với cô ấy."

Van Houten mím môi. "Tôi rất tiếc rằng tôi không thể nuông chiều ý thích bốc đồng trẻ con của cô bé, và tôi cũng từ chối thương hại cô bé theo cách mà cô bé đã quen."

"Cháu không cần chú thương hại gì hết," tôi đáp.

"Giống như mọi đứa trẻ bị bệnh," ông ta thản nhiên bình luận, "cô bé nói mình không muốn được thương hại, nhưng mỗi giây mỗi phút tồn tại của cô bé đều phụ thuộc vào nó."

"Kìa chú Peter," chị Lidewij gắt lên, nhưng ông ta vẫn tiếp tục khi ngồi ngả ngớn trên xô-pha, từng lời sang sảng buông ra từ cái miệng say khướt của ông ta. "Trẻ em mắc bệnh rõ ràng đã trở thành tù nhân bị giam giữ: Định mệnh buộc cô cậu sống lay lắt qua ngày chẳng khác gì một đứa trẻ từ khi được chẩn bệnh, một đứa trẻ tin rằng có cuộc sống tồn tại sau khi một cuốn tiểu thuyết kết thúc. Và chúng tôi, những người lớn, chúng tôi thương hại trước điều này, nên chúng tôi chi trả phí điều trị cho cô cậu, cho máy tạo ô-xy của cô bé. Chúng tôi cung cấp cho cô bé thức ăn và nước uống dù cô bé không sống đủ lâu—"

"CHÚ PETER!" chị Lidewij gắt um.

"Cô bé là một tác dụng phụ," Van Houten vẫn ngoan cố, "của một quá trình tiến hóa nghèo quan tâm đến cuộc sống của các cá nhân. Cô bé là một thí nghiệm thất bại của quá trình đột biến."

"CHÁU XIN NGHỈ VIỆC!" chị Lidewij hét lên, nước mắt lưng tròng. Nhưng tôi không tức giận. Người ngồi đối diện đang tìm cách nói gây tổn thương nhất để biểu đạt sự thật, nhưng tất nhiên là tôi đã biết sự thật này. Tôi đã có nhiều năm nằm chú mục lên trần nhà từ phòng ngủ riêng của mình đến Phòng chăm sóc đặc biệt ICU, và vì vậy từ lâu tôi đã tìm thấy những cách gây tổn thương nhất để hình dung về căn bệnh của mình. Tôi bước về phía ông ta. "Nghe này, ông chú cốt đột," tôi nói, "ông không cần nói cho tôi biết bất cứ điều gì về căn bệnh mà tôi đã biết tỏng tòng tong. Tôi cần một và chỉ một điều từ ông trước khi tôi bước ra khỏi cuộc đời ông mãi mãi: ĐIỀU GÌ XẢY ĐẾN VỚI MẸ CỦA ANNA?"

Ông nhà văn mơ hồ ngẩng chiếc cằm nọng mỡ của mình về phía tôi và nhún vai. "Tôi không thể cho cô bé biết những gì sẽ xảy ra với bà ấy cũng như tôi không thể cho cô bé biết những gì sẽ xảy đến với Người kể chuyện của Proust, hay cô em gái yêu quý của Holden Caulfield hay Huckleberry Finn sau khi cậu thình lình bỏ đi đến địa phận của những người da đỏ."

"NHẢM NHÍ! Thật nhảm nhí. Chỉ cần cho tôi biết! Bịa đại chuyện gì đó đi!"

"Không, và tôi sẽ cảm ơn nếu cô bé không nói tục trong nhà tôi. Điều đó không giúp cô bé trở thành quý cô thanh lịch được đâu."

Thật ra tôi chẳng thấy tức giận gì, tôi chỉ muốn tập trung lấy bằng được thông tin mà tôi đã được hứa. Trong cơn bộc phát, tôi đưa tay xuống và hất thẳng vào bàn tay múp míp đang cầm ly Scotch. Phần rượu Scotch còn lại bắn tung tóe khắp mặt Van Houten, chiếc ly nảy ra khỏi mũi ông ta, xoay một vòng điệu nghệ trong không trung rồi đáp xuống sàn gỗ cứng lâu năm, vỡ tan tành thành trăm mảnh.

"Lidewij," Van Houten bình thản nói, "Tôi muốn uống một ly martini, làm phiền cô. Nhớ thêm một xíu rượu vang trắng vermouth nhé."

"Cháu đã thôi việc," Lidewij nói sau một lúc.

"Cô đừng cư xử buồn cười thế."

Tôi không biết phải làm gì tiếp theo. Cư xử đàng hoàng không hiệu quả. Cư xử thô lỗ cũng chẳng nên cơm cháo gì. Tôi cần một câu trả lời. Tôi đã cướp Điều Ước của anh Augustus, bay một chặng đường dài để đến được đây. Tôi cần phải biết câu trả lời.

"Bé con đã bao giờ dừng lại và tự hỏi," ông ta nói, giọng càng lúc càng nhừa nhựa, "tại sao bé con lại quá để tâm đến mấy câu hỏi ngớ ngẩn của mình chưa?"

"ÔNG ĐÃ HỨA!" Tôi hét lên, nghe tiếng khóc than rền rĩ bất lực của anh Isaac vang vọng từ Buổi Tối Đập Phá Cúp. Van Houten không buồn đáp.

Khi tôi còn đang đứng như trời trồng, chờ ông ta mở miệng nói gì đó với tôi thì tôi chợt cảm thấy bàn tay của anh Augustus nắm lấy tay mình. Anh kéo tôi đi ra phía cửa, và tôi thẫn thờ đi theo anh. Bên tai tôi còn nghe rõ tiếng Van Houten lên lớp Lidewij về sự vô ơn của thanh thiếu niên ngày nay và sự rệu rã của phép tắc lịch sự, và chị Lidewij, có phần nào kích động, đã quát vào mặt ông ta một tràng tiếng Hà Lan nghe như súng liên thanh.

"Cô cậu hãy rộng lòng tha thứ cho cựu trợ lý của tôi," ông ta nói. "Hà Lan là một ngôn ngữ nghe cứ như bệnh nhân đau họng đang hát."

Augustus kéo tôi ra cánh cửa, thoát khỏi căn phòng ngột ngạt đó, bước ra ngoài trời vào cuối buổi sáng mùa xuân, khi những bông hoa giấy hạt du vẫn lả tả bay trong gió.

Đối với tôi, không có khái niệm tẩu thoát. Nhưng chúng tôi vội vã leo xuống cầu thang, anh Augustus cầm hộ giá thép cho tôi, sau đó bước thấp bước cao đi ngược về Khách sạn Filosoof trên vỉa hè mấp mô những viên gạch hình chữ nhật được lát đan xen nhau. Lần đầu tiên kể từ sau câu chuyện về bộ đánh đu, tôi bắt đầu thút thít khóc.

"Này," anh Gus nói, chạm vào eo tôi. "Này. Không sao đâu." Tôi gật đầu và quệt mu bàn tay lau nước mắt. "Ông già xấu xa!" Tôi gật đầu lần nữa. "Anh sẽ viết cho em đoạn kết," anh nói. Lời anh nói càng làm tôi khóc to hơn. "Anh sẽ viết mà," anh dỗ dành. "Anh sẽ viết. Viết hay hơn bất kỳ ý tưởng nhảm nhí nào mà ông già say rượu đó có thể viết ra. Não của ổng toàn là pho mát Thụy Sĩ. Ổng thậm chí còn không nhớ đã từng viết cuốn sách này. Anh có thể viết hay gấp mười lần câu chuyện của ổng. Sẽ có đổ máu, lòng can đảm và sự hy sinh. Một sự giao thoa hoàn hảo giữa *Nỗi đau tột cùng* và *Cái giá của Bình minh*. Chắc chắn em sẽ thích nó." Tôi liên tục gật đầu, gượng gạo cười trấn an anh. Anh ôm choàng lấy tôi, đôi cánh tay mạnh mẽ kéo tôi ấp vào lồng ngực săn chắc của anh, nước mắt tôi loang ra chiếc áo thun pô-lô của anh. Một lúc sau tôi dần trấn tĩnh và đã có thể nói chuyện.

"Em đã phí phạm Điều Ước của anh vào ông già cốt đột đó," tôi nói nơi ngực anh.

"Hazel Grace. Không, anh tặng em Điều Ước duy nhất của anh. Nhưng em không tiêu phí nó vào ổng. Em đã sử dụng nó cho cả hai chúng ta."

Ở phía đằng sau, tôi nghe có tiếng gót giày gõ *lộp cộp* trên mặt đường. Tôi quay lại. Đó là chị Lidewij, nước kẻ mắt của chị theo nước mắt lem dài trên má, mặt vẫn chưa tan vẻ kinh hoàng, đang hấp tấp đuổi theo chúng tôi. "Có lẽ chúng ta nên đến tham quan Nhà lưu niệm Anne Frank," chị Lidewij hổn hển nói.

"Em sẽ không đi bất cứ nơi đâu với ông quái vật ấy," Augustus nói.

"Chú ấy không được mời," chị Lidewij trấn an.

Augustus vẫn ôm chặt tôi, đầy vẻ bảo vệ, tay anh ôm lấy khuôn mặt của tôi. "Em không nghĩ rằng—" anh vừa định nói tiếp thì tôi đã cắt ngang lời anh.

"Chúng ta nên đi." Tôi vẫn muốn có câu trả lời từ Van Houten. Nhưng đó không phải là tất cả những gì tôi muốn. Tôi chỉ còn vỏn vẹn hai ngày ở Amsterdam với Augustus Waters. Tôi sẽ không để cho một ông già chán đời phá hỏng quãng thời gian ngắn ngủi này.

Chị Lidewij lái một chiếc Fiat cà tàng màu xám với động cơ phát ra âm thanh nghe giống một bé gái bốn tuổi đang bị kích động. Vừa lái xe luồn lách giữa phố phường

Amsterdam, chị vừa xin lỗi rối rít: "Chị thành thật xin lỗi. Không có lời nào biện minh được. Chú ấy bị bệnh rất nặng," chị nói. "Nên chị cứ nghĩ rằng gặp hai em sẽ giúp chú ấy, cho chú thấy tác phẩm của chú đã lay động độc giả và ảnh hưởng trực tiếp đến cuộc sống của họ thế nào, nhưng... Chị vô cùng xin lỗi hai em, mọi chuyện diễn biến tệ hại và thật đáng xấu hổ." Cả anh Augustus và tôi đều không nói gì. Tôi ngồi ở ghế sau, phía sau lưng anh Gus. Tôi len tay vào khoảng trống giữa thành xe và thành ghế của anh, cố tìm tay anh nhưng tôi không thể tìm thấy. Chị Lidewij tiếp tục, "Chị đã tiếp tục công việc này vì chị tin rằng chú ấy là một thiên tài và vì thù lao cũng rất hậu hĩnh. Nhưng chú ấy đã biến thành quái vật."

"Có lẽ chú ấy thu được bộn tiền từ cuốn sách đó," tôi nói sau một hồi im lặng.

"Ồ, không không, chú ấy thuộc dòng dõi Van Houten," chị đính chính. "Vào thế kỷ mười bảy, dòng họ của chú đã phát hiện ra cách hòa tan ca cao với nước. Một vài thành viên của nhà Van Houten đã chuyển đến Hoa Kỳ từ lâu, trong đó có cả chú Peter. Nhưng chú ấy lại quay về Hà Lan sau khi phát hành cuốn tiểu thuyết đó. Chú ấy là nỗi xấu hổ của một gia đình danh gia vọng tộc."

Tiếng động cơ rít lên. Chị Lidewij sang số và xe chúng tôi chạy lên một cây cầu bắc ngang kênh. "Đó là do hoàn cảnh đẩy đưa thôi," chị nói. "Hoàn cảnh đã khiến chú ấy trở nên khắc nghiệt. Bản chất chú không phải là một người xấu xa. Nhưng hôm nay, chị không ngờ rằng—khi chú thốt lên những điều khủng khiếp ấy, chị không thể tin vào tai mình nữa. Chị thành thật xin lỗi. Vô vàn xin lỗi."

Chúng tôi phải đậu xe cách Nhà lưu niệm Anne Frank một dãy phố. Và trong khi chị Lidewij đứng xếp hàng chờ mua vé tham quan, tôi ngồi tựa lưng vào một thân cây nhỏ, mắt dõi theo những chiếc nhà thuyền neo dọc bờ kênh Prinsengracht. Anh Augustus đứng ngay cạnh bên, tay nghịch giá đỡ ô-xy của tôi và đăm đăm nhìn mấy cái bánh xe quay mòng mòng trong một quỹ đạo đơn điệu. Tôi muốn anh ngồi xuống cạnh mình, nhưng ý thức được đó là một yêu cầu rất khó đối với anh, và thậm chí khi đứng lên lại còn khó khăn hơn gấp bội. "Em ổn chưa vậy?" anh cúi xuống hỏi. Tôi nhún vai và đưa tay vịn vào chân anh. Đó là phía bên chân giả nhưng tôi vẫn bám chặt. Anh nhìn xuống tôi.

"Em muốn..." tôi mấp máy nói.

"Anh biết," anh cắt lời. "Anh biết mà. Rõ ràng thế giới này không phải là một công xưởng sản xuất điều ước." Lời anh nói khiến tôi mỉm cười.

Chị Lidewij quay lại với những chiếc vé trong tay, nhưng đôi môi mỏng của chị mím lại đầy lo lắng. "Bên trong không có thang máy," chị nói. "Chị thật xin lỗi."

"Không sao đâu," tôi trấn an chị.

"Không, bên trong đó có rất nhiều bậc thang," chị giải thích. "Toàn là thang thẳng dốc."

"Không sao mà chị," tôi lặp lại. Trước khi anh Augustus định nói gì đó, tôi chặn lời anh. "Không sao đâu. Em có thể leo được."

Chúng tôi bắt đầu từ một căn phòng trình chiếu đoạn phim về cộng đồng người Do Thái ở Hà Lan, cuộc xâm lược của Đức Quốc xã và gia đình Frank. Sau đó, chúng tôi leo thang lên lầu, bước vào căn nhà bên bờ kênh, nơi kinh doanh của ông Otto Frank ngày xưa. Công đoạn leo thang hơi rị mọ, đối với cả tôi và anh Augustus, nhưng tôi cảm thấy mình thật mạnh mẽ. Chẳng mấy chốc tôi đã nhìn thấy cái tủ sách nổi tiếng, nơi từng giấu Anne Frank, gia đình em, và bốn người khác. Tủ sách để mở một nửa, và đằng sau đó là một cầu thang thậm chí còn dốc hơn và chỉ vừa đủ cho một người đi. Có rất nhiều du khách xung quanh chúng tôi, và tôi không muốn làm kẹt dòng người tham quan. Nhưng chị Lidewij đã lên tiếng: "Xin quý vị kiên nhẫn và vui lòng nhường đường cho cô bé," và tôi bắt đầu leo từng nấc thang, chị Lidewij cầm hộ giá ô-xy phía sau tôi, sau rốt là anh Gus.

Có cả thảy mười bốn bậc thang. Tôi cứ nghĩ về dòng người phía sau tôi—đa phần họ là người lớn đến từ nhiều quốc gia với nhiều ngôn ngữ khác nhau—và tự cảm thấy xấu hổ, kiểu như mình giống một bóng ma, cảm giác ấy vừa dễ chịu vừa ám ảnh, nhưng cuối cùng tôi đã làm được. Tôi bước lên một căn phòng trống trải một cách kỳ quái, tựa lưng vào tường, và não của tôi nói với hai lá phổi rằng *không sao, không sao hết, bình tĩnh nào, ổn rồi* trong khi phổi

của tôi nói với não rằng *ôi Chúa ơi, tụi mình mệt đứt hơi luôn.*
Tôi thậm chí không nhìn thấy anh Augustus lên tới nơi,
mãi đến khi anh bước đến và đưa tay lau trán như *úi chà*
và khen tôi, "Em là nhà vô địch."

Sau một vài phút đứng dựa tường nghỉ mệt, tôi đi tham
quan phòng kế tiếp, nơi Anne sống chung với nha sĩ Fritz
Pfeffer. Căn phòng nhỏ xíu, trống huơ trống hoác, chẳng có
nội thất gì. Sẽ không ai biết phòng này từng có người sinh
sống nếu không thấy mấy bức hình Anne cắt ra từ các báo,
tạp chí và dán lên tường, chúng vẫn ở đó theo tháng năm.

Thêm một cầu thang dẫn lên căn phòng nơi gia đình
van Pels từng sống. Lần này lại dốc hơn so với lần trước và
những mười tám bậc, cơ bản là một dãy thang rất hoành
tráng. Tôi đứng ở đầu cầu thang, nhìn lên tần ngần và
thầm nghĩ mình không thể leo nổi, nhưng đồng thời tôi
cũng biết rõ lối duy nhất là phải leo lên.

"Chúng ta quay lại nhé!" anh Gus nói sau lưng tôi.

"Em không sao đâu," tôi khẽ khàng đáp. Thật ngu ngốc,
nhưng tôi cứ nghĩ mình *nợ* em — em Anne Frank ấy —
bởi vì em đã qua đời trong khi tôi còn sống sờ sờ, vì em đã
sống cuộc đời thầm lặng, tách biệt với thế giới bên ngoài
và làm toàn những điều đúng đắn mà vẫn chết, thế nên tôi
cần phải đi hết những bậc thang này và tìm hiểu về phần
còn lại của thế giới mà em đã từng sống trong nhiều năm
trước khi bọn Gestapo đến.

Tôi bắt đầu leo lên cầu thang, dò dẫm từng bước như
một đứa trẻ, lúc đầu chầm chậm để có thể giữ được nhịp

thở, nhưng sau đó tăng tốc bởi tôi biết mình không thể thở nổi và muốn đến được đích càng sớm càng tốt trước khi cạn kiệt sức lực. Cứ mỗi khi tôi nhấc chân lên là có một màn đen che ngang tầm mắt, mười tám bậc, dốc ơi là dốc. Khi bước hết bậc thang cuối cùng, tôi thấy hoa cả mắt và buồn nôn, các cơ bắp ở cả tay và chân đều đang kêu gào vì thiếu ô-xy. Tôi ngồi thụp xuống, tựa lưng vào tường, há miệng thở. Có một cái hộp rỗng bằng thủy tinh được bắt vít dính vào tường ở phía trên đầu và tôi ngẩng nhìn nó chằm chặp, tập trung hướng lên trần nhà để không bị ngất đi.

Chị Lidewij cúi xuống nhìn tôi, động viên: "Em đã lên đến đầu cầu thang, chúc mừng em!" và tôi gật đầu. Tôi mơ hồ nhận thức được rằng tất cả khách tham quan ở xung quanh đang liếc nhìn tôi đầy lo lắng; rằng chị Lidewij vừa thì thào một ngôn ngữ, sau đó là tiếng lao xao của một ngôn ngữ khác rồi lại thêm một ngôn ngữ khác nữa lan truyền trong nhóm khách; rằng anh Augustus đang đứng bên cạnh tôi, tay đặt trên đầu và âu yếm vuốt tóc tôi.

Sau một lúc lâu, chị Lidewij và anh Augustus kéo tôi đứng dậy. Lúc này tôi mới thấy rõ những gì được bảo vệ phía sau hộp kính: chi chít dấu bút chì trên tấm giấy dán tường đo chiều cao của tất cả các trẻ em trong khu nhà phụ suốt quãng thời gian chúng sống ở đó, từng centimet một cho đến khi chúng không cao thêm được nữa.

Từ đó, chúng tôi rời khỏi không gian sinh hoạt của gia đình Frank, nhưng vẫn còn trong bảo tàng: Một hành lang dài và hẹp trưng rất nhiều hình ảnh của mỗi người trong số tám nhân vật từng sinh sống trong khu nhà phụ và mô tả chi tiết họ chết như thế nào, ở đâu và khi nào.

"Thành viên duy nhất của cả gia đình còn sống sót sau chiến tranh," chị Lidewij nói với chúng tôi, ý chỉ ông Otto – cha của em Anne. Giọng chị khẽ đến nỗi cứ như ba chúng tôi đang ở trong nhà thờ.

"Nhưng thật ra ông ấy không sống sót sau chiến tranh," anh Augustus chỉnh lại. "Ông đã sống sót sau một cuộc diệt chủng."

"Đúng thế!" chị Lidewij đáp. "Chị cũng không biết làm sao ta có thể tiếp tục sống mà không còn người thân nào trong gia đình bên cạnh. Chị thật không thể tưởng tượng được." Khi tôi đọc về tiểu sử của bảy người đã khuất, tôi thấy Otto Frank không còn là một người cha nữa khi ông sống trơ trọi cùng một cuốn nhật ký thay vì với vợ và hai cô con gái thân yêu. Ở cuối hành lang có một cuốn sách rất to, dày hơn cả từ điển, trong đó nêu tên của 103.000 người đến từ Hà Lan bị tàn sát trong cuộc diệt chủng Holocaust. (Theo một biển chú thích trên tường thì chỉ có 5.000 người Do Thái ở Hà Lan bị trục xuất may mắn sống sót. Vỏn vẹn 5.000 ông Otto Frank.) Tôi giở sang trang có tên của Anne Frank, nhưng chuyện khiến tôi băn khoăn là ngay bên dưới tên em ấy còn những bốn tên Aron Frank. *Bốn* người. Bốn người tên Aron Frank mà không có bảo tàng lưu niệm, không có dấu tích lịch sử, không có bất cứ ai tiếc thương họ. Tôi nhủ thầm sẽ nhớ và cầu nguyện cho bốn người Aron Frank này trong lúc mình còn sống. (Có thể một số người cần phải tin vào một Đức Chúa đúng đắn và toàn năng để cầu nguyện, nhưng tôi thì không.)

Khi chúng tôi đi đến cuối gian phòng, anh Gus dừng lại và hỏi, "Em không sao đó chứ?" Tôi gật đầu.

Anh đưa tay chỉ bức ảnh của Anne. "Đáng thương nhất là cô bé suýt được sống, em biết không. Em ấy qua đời chỉ vài tuần trước ngày giải phóng."

Chị Lidewij đi đến xem một đoạn phim, và tôi nắm tay của anh Augustus khi chúng tôi bước vào căn phòng tiếp theo. Đó là một căn phòng hình chữ A trưng bày một số bức thư ông Otto Frank đã gửi khắp nơi trong suốt những tháng ròng dò tìm tung tích con. Trên bức tường ở giữa phòng đang chiếu một đoạn phim nói bằng tiếng Anh của Otto Frank.

"Không biết còn tên Đức quốc xã nào sót lại để anh săn lùng và đưa hắn ra công lý không?" Anh Augustus hỏi trong khi chúng tôi dán mắt vào tủ kính đọc các bức thư khẩn thiết của Otto cùng trích dẫn thư trả lời rằng không, không có ai đã nhìn thấy hai người con gái của ông sau khi giải phóng.

"Em nghĩ rằng tất cả bọn họ đều chết cả rồi. Nhưng không hẳn chỉ có bọn Đức Quốc xã mới độc quyền về chuyện gây ra tội ác."

"Đúng thế!" anh hùng hồn nói. "Đó là những gì chúng ta nên làm, Hazel Grace: Chúng ta nên lập thành bộ đôi cảnh vệ tàn tật với nhiệm vụ bảo vệ thế giới, sửa chữa những việc làm sai trái, bảo vệ kẻ yếu và những loài có nguy cơ bị tuyệt chủng."

Mặc dù đó là ước mơ của anh chứ không phải của tôi, tôi cũng bị cuốn theo. Rốt cuộc anh đã truyền cảm hứng cho tôi. "Lòng can đảm sẽ là vũ khí bí mật của chúng ta," tôi hùa theo.

"Rồi đây những câu chuyện về kỳ tích của hai chúng ta sẽ trường tồn vĩnh viễn chừng nào nhân loại còn sống để kể lại," anh tiếp lời.

"Và thậm chí cả sau đó, khi bọn rô-bốt hồi tưởng về sự ngớ ngẩn của loài người, như đức hy sinh và lòng trắc ẩn, chắc chúng sẽ nhớ đến hai đứa mình."

"Chúng sẽ cười rất rô-bốt về sự điên rồ can đảm của chúng ta," anh nói. "Nhưng sâu thẳm trong trái tim rô-bốt bằng kim loại của chúng, chúng khao khát được sống và chết như chúng ta: thực hiện sứ mệnh của một anh hùng."

"Augustus Waters," tôi gọi tên anh, nhìn vào mắt anh và nghĩ rằng mình không thể hôn ai ngay trong Nhà lưu niệm Anne Frank, rồi sau đó lại nghĩ Anne Frank chắc đã từng hôn ai đó trong chính Ngôi nhà Anne Frank này, và có thể em ấy sẽ nhiệt liệt tán thành việc biến ngôi nhà của mình thành một nơi hàn gắn những trái tim trẻ trung và bị tổn thương không thể nào liền sẹo, để họ đắm chìm trong tình yêu đôi lứa.

"Thành thật mà nói," Otto Frank phát biểu trong đoạn

phim bằng giọng tiếng Anh lơ lớ, "tôi đã rất ngạc nhiên trước những suy nghĩ sâu sắc của cháu Anne."

Và sau đó chúng tôi hôn nhau. Tôi buông giá ô-xy và choàng tay lên cổ anh. Anh ôm eo kéo tôi lên, tôi nhón gót chờ đợi. Và khi đôi môi hé mở của anh chạm vào môi tôi, tôi bắt đầu cảm thấy khó thở theo một cách mới mẻ thật hấp dẫn. Không gian xung quanh chúng tôi như tan biến. Và trong một khoảnh khắc lạ kỳ, tôi thực sự thích cơ thể của mình; cái thân xác hao mòn vì ung thư mà tôi đã lê la khắp nơi trong nhiều năm qua bỗng nhiên có giá trị hẳn, chẳng bõ công tôi đấu tranh, tôi đeo nào là ống dẫn ở ngực rồi ống thông nội tĩnh mạch PICC, và cả sự phản bội liền tù tì của mấy khối u đối với cơ thể tôi.

"Đó như là một cháu Anne khác chứ không phải con gái tôi. Con bé chưa bao giờ thể hiện cảm xúc nội tâm như vậy," giọng ông Otto Frank tiếp tục.

Nụ hôn kéo dài mãi mãi trong lúc ông Otto Frank vẫn nói đều đều phía sau tôi. "Và tôi rút ra một kết luận là," ông nói, "dù tôi rất gần gũi với cháu Anne nhưng đa phần các bậc cha mẹ không thực sự hiểu con cái của mình."

Tôi nhận ra mắt mình đang nhắm nghiền, nên vội mở choàng mắt. Anh Augustus đang nhìn tôi đắm đuối, đôi mắt xanh của anh chưa bao giờ gần với tôi đến như vậy. Và hỡi ôi sau lưng anh có một đám đông vây thành ba vòng xung quanh chúng tôi. Chắc họ đang tức giận, tôi thầm nghĩ. Bị sốc, vì mấy đứa thiếu niên nhãi nhép không biết xấu hổ này dám hôn hít nhau trong lúc người ta đang phát một đoạn phim ghi giọng nói vỡ òa của một người cha bị mất con.

Tôi buông anh Augustus ra và anh đặt vội một nụ hôn lên trán tôi khi tôi đang sượng trân cúi nhìn mũi giày Chuck Taylor của mình. Chợt mọi người đồng loạt vỗ tay. Tất cả khách tham quan, tất cả đều là người lớn, nhất loạt vỗ tay hưởng ứng. Thậm chí một người còn hét lên "Hoan hô!" với chất giọng Châu Âu đặc sệt. Anh Augustus mỉm cười, cúi đầu chào. Cũng cười, tôi khẽ nhún gối chào và nhận được thêm một tràng pháo tay nhiệt liệt.

Chúng tôi cùng đi trở xuống tầng dưới, đầu tiên là nhường cho tất cả mọi người xuống trước, và ngay khi hai đứa tôi đến được quầy cà phê (nơi mà may mắn thay có một thang máy đưa chúng tôi đi thẳng xuống tầng trệt và cửa hàng bán đồ lưu niệm), chúng tôi kịp đọc vài trang nhật ký của Anne cũng như quyển sổ tay cô bé ghi lại các câu danh ngôn hay hay mà chưa được phát hành. Quyển sổ tay vô tình mở đúng trang trích dẫn mấy câu thơ bất hủ của đại thi hào Shakespeare. Em viết, *Nào có ai trên đời đủ mạnh mẽ để vượt qua cám dỗ?*

Chị Lidewij đưa chúng tôi về lại Khách sạn Filosoof. Ngoài trời mưa lất phất nên lúc anh Augustus và tôi đứng trên vỉa hè lát gạch, từng hạt mưa bụi từ từ thấm ướt cả hai đứa tôi.

Augustus: "Có lẽ em cần nghỉ ngơi một lát."

Tôi: "Em không sao mà."

Augustus: "Được rồi!" (Ngừng lại một chốc.) "Thế em đang nghĩ gì vậy?"

Tôi: "Anh đó!"

Augustus: "Anh sao?"

Tôi: "'Tôi không biết tôi thích gì hơn, / Vẻ đẹp của những đoạn luyến láy / Hay vẻ đẹp của bóng gió ca từ, / Con chim đen khi đang say sưa hót / Hay ngay khi nó dứt lời.'"

Augustus: "Lạy Chúa, em thật là quyến rũ."

Tôi: "Chúng ta có thể lên phòng anh."

Augustus: "Anh từng nghe những ý tưởng tệ hơn."

Chúng tôi cùng chen vào cái buồng thang máy nhỏ xíu. Tứ phía, bao gồm cả sàn nhà, đều được lắp kính. Chúng tôi hì hụi kéo cửa, cứ như tự nhốt mình trong đó và cái thang máy cũ kỹ kêu cọt kẹt, chậm rãi đưa chúng tôi lên tầng hai. Tôi mệt lả người, mồ hôi mồ kê nhễ nhại, cứ lo ngay ngáy mình trông tả tơi và hôi như cú. Nhưng ngay cả khi như vậy, tôi vẫn hôn anh trong thang máy. Chợt anh kéo tôi ra, chỉ vào gương và nói, "Nhìn kìa, có vô số nàng Hazel."

"Có những tập hợp số vô hạn lớn hơn những tập hợp số vô hạn khác," tôi lẻ nhè, bắt chước giọng điệu Van Houten.

"Thật là một kẻ hợm hĩnh!" anh Augustus bảo, cũng

vừa lúc thang máy lên đến tầng hai. Buồng thang máy lảo đảo dừng lại và anh đẩy cánh cửa lắp kính ra. Khi chỉ mới mở được một nửa, anh nhăn mặt đau đớn và buông tay khỏi cửa trong tích tắc.

"Anh có sao không?" Tôi hỏi.

Anh liền trấn an tôi, "À, ừ, tại cánh cửa nặng quá." Anh đẩy thêm lần nữa và cửa mở hẳn ra. Anh để tôi bước ra trước, lẽ dĩ nhiên, nhưng tôi không biết đi hướng nào xuống hành lang. Nên tôi chờ ở bên ngoài thang máy còn anh đứng tần ngần đó, gương mặt vẫn nhăn nhó vì đau đớn. Tôi hỏi lại lần nữa, "Ổn không vậy anh?"

"Chỉ hơi đuối một chút thôi, Hazel Grace. Mọi chuyện vẫn ổn."

Chúng tôi cứ đứng đó trước dãy hành lang, và anh không dẫn đường đến phòng anh hay gì hết, còn tôi thì không biết phòng anh ở đâu. Và khi tình huống cứ bế tắc như thế, tôi càng bị thuyết phục rằng anh đang cố tìm một cách tế nhị để không làm 'chuyện ấy' với tôi, rằng tôi không bao giờ nên gợi ý chuyện đó trước bởi hành động đó thật không giống con gái tí nào. Và điều đó khiến anh Augustus Waters coi thường tôi nên anh cứ đứng im như phỗng, nhìn tôi không chớp mắt và đang tìm đường giải thoát chính mình khỏi tình huống khó xử này một cách lịch sự. Cuối cùng, sau một lúc lâu ơi là lâu, anh lên tiếng trước, "Nó ở phía trên đầu gối, chỉ còn da thôi và hơi thuôn nhọn. Có một vết sẹo xấu xí nhưng nó chỉ trông giống như—"

"Cái gì vậy?" Tôi ngơ ngác hỏi.

"Chân anh," anh đáp. "Để em chuẩn bị sẵn tinh thần phòng trường hợp, ý anh là, lỡ như em nhìn thấy nó hoặc cái gì—"

"Ồ, thôi nào, anh phải vượt lên chính mình chứ," tôi nói, và tiến hai bước về phía anh. Tôi ôm hôn anh, cuồng nhiệt, ép mạnh anh vào tường, và cứ thế tiếp tục trong khi anh mò mẫm tìm chìa khóa phòng.

Chúng tôi ngã ra giường. Sự tự do của tôi bị giới hạn vì mớ thiết bị dẫn ô-xy. Nhưng ngay cả khi như vậy tôi vẫn ráng leo lên người anh, cởi áo anh ra và nếm vị mồ hôi mằn mặn ngay dưới xương đòn của anh trong khi thì thào thú nhận, "Em yêu anh, Augustus Waters!" Cơ thể anh giãn ra bên dưới tôi khi nghe thấy điều đó. Anh lần tay xuống và cố gắng kéo áo tôi ra, nhưng nó bị mắc vào dây ống dẫn. Tôi cười ngặt nghẽo.

...

"Sao em có thể xoay xở như thế này mỗi ngày vậy?" Anh hỏi khi tôi gỡ chiếc áo ra khỏi mớ dây nhợ quanh người. Ngốc thật, tôi chợt nhận ra chiếc quần chíp màu hồng của mình chẳng ăn nhập gì với cái áo ngực màu tím cả, như thể con trai sẽ chú ý mấy chuyện như vậy. Tôi thu mình dưới tấm chăn, hất chiếc quần jean lẫn vớ ra khỏi chân rồi nằm theo dõi chiếc chăn bông phập phồng khi bên dưới nó, anh Augustus cũng đang cởi quần jean và tháo cái chân giả của anh.

Chúng tôi nằm sát bên nhau, chăn đắp che kín người. Sau một lúc, tôi đánh bạo đặt tay lên đùi anh và lần mò sờ xuống bên dưới chỗ tháo khớp, nơi dày lên vì sẹo mổ. Tôi ôm lấy đầu chân cụt của anh. Trong thoáng chốc anh hơi nao núng. "Anh đau hả?" Tôi hỏi.

"Không," anh đáp.

Anh lăn người qua hôn tôi. "Anh thật phong độ," tôi thì thầm, tay vẫn ôm lấy chân anh.

"Anh bắt đầu nghĩ rằng em mắc chứng sùng bái người bị cụt đó," anh đáp trong khi vẫn hôn tôi. Tôi cười khúc khích.

"Em mắc chứng sùng bái Augustus Waters thái quá," tôi giải thích.

Toàn bộ chuyện ấy trái ngược hoàn toàn với những gì tôi hình dung: chậm rãi, kiên nhẫn, không ồn ào, không đau đớn tột cùng cũng chẳng ngất ngây tột đỉnh. Chuyện dùng bao cao su gây nhiều phiền toái khiến tôi không có một cái nhìn rõ ràng. Không làm gãy ván giường. Không kêu rên sung sướng. Thành thật mà nói, đó có thể là quãng thời gian lâu nhất chúng tôi ở bên nhau mà không nói gì hết.

Chỉ có một điều theo đúng hướng tôi tưởng tượng: Sau đó, khi tôi đang áp mặt vào ngực anh, lắng nghe nhịp đập của tim anh thì anh Augustus chợt nói, "Hazel Grace, anh thật sự không thể mở mắt nổi."

"Lạm dụng từ 'thật sự' quá!" Tôi đáp.

"Không," anh nói. "Thật mà. Đuối thật sự!"

Anh quay mặt đi, tai tôi ép vào ngực anh, nghe hai lá phổi nhịp nhàng chìm vào giấc ngủ. Sau một lúc, tôi bật dậy, mặc quần áo vào, tìm giấy của Khách sạn Filosoof và viết cho anh một bức thư tình:

Anh Augustus yêu dấu,

Thương,

Hazel Grace

CHƯƠNG MƯỜI BA

Sáng hôm sau, ngày cuối cùng của chúng tôi ở Amsterdam, Mẹ cùng Augustus và tôi đi bộ đến Công viên Vondelpark chơi. Ở đó, chúng tôi tìm thấy một quán cà phê nhỏ ẩn mình dưới bảo tàng điện ảnh quốc gia Hà Lan. Nhâm nhi tách latte — mà theo lời người phục vụ giải thích thì người Hà Lan gọi là "cà phê không đúng điệu" bởi vì nó có nhiều sữa hơn cà phê—chúng tôi ngồi dưới tán cây dẻ cổ thụ và thuật lại cho Mẹ nghe cuộc gặp gỡ giữa chúng tôi với Peter Van Houten vĩ đại. Chúng tôi kể như một câu chuyện hài. Trên đời này tôi tin là chúng ta có quyền lựa chọn xem nên kể chuyện buồn như thế nào, và chúng tôi quyết định hài hước hóa câu chuyện: Augustus, ngồi thụp xuống trên ghế, giả bộ làm ngài Van Houten kín miệng, chuyên nói kháy người khác và không mấy khi nhấc mình ra khỏi ghế; còn tôi vẫn đứng và đóng vai chính mình, cứ hết thẹn đỏ mặt lại sừng sộ hét lên, "Này ông già xấu xí, béo ị!"

"Em nói ông ấy xấu xí à? "Augustus chợt hỏi.

"Cứ đóng tiếp đi," tôi nói với anh.

"Tôi không xấu xí. Cô mới là đồ xấu xí, cô gái thở bình dưỡng khí à."

"Ông là một kẻ hèn nhát!" Tôi quát ầm ĩ, và anh Augustus cười phá lên, quên mất nhân vật mình đang đóng. Tôi ngồi xuống. Chúng tôi kể Mẹ nghe về Nhà lưu niệm Anne Frank, cắt ra đoạn hôn nhau.

"Thế các con có trở lại nhà Van Houten sau đó không?" Mẹ hỏi.

Augustus thậm chí còn không cho tôi thời gian kịp đỏ mặt, đã đáp luôn. "Không ạ, chúng cháu ghé vào một quán cà phê. Ở đó Hazel 'giảng' cho cháu nghe về biểu đồ Venn rất mắc cười." Anh đá mắt sang tôi. Chúa ơi, anh thật quyến rũ.

"Nghe hay nhỉ," bà nói. "À, giờ Mẹ sẽ đi dạo để hai đứa tự nhiên nói chuyện," bà nói với Gus, giọng hơi sắc cạnh. "Sau đó chúng ta có thể làm một tour tham quan bằng thuyền trên kênh."

"Dạ, cũng được," tôi đáp. Mẹ để lại một tờ năm euro dưới chiếc đĩa lót ly rồi hôn lên tóc tôi, thì thầm, "Mẹ yêu con, yêu ơi là yêu," bà nói dư hai chữ yêu so với thường ngày.

Anh Gus chỉ bóng các nhánh cây giao nhau và tẽ ra trên lớp bê-tông. "Đẹp quá ha em?"

"Dạaa," tôi đáp.

"Thật là một phép ẩn dụ hay," anh lẩm bẩm.

"Thật không?" Tôi tò mò hỏi lại.

"Hình ảnh tiêu cực của những thứ quấn quít nhau và sau đó chia lìa nhau," anh giải thích. Trước mặt chúng tôi, hàng trăm người lướt qua, kẻ chạy bộ, người đạp xe hoặc có tốp còn trượt patin. Amsterdam là một thành phố dành cho các hoạt động và vận động, một thành phố không nên di chuyển bằng xe ô-tô, và có một cảm giác rõ ràng là tôi không thuộc về nơi này. Nhưng Chúa ơi, nó đẹp nên thơ, nhánh sông uốn lượn quanh một cây cổ thụ, một con cò đứng im lìm bên mép nước, dõi mắt tìm bữa sáng giữa hàng triệu cánh hoa du trôi bồng bềnh trên dòng nước.

Nhưng anh Augustus chẳng để ý đến cảnh đẹp. Anh quá bận tâm quan sát sự dịch chuyển của bóng cây. Cuối cùng, anh cũng cất tiếng, "Anh có thể nhìn như thế này cả ngày, nhưng chúng ta nên về khách sạn."

"Chúng ta có thời gian không?" Tôi băn khoăn.

Anh cười buồn, đáp, "Phải chi là có."

"Anh muốn nói gì?" Tôi thắc mắc.

Anh chỉ hất đầu về hướng khách sạn.

Chúng tôi đi trong im lặng, anh Augustus đi trước, cách tôi nửa bước. Tôi sợ hãi đến độ không thể hỏi xem liệu mình có lý do gì để sợ hãi hay không.

Là vầy, có một hệ thống được gọi là Tháp nhu cầu của Maslow. Về cơ bản, cái ông Abraham Maslow này trở nên nổi tiếng là nhờ vào lý thuyết về nhu cầu của mình, rằng một số nhu cầu nhất định phải được đáp ứng trước khi ta có thể phát sinh các loại nhu cầu khác. Tháp nhu cầu đó trông như thế này:

THÁP NHU CẦU CỦA MASLOW

Một khi nhu cầu về thực phẩm và nước uống được thỏa mãn, ta sẽ tiến lên tầng tiếp theo của tháp nhu cầu, mong muốn được an toàn cơ thể, và sau đó sẽ lên các tầng tiếp theo và tiếp theo nữa. Nhưng điều quan trọng là, theo ông Maslow, trừ phi nhu cầu sinh lý của ta được thỏa mãn, chứ không thì ta cũng chẳng buồn *quan tâm* đến nhu cầu an toàn hay quan hệ xã hội chi hết, chứ đừng nói đến nhu

cầu được "tự thể hiện," cấp độ mà ta bắt đầu hướng đến
sáng tạo nghệ thuật, tư duy về đạo đức và vật lý lượng tử
cùng những vấn đề cao siêu cỡ đó.

Nếu theo Maslow, tôi đang bị kẹt trên tầng thứ hai của
tháp nhu cầu, khi sức khỏe chưa được đảm bảo an toàn
và do đó không thể với đến tình yêu, sự tôn trọng, cảm
hứng nghệ thuật hay bất cứ điều gì khác cao xa hơn. Mà
điều đó thì rõ ràng thật vớ vẩn: nhu cầu thôi thúc sáng
tạo nghệ thuật hay suy ngẫm triết lý nhân sinh không hề
nguôi ngoai khi bạn đau ốm. Niềm thôi thúc ấy càng cháy
bỏng hơn trước bệnh tật.

Tháp nhu cầu của Maslow dường như ngụ ý rằng thân
phận tôi kém cỏi hơn so với những người khác, và hầu
hết mọi người dường như đồng ý với quan điểm này của
ông. Nhưng anh Augustus thì không. Tôi luôn luôn nghĩ
rằng anh có thể đã yêu tôi bởi vì anh cũng từng bị bệnh.
Và giờ đây tôi thấy có lẽ anh vẫn thế.

Chúng tôi đến phòng của tôi, Kierkegaard. Tôi ngồi xuống
bên mép giường và mong anh sẽ đến ngồi bên cạnh, nhưng
anh đã yên vị trên chiếc ghế hoa hòe hoa sói đầy bụi. Cái
ghế ấy. Bao nhiêu tuổi rồi nhỉ? Năm mươi tuổi chăng?

Tôi thấy bồn chồn trong dạ khi anh chậm rãi kéo một
điếu thuốc ra đặt lên môi. Anh ngả người ra sau và thở dài.
"Ngay trước khi em vào Phòng chăm sóc đặc biệt ICU,
anh đã bắt đầu thấy đau ở hông."

"Không đâu," tôi cắt ngang. Sự căng thẳng dâng lên và nhấn chìm tôi trong đó.

Anh gật đầu như xác nhận. "Thế nên anh đã đi chụp cắt lớp." Anh dừng lại, giật phắt điếu thuốc ra và nghiến chặt răng.

Phần lớn cuộc đời của tôi được dành cho nỗ lực không khóc trước mặt những người yêu quý tôi, vì vậy tôi biết những gì anh Augustus đang cố làm. Bạn nghiến chặt răng, nhìn lên trần. Bạn tự nhủ rằng nếu họ thấy bạn khóc, nước mắt sẽ làm tổn thương họ. Và bạn sẽ chẳng là gì ngoài Một Nỗi Buồn Thương trong cuộc sống của họ. Mà bạn không được trở thành một nỗi buồn thương vô hạn như vậy, nên bạn sẽ không khóc. Bạn tự nhủ những điều này với chính mình trong khi mắt vẫn nhìn lên trần nhà, rồi sau đó nuốt nước mắt vào trong mặc dù cổ họng bạn khô khốc. Để rồi cuối cùng bạn nhìn vào mắt người yêu quý bạn và mỉm cười rạng rỡ.

Anh nở nụ cười nửa miệng quen thuộc và nói, "Anh cháy sáng như một cây thông Noel, Hazel Grace. Từ lồng ngực đến hông trái rồi xuống gan, khắp toàn thân."

Khắp toàn thân. Từ đó treo lơ lửng trong không gian đặc quánh. Cả hai chúng tôi đều biết ý nghĩa của nó. Tôi đứng dậy, kéo lê người cùng giá ô-xy trên tấm thảm mà có lẽ tuổi đời còn dài hơn quãng thời gian anh Augustus có thể sống được, đến bên anh. Tôi quỳ dưới chân ghế, ngả đầu vào lòng anh và vòng tay ôm anh.

Anh vuốt tóc tôi. "Em rất tiếc," tôi nói.

"Anh xin lỗi đã không nói chuyện này với em," anh nói, giọng rất bình tĩnh. "Mẹ em chắc biết. Cách bà nhìn anh. Chắc mẹ anh đã nói với bà hay sao đó. Lẽ ra anh nên nói sớm với em. Anh thật ngu ngốc và ích kỷ."

Tôi biết tại sao anh đã chẳng nói gì, dĩ nhiên, cũng cùng lý do như khi tôi không muốn anh nhìn thấy mình trong Phòng chăm sóc đặc biệt. Tôi không thể giận anh dù chỉ một giây. Và đến bây giờ, khi đã và đang yêu một 'trái bom nổ chậm', tôi hiểu ra mình thật ngốc khi cố gắng cứu mọi người khỏi mối nguy lãnh những mảnh đạn tan tác của chính mình: Tôi không thể thôi yêu anh Augustus Waters được. Và tôi cũng chẳng muốn thế.

"Thật không công bằng," tôi nói. "Thật chẳng công bằng tí nào."

"Thế giới này," anh nói, "không phải là một công xưởng sản xuất điều ước." Và sau đó lớp vỏ cứng cỏi của anh bị phá vỡ, chỉ trong một chốc, tiếng nức nở của anh vỡ ra đầy bất lực như một tiếng sấm rền trong không trung mà không có tia sét nào lóe lên, một âm thanh tàn bạo khủng khiếp mà với những người không chuyên trong lĩnh vực đau khổ này có thể nhầm lẫn là vì yếu đuối. Sau đó anh kéo tôi lên, mặt anh rất gần với mặt tôi, giọng rất cương quyết, "Anh sẽ chiến đấu với căn bệnh. Anh sẽ chiến đấu vì em. Đừng lo cho anh, Grace Hazel. Anh vẫn ổn. Anh sẽ tìm ra cách để kéo dài sự sống và quấy nhiễu em thêm một thời gian lâu thật lâu."

Nước mắt tôi tràn ra. Anh mạnh mẽ trở lại, ôm chặt tôi đến nỗi tôi có thể thấy cánh tay cuồn cuộn cơ của anh vòng quanh mình khi anh nói, "Anh xin lỗi. Em sẽ ổn thôi. Mọi chuyện sẽ ổn thôi. Anh hứa!" và lại nhếch miệng cười.

Anh hôn lên trán tôi. Và tôi chợt thấy lồng ngực vạm vỡ của anh không căng tràn như trước. "Anh nghĩ cuối cùng mình cũng sở hữu một *cố tật*."

Một lúc sau, tôi kéo anh vào giường, nằm cạnh anh trong khi anh kể tôi nghe là họ đã bắt đầu chạy hóa trị giảm đau, nhưng anh đã bỏ ngang để lên đường đi Amsterdam, mặc cho ba mẹ anh nổi trận lôi đình. Họ đã cố gắng ngăn anh đừng đi cho tới tận sáng hôm đó, khi tôi nghe anh hét rằng cơ thể của anh thuộc về bản thân anh. "Thật ra chúng ta có thể dời ngày bay mà anh!" Tôi nói.

"Không, không được đâu em," anh phản đối. "Dù sao thì chữa trị cũng vô ích thôi, anh biết là nó không hữu hiệu mà, em hiểu không."

Tôi gật đầu đồng tình, "Chỉ vớ vẩn cả thôi, toàn bộ liệu trình."

"Họ sẽ thử nghiệm gì đó khác khi anh về đến nhà. Họ luôn nảy ra ý tưởng mới."

"Ừ," tôi đồng cảm vì bản thân đã từng là vật thử nghiệm của đủ loại liệu trình chữa trị.

"Phần nào anh đã lừa dối em để em tin là mình đang yêu một người khỏe mạnh," anh nói.

Tôi nhún vai. "Em cũng làm như vậy với anh mà!"

"Không, em chẳng phải như vậy, chẳng ai tuyệt vời như em hết." Anh âu yếm hôn tôi và chợt nhăn mặt.

"Đau lắm hả anh?" Tôi hỏi.

"Không. Chỉ hơi đau thôi." Anh nhìn chằm chằm lên trần nhà một lúc lâu rồi nói, "Anh thích thế giới này. Anh thích uống sâm-banh. Anh không thích hút thuốc. Anh thích nghe giọng người Hà Lan nói tiếng Hà Lan. Và bây giờ... anh thậm chí còn không có được một trận chiến. Anh không thể chiến đấu."

"Anh sẽ phải chiến đấu chống ung thư," tôi nói. "Đó là cuộc chiến của anh. Và anh sẽ tiếp tục chiến đấu quật cường," tôi động viên anh. Tôi ghét khi ai khác cố gắng động viên tinh thần tôi để sẵn sàng cho cuộc chiến, nhưng giờ đây tôi lại đang làm điều đó với anh. "Anh sẽ... anh sẽ... sống thật tốt cho ngày hôm nay. Giờ, đây là cuộc chiến của riêng anh." Tôi thấy coi thường mình vì kiểu tình cảm ủy mị ướt át này, nhưng tôi còn có gì khác để trao anh?

"Một cuộc chiến ư?" anh hỏi ngược lại với vẻ khinh miệt. "Anh chiến đấu với cái gì? Căn bệnh ung thư của anh. Và bệnh ung thư của anh là gì? Là chính bản thân anh. Các khối u tạo ra anh. Chúng tạo ra anh cũng giống như não anh, tim anh hình thành nên anh vậy. Đây là một cuộc nội chiến, Hazel Grace à, và phe chiến thắng đã được xác định trước."

"Anh Gus," tôi thốt lên. Tôi không thể nói bất cứ điều

gì khác. Anh thừa thông minh để hiểu những lời an ủi vớt vát mà tôi có thể nghĩ ra.

"Được rồi em," anh nói. Nhưng tôi vẫn chưa nói hết. Sau một lúc, anh nói, "Nếu em đi đến Bảo tàng Rijksmuseum, điểm mà anh thực sự muốn tham quan — nhưng chúng ta đang đùa chắc, cả hai đứa đều không thể đi bộ quanh một viện bảo tàng nổi. Nhưng dù sao anh cũng đã xem bộ sưu tập trưng bày của nó trên mạng trước khi chúng ta bay đến đây. Nếu em có thể đi, và hy vọng một ngày nào đó em sẽ đi được, em sẽ nhìn thấy rất nhiều bức tranh vẽ người đã chết. Em sẽ thấy Chúa Giêsu trên thập giá, em sẽ thấy một anh chàng bị đâm vào cổ, em sẽ thấy người ta chết đuối trên biển, hy sinh trong chiến tranh và một cuộc diễu hành của những người tử vì đạo. Nhưng Không. Có. Một. Bệnh. Nhi. Ung. Thư. Nào cả. Cũng chẳng có ai chết vì mắc bệnh dịch hạch, bệnh đậu mùa hay sốt vàng da hoặc bất cứ chứng bệnh gì, vì bệnh tật chẳng có gì vinh quang cả. Chết *vì bệnh* không có ý nghĩa mà cũng chẳng có vinh dự gì hết."

Abraham Maslow, con xin trình Ngài chàng thanh niên Augustus Waters, người mà óc tò mò về sự sinh tồn đã làm lu mờ đi những anh em đồng đạo được "ăn sung mặc sướng," hết mực yêu chiều và khỏe mạnh cường tráng. Trong khi đa phần con trai tiếp tục cuộc sống hưởng thụ mù quáng mà không mảy may suy tư thì anh Augustus Waters đã bỏ thời gian nghiên cứu bộ sưu tập của bảo tàng Rijksmuseum từ xa.

"Sao vậy?" Anh Augustus hỏi sau một hồi quan sát.

"Không có gì," tôi đáp. "Chỉ là em..." tôi bỏ lửng và không biết làm thế nào để kết thúc câu. "Chỉ là em rất, rất thích anh."

Anh cười nửa miệng, mũi anh rất gần với mặt tôi. "Cảm xúc tương đồng. Anh không nghĩ là em có thể quên chuyện đó và cư xử như anh không phải là một người sắp chết."

"Em không nghĩ là anh sắp chết," tôi nói. "Em nghĩ anh chỉ bị ung thư sơ sơ thôi."

Anh mỉm cười. Đùa cợt trước giá treo cổ. "Anh đang ngồi trên một chiếc tàu lượn siêu tốc mà chỉ thẳng hướng đi lên," anh nói.

"Và trách nhiệm cũng như đặc quyền của em là cùng anh lái nó đi lên," tôi hùa thêm.

"Có lố lăng lắm không khi anh muốn thử hôn em vậy?"

"Không có thử gì hết," tôi thì thầm, "Chỉ có làm thật thôi."

CHƯƠNG MƯỜI BỐN

Trên chuyến bay về, khi chúng tôi đang ở độ cao khoảng ba ngàn sáu trăm thước trên những đám mây mây cách mặt đất ba ngàn thước, anh Gus bảo, "Anh từng nghĩ sống trên mây rất vui."

"Ừ đúng rồi," tôi hào hứng. "Giống như sống trong nhà phao, nhưng không phải lúc nào cũng thế."

"Nhưng rồi có một hôm trong tiết khoa học hồi cấp hai, thầy Martinez hỏi xem ai trong lớp từng mơ được sống trên mây, và cả lớp đều giơ tay. Sau đó, thầy Martinez thủng thỉnh bảo với bọn anh rằng ở độ cao trên đây gió thổi hơn một trăm năm mươi dặm một giờ, nhiệt độ là âm ba mươi độ, hoàn toàn không có ô-xy và khi ở trên mây tất cả chúng ta sẽ chết trong vòng vài giây."

"Ông thầy nghe có vẻ 'lành tính' dữ ha!"

"Thầy ấy là dũng sĩ diệt giấc mơ đó Hazel Grace. Để anh kể em nghe. Em nghĩ núi lửa có tuyệt không? Thế có còn tuyệt nữa không khi nó đã chôn vùi mười ngàn người tại thành cổ Pompeii. Em vẫn thầm tin rằng thế giới này là do phép thuật tạo ra? Đó chỉ là các phân tử không có linh hồn va vào nhau một cách ngẫu nhiên thôi. Em có lo lắng xem ai sẽ chăm sóc mình nếu ba mẹ em mất đi không? Em cũng nên nghĩ đến việc đó đi, vì trước sau gì họ cũng bị dòi ăn thôi."

"Đôi khi không biết nhiều mà lại hay," tôi nói.

Một tiếp viên đẩy xe nước giải khát đi ngang qua, liên tục hỏi khẽ, "Quý khách dùng nước không ạ? Quý khách dùng nước không ạ? Quý khách dùng nước không ạ? Quý khách dùng nước không ạ?" Gus chồm qua người tôi, giơ tay hỏi, "Vui lòng cho chúng tôi ít sâm-banh."

"Cậu đủ hai mươi mốt tuổi chưa?" chị hỏi đầy nghi ngờ. Tôi đưa tay chỉnh lại đầu phun ô-xy trong mũi một cách lộ liễu. Chị tiếp viên mỉm cười, sau đó liếc nhìn Mẹ tôi đang ngủ say. "Bà sẽ không thấy phiền chứ?" chị hỏi.

"Không đâu," tôi trấn an chị.

Nghe thế chị bèn rót rượu sâm-banh vào hai chiếc ly nhựa. Đặc Quyền của Bệnh Nhân Ung Thư mà!

Anh Gus và tôi cụng ly, "Chúc mừng em!" anh nói.

"Chúc mừng anh!" Tôi nói, chạm ly vào ly anh.

Chúng tôi nhấm nháp. Cảm giác không chếnh choáng

nhiều sao bằng sâm-banh ở Nhà hàng Oranjee, nhưng vẫn uống được.

"Em biết không," anh Gus nói với tôi, "tất cả mọi điều ông Van Houten nói đều là sự thật."

"Cũng có thể, nhưng ông ấy không cần hẳn học về mọi chuyện như vậy. Em không tin là ông ta đã tưởng tượng ra tương lai cho chú Chuột Hamster Sisyphus mà không hề nghĩ đến mẹ của Anna."

Anh Augustus nhún vai. Đột nhiên anh có vẻ hơi xao lãng. "Anh ổn chứ?" Tôi hỏi.

Anh lắc đầu thật khẽ. "Đau," anh đáp gọn lỏn.

"Ngực à?"

Anh gật đầu, nắm chặt bàn tay. Sau này, anh mô tả cơn đau như thể có một ông béo một chân mang giày cao gót đứng ngay chính giữa ngực anh. Tôi gập khay để thức ăn trở lại lưng ghế trước, khóa lại rồi cúi xuống lục tìm thuốc trong ba lô của anh. Anh nốc một viên với rượu sâm-banh. "Ổn chưa anh?" Tôi hỏi lại lần nữa.

Anh Gus ngồi yên, đấm đấm vào tay vịn, ráng chờ cho thuốc phát huy tác dụng, loại thuốc không giảm đau mà cũng chẳng giúp anh thoát khỏi cơn đau tái phát (và thoát khỏi cả tôi nữa).

"Toàn bộ câu chuyện hơi mang tính cá nhân," anh Gus yếu ớt nói. "Giống như ông ấy giận chúng ta vì một lý do riêng tư nào đó. Cái ông Van Houten ấy!" Anh uống ừng ực từng hớp rượu còn lại trong ly và nhanh chóng ngủ thiếp đi.

Ba tôi đã chờ sẵn trong khu trả hành lý, giữa một rừng tài xế limo sang trọng trong bộ suit đường hoàng đang giơ đủ loại bảng tên đón khách: JOHNSON, BARRINGTON, CARMICHAEL. Ba cũng có một bảng hiệu của riêng ông thiết kế. GIA ĐÌNH THÂN THƯƠNG CỦA TÔI, bên dưới còn ghi thêm (VÀ GUS).

Tôi ôm chầm lấy Ba, và ông sụt sịt khóc (dĩ nhiên). Trên đường về nhà, anh Gus và tôi thi nhau kể chuyện Amsterdam cho ông nghe. Nhưng mãi đến khi tôi về đến nhà, nối dây vào máy Philip, thong thả vừa xem kênh truyền hình Mỹ trên mạng với Ba vừa ăn pizza Mỹ (chúng tôi để thẳng miếng pizza trên khăn ăn xếp trong lòng), tôi mới có dịp nói với ông về chuyện anh Gus.

"Bệnh tình của anh Gus tái phát," tôi kể ông nghe.

"Ba biết," ông đáp. Ông nhích qua chỗ tôi và nói thêm: "Trước chuyến đi mẹ thằng bé có nói cho Ba Mẹ biết. Ba xin lỗi vì thằng bé đã không cho con biết. Ba... Ba xin lỗi con, con gái à." Tôi không nói gì trong một lúc lâu. Chúng tôi đang xem chương trình lựa chọn ngôi nhà ưng ý mà những người tham gia sẽ mua. "À, Ba có đọc cuốn *Nỗi đau tột cùng* trong lúc hai mẹ con vắng nhà," Ba nói.

Tôi quay đầu nhìn Ba. "Ồ, tuyệt quá. Vậy Ba thấy sao?"

"Truyện hay. Hơi khó hiểu với Ba. Con hãy nhớ rằng Ba là dân hóa sinh, chứ không phải dân chuyên văn. Ba ước gì truyện có đoạn kết"

"Dạ," tôi nói. "Ai cũng phàn nàn như thế."

"Truyện cũng hơi tuyệt vọng," ông nói thêm. "Hơi mang tư tưởng chủ bại."

"Nếu Ba nói chủ bại có nghĩa là *trung thực* thì con đồng ý."

"Ba không nghĩ tư tưởng chủ bại là trung thực," ông trả lời. "Ba từ chối chấp nhận định nghĩa đó."

"Vậy mọi việc xảy ra đều có nguyên do cả và chúng ta đều sẽ sống trên mây, trong những dinh thự nguy nga và suốt ngày chỉ biết chơi đàn hạc thôi à?"

Ba mỉm cười. Ông vòng cánh tay hộ pháp ôm tôi và hôn lên đầu tôi. "Ba không biết mình tin tưởng điều gì, Hazel à. Ba từng nghĩ khi đã trưởng thành, người ta sẽ biết rõ mình tin tưởng những gì, nhưng đến nay Ba vẫn chưa biết con ạ."

"Dạ," tôi đáp. "Thôi được rồi."

Ba lấy làm tiếc với tôi lần nữa về chuyện anh Gus, và sau đó chúng tôi quay lại xem chương trình, những người tham gia đã chọn được một ngôi nhà ưng ý. Tay Ba vẫn vòng ôm tôi, còn tôi cũng bắt đầu lơ mơ ngủ, nhưng tôi chưa muốn đi ngủ lúc này. Chợt Ba bật thốt: "Con biết Ba tin gì không? Ba nhớ hồi đại học, Ba đã đăng ký học toán, một lớp toán thực sự tuyệt vời do một cô giáo nhỏ con đứng lớp. Khi ấy cô đang giảng về thuật toán biến đổi Fourier nhanh thì cô chợt dừng giữa chừng và nói, 'Đôi khi có vẻ như vũ trụ muốn được chú ý.'

"Đó là những gì Ba tin. Ba tin rằng vũ trụ này muốn được chú ý. Ba nghĩ rằng vũ trụ hơi thiên về ý thức, và nó chỉ tán dương trí thông minh phần nào bởi còn mải thích thú việc người khác quan sát vẻ thanh lịch của nó. Và Ba là ai kia, chỉ là một người sống trong một giai đoạn lịch sử, quá ngắn ngủi để có thể nói với vũ trụ rằng sự quan sát đó — chính xác hơn là sự quan sát của Ba — chỉ mang tính tạm thời."

Một hồi sau tôi nhận xét, "Ba quả là một người thông minh!"

"Con quả là một người giỏi nhận xét," ông trả lời.

Buổi chiều hôm sau, tôi lái xe qua nhà anh Gus và ăn bánh mì sandwich, bơ đậu phộng và mứt với ba mẹ anh và kể cho họ nghe chuyện ở Amsterdam trong khi anh ngủ trên xô-pha phòng khách, nơi chúng tôi từng xem phim *V for Vendetta*. Từ nhà bếp tôi chỉ thấy thấp thoáng dáng anh: Anh nằm ngửa, đầu quay ngược hướng tôi, và đã được đặt ống thông nội tĩnh mạch PICC. Họ đang tấn công ung thư bằng một công thức pha chế thuốc mới: hai loại thuốc hóa trị và một loại hấp thụ *protein* mà họ hy vọng sẽ vô hiệu hóa gen đột biến gây bệnh ung thư trong cơ thể anh. Anh Gus thật may mắn mới có tên trong danh sách thử nghiệm, ba mẹ anh chia sẻ với tôi. May mắn ư? Tôi biết một trong các thuốc đó. Chỉ nghe tên thôi cũng đủ làm tôi muốn nôn mửa.

Một lúc sau, mẹ anh Isaac đưa anh sang chơi.

"Chào anh Isaac, em là Hazel từ Hội Tương Trợ đây, không phải cô bạn gái cũ trời ơi của anh đâu." Mẹ anh dắt anh đi về phía tôi. Tôi nhấc người khỏi ghế và ôm chầm lấy anh, trong khi anh mất một chốc mới tìm thấy tôi. Anh ghì chặt tôi.

"Amsterdam thế nào?" Anh hỏi.

"Tuyệt cú mèo!" Tôi trả lời.

"Waters," anh gọi. "Mày đâu rồi, người anh em?"

"Anh ấy đang ngủ," tôi trả lời, và giọng tôi không giấu được anh. Isaac lắc đầu một cách buồn bã trong khi tất cả mọi người đều im lặng.

"Chết tiệt!" Isaac thốt lên sau một giây. Mẹ anh dắt anh đến ngồi xuống một chiếc ghế cô vừa kéo ra.

"Tao vẫn có thể hạ đẹp mày trong trò Chống phiến loạn đó nhé," anh Augustus nói mà không quay đầu nhìn chúng tôi. Giọng anh có phần chậm hơn dưới tác dụng của thuốc, nhưng nhờ vậy anh mới nói với tốc độ của người bình thường.

"Tao cá tất cả bọn dần đều bị mù," anh Isaac vừa trả lời vừa quơ tay trong không khí hòng tìm mẹ anh. Cô nắm lấy tay anh, kéo anh đứng dậy và dẫn anh đi về phía chiếc xô-pha. Hai anh chàng vụng về ôm nhau. "Mày thấy trong người thế nào?" Anh Isaac hỏi thăm.

"Miệng tao lúc nào cũng đắng nghét. Nhưng ngoài chuyện bực mình đó ra thì bạn mày đang ngồi trên một chiếc tàu lượn siêu tốc mà chỉ thẳng hướng đi lên, hiểu chưa cu," anh Gus đáp khiến anh Isaac cười ngất. "Thế mắt mày sao rồi?"

"Ồ, tuyệt vời," anh nói. "Ý tao là giờ tao không để tâm đến chuyện mắt mũi nữa."

"Nghe hay đó, ừ, phải thế chứ," anh Gus bảo. "Không phải có ý chơi trội mày hay gì đâu nhưng người tao giờ toàn là tế bào ung thư."

"Tao có nghe nói," anh Isaac đáp, cố không để cho câu chuyện ảnh hưởng đến anh. Anh mò mẫm tìm tay anh Gus nhưng kết quả lại sờ trúng đùi anh ấy.

"Tao đang vào thuốc," anh Gus cho biết.

Mẹ anh Isaac mang ra hai chiếc ghế trong phòng ăn cho anh Isaac và tôi ngồi cạnh anh Gus. Tôi nắm lấy tay anh Gus, mân mê chỗ hõm giữa ngón cái và ngón trỏ của anh.

Người lớn kéo nhau xuống tầng hầm, chắc cùng chia sớt nỗi buồn hay gì đó với nhau, để lại ba đứa chúng tôi trơ trọi trong phòng khách. Sau một lúc, anh Augustus quay đầu về phía chúng tôi, vẫn chưa tỉnh ngủ hẳn. "Monica sao rồi mày?" anh hỏi.

"Lặn mất tăm!" Anh Isaac đáp. "Không email, không thiệp thiếc gì hết. Tao có cái máy này đọc hộ email cho tao, cũng hay phết. Tao có thể đổi giọng nam hay nữ, hoặc chọn giọng theo vùng miền, hoặc mấy trò linh tinh khác."

"Vậy tao có thể gửi cho mày một câu chuyện khiêu dâm và mày sẽ chỉnh giọng một ông già người Đức đọc cho mày nghe phải không?"

"Chính xác," anh Isaac nói. "Nhưng mẹ tao vẫn còn giúp tao chỉnh máy, nên gượm đã. Hãy để câu chuyện khiêu dâm qua chất giọng Đức này chờ thêm một hoặc hai tuần nữa đã."

"Chị ấy thậm chí chẳng nhắn tin hỏi thăm tình hình sức khỏe của anh à?" Tôi hỏi. Tôi thấy chuyện này như một hành động bất công không thể chấp nhận được.

"Hoàn toàn ngoài vùng phủ sóng," anh Isaac nói.

"Buồn cười vậy!" Tôi không khỏi lấy làm bất bình.

"Anh đã thôi không suy nghĩ về chuyện đó nữa. Thú thật là anh không có thời gian để gặp gỡ bạn gái. Giờ anh có một công việc chiếm toàn thời gian là Học Cách Làm Người Mù."

Anh Gus lại quay đầu đi, chăm chú nhìn ra ngoài cửa sổ về phía sân sau. Anh nhắm mắt lại.

Anh Isaac hỏi tôi khỏe không và tôi đáp rằng tôi vẫn khỏe. Anh kể cho tôi nghe về một cô gái mới tham gia Hội Tương Trợ có giọng nói rất quyến rũ. Và anh cần tôi đi theo để nói với anh xem liệu cô ấy có thật sự quyến rũ không. Thế rồi đột nhiên anh Augustus bảo, "Người ta không thể không liên hệ với bạn trai cũ của mình sau khi anh ta bị múc cặp mắt ra như vậy."

"Chỉ là một trong những—" Anh Isaac mở miệng định nói.

"Hazel Grace, em có bốn dollar ở đó không?" Anh Gus hỏi ngang.

"Dạ có," tôi ngơ ngác đáp. "Chi vậy anh?"

"Hay lắm. Em tìm giùm cái chân giả của anh ở dưới bàn

cà phê," anh chỉ. Anh Gus chống người ngồi thẳng dậy và nhích xuống cuối ghế xô-pha. Tôi đưa cho anh cái chân giả và anh chậm chạp gắn nó vào.

Tôi giúp anh đứng lên và chìa một tay cho anh Isaac vịn, rồi dẫn anh đi tránh đồ nội thất trong phòng khi đột nhiên chúng có vẻ cứ ngáng ngang đường chúng tôi. Và tôi chợt nhận ra rằng, lần đầu tiên trong nhiều năm qua, tôi là người khỏe nhất trong phòng.

Tôi lái xe. Anh Augustus ngồi ghế trước. Anh Isaac ngồi ở băng ghế sau. Chúng tôi dừng trước cửa một cửa hàng tạp hóa. Theo hướng dẫn của anh Augustus, tôi xuống mua một tá trứng trong khi hai anh ngồi chờ trong xe. Sau đó anh Isaac, theo trí nhớ của mình, chỉ đường cho chúng tôi đến nhà chị Monica, một ngôi nhà hai tầng rất ảm đạm gần Trung tâm Cộng đồng Do Thái JCC. Chiếc Pontiac Firebird thập niên 1990 màu xanh lá mạ của chị Monica nằm chễm chệ trước lối vào nhà, lốp xe căng phồng.

"Tới chưa em?" Anh Isaac hỏi khi thấy tôi sắp dừng xe.

"Ồ, tới rồi," anh Augustus đáp. "Mày biết sao không, Isaac? Nó giống như tất cả những hy vọng hão huyền mà chúng ta đã ngu ngốc đặt niềm tin vào vậy."

"Vậy là em ấy có ở nhà hả?"

Anh Gus chậm rãi ngoái đầu ra sau nhìn anh Isaac. "Ai thèm quan tâm xem cô nàng đó có nhà hay không. Chuyện này không phải vì cô ta, mà là vì *mày* đấy." Anh Gus ôm chặt hộp trứng vào lòng, mở cửa và xoay xở bước ra khỏi xe. Sau đó anh mở cửa cho Isaac, và tôi nhìn qua gương chiếu hậu thấy anh Gus giúp Isaac ra khỏi xe. Hai người đứng tựa vai vào nhau, rồi xoay người lại, trông như hai bàn tay đang chắp lại cầu nguyện nhưng hai lòng bàn tay không áp vào nhau.

Tôi quay cửa sổ xe xuống và quan sát từ trong xe, bởi tôi rất sợ mấy hành vi cố tình phá hoại. Họ tiến mấy bước về phía chiếc xe của chị Monica, sau đó anh Gus mở hộp giấy lấy một quả trứng đưa cho anh Isaac. Anh Isaac vung tay ném nó. Hụt rồi, trứng rơi cách xe những mười hai thước.

"Chệch về bên trái một chút," anh Gus hướng dẫn.

"Là cú ném vừa rồi hơi thiên về bên trái hay tao cần nhắm nghiêng bên trái một chút?"

"Nhắm nghiêng về bên trái." Anh Isaac xoay vai. "Xích qua bên trái thêm chút nữa," anh Gus nhắc. Anh Isaac nghiêng vai lần nữa. "Ừ. Đúng rồi. Giờ ném mạnh vào." Anh Gus lại đưa thêm một quả trứng, và anh Isaac ném nó đi. Quả trứng bay thành hình vòng cung qua khỏi chiếc xe và đáp xuống mái nhà. "Trúng phóc!" Anh Gus hào hứng.

"Thật không?" Anh Isaac khoái chí hỏi.

"Không, mày ném cao hơn nóc xe sáu thước. Cố gắng ném mạnh nữa nhưng thấp thôi. Và hơi chệch về bên phải một chút xíu so với cú vừa rồi." Anh Isaac thò tay qua và tự lấy trứng từ hộp giấy anh Gus đang ôm. Anh vung tay ném nó, trứng rơi trúng đèn chiếu hậu. "Đúng rồi!" Anh Gus kêu lên. "Đúng rồi! ĐÈN CHIẾU HẬU!"

Anh Isaac lấy một quả trứng khác, chệch mé phải quá, sau đó thêm một quả, thấp quá, lại tiếp thêm một quả nữa, trúng kính chắn gió phía sau. Sau đó anh ném trúng ba quả liên tiếp vào cốp sau. "Hazel Grace," anh Gus giục tôi. "Chụp lại cảnh này mau để anh Isaac có thể nhìn thấy chiến tích hôm nay khi người ta phát minh ra mắt rô-bốt." Tôi nhô người ra khỏi xe, ngồi tựa lên cửa xe đã kéo kính xuống, khuỷu tay chống lên nóc xe và chụp hình bằng chiếc điện thoại của tôi: anh Augustus dù đang ngậm điếu thuốc trong miệng nhưng điệu cười nhếch mép của anh thật bảnh hết sức, một tay giơ hộp trứng hồng lên quá đầu trong đó chỉ còn vài quả trứng chỏng chơ. Tay kia choàng qua vai anh Isaac, người không buồn quay nhìn về phía máy ảnh. Đằng sau họ, lòng đỏ trứng gà đang nhểu xuống kính chắn gió và thanh hãm xung của chiếc Firebird xanh mạ. Và đằng sau nữa, một cánh cửa mở xịch ra.

"Cái gì đây," người phụ nữ trung niên cất tiếng sau khi tôi chụp được vài tấm hình, "Lạy Chúa tôi—" và sau đó bà im bặt.

"Thưa bà," anh Augustus nói, gật đầu với bà ấy, "xe con gái bà vừa bị ném trứng một cách chính đáng bởi một chàng mù. Bà vui lòng đóng cửa và quay lui vào trong, không thì chúng tôi buộc phải gọi cảnh sát." Do dự một lát, mẹ Monica đóng cửa lại và biến mất. Anh Isaac ném liền tù tì ba quả trứng cuối cùng trong nháy mắt. Sau đó anh Gus dắt anh quay trở lại xe. "Thấy chưa, Isaac, chỉ cần mày phủ định — cẩn thận, chúng ta sắp tới lề đường rồi — tính hợp lẽ trong cách hành xử của họ, nếu mày đổi ngược vị thế để họ cảm thấy như họ đang phạm tội khi đứng nhìn — chỉ vài bước nữa thôi — xe ô-tô của mình bị ném trứng, họ sẽ bối rối, sợ hãi, lo lắng và họ sẽ quay lại — tay nắm cửa ngay trước mặt mày đó — cuộc sống tuyệt vọng đến lặng lẽ của họ." Gus vội vàng vòng lên và ngồi vào ghế trước. Khi cửa vừa đóng, tôi khởi động máy xe phóng đi nhưng chỉ được mấy chục thước thì tôi nhận ra mình đang đi vào hẻm cụt. Tôi đánh một vòng cua và trở lại đường cũ, ngang qua nhà của chị Monica lần nữa.

Tôi không bao giờ có dịp chụp ảnh anh nữa.

CHƯƠNG MƯỜI LĂM

Vài ngày sau, tại nhà anh Gus, mọi người gồm ba mẹ anh, Ba Mẹ tôi, anh Gus và tôi ngồi chen chúc quanh bàn ăn, thưởng thức món ớt nhồi trên một tấm khăn trải bàn mà theo lời ba Gus, thì lần cuối cùng nó được sử dụng là từ thế kỷ trước.

Ba tôi: "Emily, món cơm Ý này..."

Mẹ tôi: "Thật là ngon."

Mẹ anh Gus: "Ồ, cảm ơn anh chị. Tôi rất sẵn lòng chỉ chị cách làm món này."

Anh Gus, nuốt một miếng: "Thật ra con thấy mùi vị chính không giống như ở Oranjee."

Tôi: "Vị giác anh tốt lắm, Gus. Đúng là món này dù ngon nhưng không giống hương vị ở Oranjee."

Mẹ tôi: "Kìa Hazel."

Anh Gus: "Nó có vị như thể..."

Tôi: "Đồ ăn hàng ngày."

Anh Gus: "Đúng, chính xác. Món này có vị giống như đồ ăn hàng ngày được mẹ chuẩn bị công phu. Nhưng nó không có hương vị, chà, làm sao để con diễn đạt một cách khéo léo nhỉ...?"

Tôi: "Nó không giống hương vị mà chính Đấng Tối Cao vào bếp và đem thiên đường chế biến thành một loạt năm món ngũ vị rồi sau đó mang ra phục vụ chúng ta, kèm theo chùm bóng plasma sáng chói, trong khung cảnh những cánh hoa lững lờ trôi bên dưới con kênh ngay cạnh bàn chúng ta."

Anh Gus: "Nói hay lắm!"

Ba anh Gus: "Mấy đứa con của chúng ta lạ quá."

Ba tôi: "Nói hay lắm!"

Một tuần sau bữa tối sum vầy đó, anh Gus phải vào Cấp cứu vì chứng đau ngực, và bác sĩ đã giữ anh lại suốt đêm. Sáng hôm sau tôi lái xe qua Bệnh viện Memorial thăm anh đang nằm trên tầng bốn. Tôi đã không ghé Memorial kể từ khi thăm anh Isaac. Trong đây không có bất kỳ bức tường nào có màu sơn lòe loẹt hay những bức tranh vẽ hình cún con lái xe ô-tô giống một bức đang treo ở Bệnh viện Nhi đồng, sự vô trùng tuyệt đối ở bên này khiến tôi thấy luyến tiếc niềm hạnh phúc kiểu con nít rất nhảm nhí ở Bệnh viện Nhi đồng. Bệnh viện Memorial *thiên về chức năng chữa trị* hơn. Nó như một cơ sở lưu trữ. Một cơ sở phòng bệnh.

Khi cửa thang máy mở ra ở tầng bốn, tôi thấy mẹ anh Gus đang đi đi lại lại trong phòng chờ, nghe điện thoại di động. Bà nhanh chóng cúp máy, quay qua ôm tôi và đưa tay đỡ lấy giá ô-xy của tôi.

"Dạ được rồi ạ," tôi nói. "Anh Gus sao rồi bác?"

"Thằng bé đã trải qua một đêm khó khăn, Hazel à," mẹ anh nói. "Tim nó làm việc quá sức nên cần ít vận động lại. Từ đây đến khi ra viện sẽ phải dùng xe lăn. Bệnh viện đang cho thằng bé thử một số loại thuốc mới để giảm đau tốt hơn. Các chị nó vừa vào thăm."

"Dạ," tôi đáp lời. "Thế cháu vào thăm có được không?"

Bà choàng tay ôm tôi và siết chặt vai tôi, một hành động khiến tôi lấy làm lạ. "Cháu biết rằng gia đình bác rất quý cháu mà Hazel. Nhưng thời điểm này các bác chỉ muốn người trong gia đình thôi. Gus đồng ý như vậy. Được không cháu?"

"Dạ được rồi," tôi trả lời.

"Bác sẽ nói với Gus là cháu có ghé thăm."

"Dạ được rồi," tôi nói. "Cháu chỉ ngồi đây đọc báo một lát thôi."

Bà đi dọc hành lang, quay lại phòng anh. Tôi hiểu, nhưng tôi vẫn nhớ anh. Tôi cứ nghĩ có lẽ mình đã bỏ lỡ cơ hội cuối cùng để gặp anh, nói lời tạm biệt hay gì đó. Phòng chờ trải toàn thảm màu nâu và tất cả ghế cũng bọc vải màu nâu. Tôi ngồi lẻ loi trên chiếc ghế đôi trong một lúc, giá ô-xy kẹp giữa hai chân. Tôi mang đôi giày Chuck Taylor và mặc chiếc áo *Ceci n'est pas une pipe*, đúng bộ trang phục tôi đã diện hai tuần trước đó, vào Buổi Chiều Muộn của Biểu Đồ Venn, và anh sẽ không được nhìn thấy nó. Tôi lấy điện thoại di động ra và vào thư viện ảnh xem lại những bức hình đã chụp, giống như một đoạn phim chiếu chậm quay ngược lại khoảng thời gian vài tháng vừa qua, bắt đầu bằng hình anh và anh Isaac 'quậy' ở trước cửa nhà chị Monica và kết thúc là tấm hình đầu tiên tôi chụp anh trên đường đến xem *Bộ Xương Tân Thời*. Cảm giác giống như đã từ rất lâu rồi vậy, cứ như chúng tôi đã có những giây phút ngắn ngủi bên nhau nhưng kéo dài đến vô tận. Có những dãy vô tận dài hơn những dãy vô tận khác.

Hai tuần sau, tôi đẩy xe anh Gus băng qua công viên nghệ thuật về hướng *Bộ Xương Tân Thời* trong khi anh ôm một chai sâm-banh đắt tiền và bình ô-xy của tôi trong lòng. Chai rượu này anh Gus được một trong những bác sĩ điều trị tặng — anh Gus thuộc týp người dễ dụ dỗ các bác sĩ tặng rượu sâm-banh cho trẻ em. Chúng tôi ngồi đó, anh Gus trên xe lăn còn tôi trên bãi cỏ ẩm ướt, ở cự li gần nhất có thể để chúng tôi nhìn trọn vẹn tác phẩm *Bộ Xương Tân Thời*. Tôi chỉ vào những đứa trẻ đang tranh nhau nhảy từ ngực lên vai của bộ xương và anh Gus đáp khẽ chỉ vừa đủ cho tôi nghe trong tiếng trẻ con chơi đùa ầm ĩ, "Lần trước khi đến đây, anh thấy mình như một đứa trẻ. Lần này thì giống bộ xương."

Chúng tôi uống rượu bằng cốc giấy in hình Winnie-the-Pooh.

CHƯƠNG MƯỜI SÁU

Một ngày với chàng Gus ở giai đoạn cuối sẽ như thế này:

Tôi qua nhà anh khoảng giữa trưa, sau khi anh đã ăn và nôn hết bữa sáng. Anh đón tôi ở cửa trên xe lăn, không còn là một anh chàng bảnh bao nhìn tôi chằm chằm ở Hội Tương Trợ nữa, nhưng vẫn còn đó điệu cười nửa miệng, vẫn ngậm điếu thuốc chưa châm, đôi mắt xanh vẫn sáng và sinh động.

Chúng tôi cùng ăn trưa với ba mẹ anh ở bàn ăn. Bánh sandwich bơ đậu phộng và mứt cùng món măng tây của buổi tối hôm trước đó. Anh Gus không ăn, tôi bèn hỏi anh thấy trong người thế nào.

"Khỏe," anh đáp. "Còn em?"

"Em ổn. Tối qua anh làm gì?"

"Anh ngủ khá nhiều. Anh muốn viết cho em phần tiếp theo của *Nỗi đau tột cùng*, Hazel Grace, nhưng lúc nào anh cũng thấy mệt rã rời."

"Anh chỉ cần kể nó cho em nghe cũng được," tôi nói.

"Ừa, anh tập phân tích dưới góc độ tiền-Van Houten về Chú Tulip Hà Lan. Đó không phải là một kẻ lừa đảo, nhưng không giàu như cách ông ấy thể hiện."

"Thế còn mẹ của Anna?"

"Vẫn chưa thống nhất quan điểm về cô ấy. Kiên nhẫn đi nào, cô nàng bộp chộp." Anh Augustus mỉm cười nhại lại câu nói của tôi hôm nào. Ba mẹ anh không nói gì, cứ yên lặng nhìn anh không rời mắt, như thể họ chỉ muốn thưởng thức màn trình diễn mang tên Gus Waters đang lưu diễn trong thị trấn. "Thỉnh thoảng anh mơ mình đang viết một cuốn hồi ký. Một cuốn hồi ký sẽ là cầu nối giúp hình ảnh anh được lưu giữ trong trái tim và ký ức những người hâm mộ anh."

"Sao anh còn cần nhiều người hâm mộ trong khi anh đã có em?" Tôi hỏi.

"Hazel Grace, khi em duyên dáng và có thân hình chuẩn như anh thì cũng dễ chiếm được cảm tình của những ai mà em gặp gỡ. Nhưng để khiến người lạ yêu em... thì đó *mới là* cao tay ấn."

Tôi trợn tròn mắt.

Sau bữa ăn trưa, chúng tôi cùng ra sân sau. Anh vẫn còn

khỏe để tự đẩy xe lăn, tự nhấc hàng bánh trước để vượt qua các gò đất mấp mô trên lối ra vào. Vẫn là một anh chàng thể thao, bất chấp mọi bệnh tật, cùng phản xạ nhanh nhạy và khả năng cân bằng trời ban mà ngay cả những loại thuốc mê liều mạnh cũng không thể làm tê liệt hoàn toàn.

Ba mẹ anh ở lại trong nhà, nhưng khi tôi liếc nhìn vào phòng ăn thì thấy ông bà vẫn dõi mắt theo chúng tôi.

Chúng tôi ngồi im lặng bên nhau. Được một lúc, anh Gus nói, "Thỉnh thoảng anh ước gì chúng ta có bộ đánh đu đó."

"Chiếc đu ở sân sau nhà em à?"

"Ừ. Sự luyến tiếc của anh cực đoan đến mức anh có thể nhớ một chiếc đu mà mông anh chưa bao giờ chạm đến."

"Sự luyến tiếc là một tác dụng phụ của bệnh ung thư," tôi nói với anh.

"Không, luyến tiếc là tác dụng phụ của việc chờ chết," anh chỉnh lại. Một làn gió thổi qua làm thay đổi hình bóng các nhánh cây in trên người chúng tôi. Anh Gus siết chặt tay tôi. "Cuộc đời này thật đẹp, Hazel Grace."

Chúng tôi đi vào trong nhà khi anh cần vô thuốc, thuốc được truyền vào người anh cùng với các chất dinh dưỡng dạng lỏng qua một ống thông dạ dày bằng nhựa gắn mất hút vào bụng anh. Anh im lặng trong một lúc, nửa tỉnh nửa mê. Mẹ anh muốn anh nằm ngủ một chốc, nhưng anh cứ lắc đầu từ chối mỗi khi bà đề nghị. Thế nên chúng tôi để anh ngồi gà gật trên chiếc xe lăn.

Ba mẹ anh ngồi xem một cuốn phim cũ của Gus cùng với các chị gái —lúc đó chắc chị anh bằng tuổi tôi bây giờ còn anh Gus mới khoảng năm tuổi. Phim quay mấy chị em đang chơi bóng rổ ở lối vào của một ngôi nhà khác. Và tuy anh Gus lúc ấy còn bé xíu, anh đã nhồi bóng chuẩn như thể anh sinh ra để làm việc đó. Anh cứ chạy vòng quanh mấy chị trong khi họ cười rộ. Đây là lần đầu tiên tôi thấy anh chơi bóng rổ. "Anh ấy chơi giỏi thật," tôi bật thốt.

"Giá mà cháu thấy nó chơi hồi trung học," ba anh nói. "Là tuyển thủ của trường khi mới là chỉ là học sinh khóa một."

Gus lầm bầm, "Con có thể xuống hầm chứ?"

Ba mẹ anh đẩy chiếc xe lăn xuống lầu trong khi anh Gus vẫn ngồi trên đó. Chiếc xe nảy lên nảy xuống điên cuồng trên mấy bậc thang. Việc này có thể gây nguy hiểm cho anh, nếu như thật sự nguy hiểm vẫn còn thường trực. Sau đó họ để chúng tôi lại một mình. Anh Gus trèo lên giường và chúng tôi nằm đó bên nhau dưới tấm chăn, tôi nằm nghiêng còn anh Gus nằm ngửa, đầu tôi gối lên bả vai xương xẩu của anh, thân nhiệt anh phả qua lần áo thun pô-lô anh mặc và truyền vào da tôi, chân tôi gác lên cái chân thật của anh còn tay tôi đặt lên má anh.

Tôi kê sát mặt anh và khi mũi chúng tôi chạm nhau, gần đến nỗi tôi chỉ có thể nhìn thấy đôi mắt anh, tôi không thể nói là anh đang bị bệnh. Chúng tôi hôn nhau trong một lúc và sau đó nằm bên nhau, cùng nghe đĩa nhạc cùng tên của nhóm The Hectic Glow. Cuối cùng cả anh, cả tôi cùng ngủ thiếp đi trong tư thế như vậy, trong sự vướng víu của cơ thể và bùng nhùng đủ loại ống dẫn.

Chúng tôi thức dậy sau đó và dựng một chiến hào bằng gối quanh mép giường để có thể thoải mái ngồi chơi trò Chống phiến loạn 2: *Cái giá của Bình minh.* Tôi chơi dở ẹt, dĩ nhiên rồi. Nhưng chính cái sự dở của tôi lại hay với anh: Nó giúp anh có cơ hội chết đẹp hơn, nào là nhảy ra trước đầu đạn của một tay bắn tỉa và hy sinh anh dũng cho tôi, hoặc là giết một tên lính gác khi hắn định bắn tôi. Khi cứu được tôi, anh khoái chí thế nào ư? Anh đã hét lên sung sướng, "Hôm nay bọn bây *không giết được* bạn gái tao đâu, lũ Khủng bố Quốc tế Không rõ Quốc tịch kia!"

Cũng có lúc tôi nghĩ hay mình giả vờ tạo một sự cố bị nghẹn thức ăn hay gì đó để anh có thể thao tác biện pháp cấp cứu Heimlich. Có lẽ sau đó anh sẽ rũ được nỗi lo sợ rằng mình sống và mất đi mà không vì một mục đích cao cả gì. Nhưng sau đó tôi tưởng tượng đến viễn cảnh có thể sức khỏe anh không cho phép thực hiện phương pháp Heimlich, và tôi phải tiết lộ rằng đó chỉ là một trò bịp và tiếp theo là màn lời qua tiếng lại, sạc nhau ra trò.

Thật khó có thể giữ được suy nghĩ đứng đắn khi ánh mặt trời đang mọc chiếu chói lóa đôi mắt đang nhòe đi của ta, và đó chính là suy nghĩ thầm kín của tôi khi cả hai đứa tôi bị kẻ xấu săn lùng quanh một thành phố đổ nát vốn cũng không tồn tại trên thực tế.

Cuối cùng, ba anh đi xuống và lôi anh lên lầu. Ở trước cửa phòng, ngay dưới Lời động viên tinh thần đề *Tình bạn là mãi mãi*, tôi quỳ xuống hôn tạm biệt anh. Rồi tôi về nhà và ăn tối với Ba Mẹ, để lại anh Gus ăn (và nôn) bữa tối một mình ở nhà anh.

Sau khi xem truyền hình qua quít, tôi đi ngủ.

Hôm sau tôi thức dậy.

Khoảng giữa trưa, tôi lại qua nhà anh chơi.

CHƯƠNG MƯỜI BẢY

Một buổi sáng nọ, khoảng một tháng sau chuyến đi Amsterdam, tôi lái xe đến nhà Gus. Ba mẹ anh cho tôi biết anh vẫn đang ngủ ở dưới hầm. Tôi đi xuống, gõ mạnh cửa tầng hầm trước khi bước vào, "Anh Gus ơi?"

Tôi nghe anh lẩm bẩm một thứ ngôn ngữ nào đó do anh tự sáng tạo ra. Anh tè dầm khắp giường. Thật dễ sợ. Tôi thậm chí không thể nhìn anh. Thật vậy đó! Tôi chỉ biết gọi ba mẹ anh xuống, rồi bỏ đi lên lầu trong khi họ lau dọn cho anh.

Khi tôi quay trở xuống, anh đã thoát khỏi trạng thái mê ngủ, từ từ tỉnh dậy đón chào một ngày đau đớn khác. Tôi chồng gối lên để cùng chơi trò Chống phiến loạn với anh trên tấm nệm trần vì ba mẹ anh đã dọn dẹp ga phủ

giường. Nhưng anh quá mệt mỏi và thiếu tập trung đến
nỗi anh chơi cũng dở tệ như tôi vậy. Cứ khoảng năm phút
là cả hai đứa đều bị chết. Cũng chẳng phải kiểu chết anh
hùng mã thượng gì cho cam, toàn là chết do sơ suất vớ vẩn.

Tôi không nói gì với anh. Tôi chỉ muốn anh quên rằng
tôi đã có mặt ở đó và hy vọng anh không nhớ tôi đã thấy
anh chàng tôi yêu nằm ngọ nguậy trong vũng nước tè của
chính mình. Tôi cứ ôm ấp hy vọng rằng anh sẽ nhìn qua
tôi và hỏi: "Ồ, Hazel Grace. Sao em lại ở đây?"

Nhưng xui là anh nhớ. "Cứ mỗi phút trôi qua là anh lại
càng nhận thức sâu sắc hơn ý nghĩa của từ *mất thể diện*,"
cuối cùng anh cũng lên tiếng.

"Em cũng từng đái dầm mà anh. Tin em đi, chuyện đó
chẳng có gì to tát cả."

"Em cũng từng," anh nói và sau đó hít một hơi thật sâu,
"gọi anh là Augustus".

"Em biết đấy," một lúc sau anh nói, "nghe hơi trẻ con,
nhưng anh luôn nghĩ cáo phó của mình sẽ được đăng trên
tất cả các báo, rằng anh có một câu chuyện đáng nói. Bí
mật đó nha, anh luôn ngờ rằng mình là người đặc biệt."

"Thì anh đặc biệt mà," tôi khẳng định.

"Nói thế nhưng em vẫn hiểu anh định nói gì mà," anh
bảo.

Tôi biết anh định nói gì, chỉ là tôi không đồng ý. "Em
chẳng thiết tha chuyện tờ *New York Times* có đăng cáo phó

cho em hay không, em chỉ muốn chính anh viết điếu văn cho em thôi," tôi nói với anh. "Anh bảo anh không đặc biệt vì thế giới này không ai biết đến anh, nhưng nói vậy là động chạm đến em đó. Vì em biết rõ anh mà."

"Anh không nghĩ anh sẽ sống được đến lúc viết cáo phó cho em," anh nói thay vì xin lỗi.

Tôi quá thất vọng với anh. "Em cũng hy vọng tình cảm của em là đủ đối với anh, nhưng không bao giờ có thể như thế. Tình yêu này không bao giờ là đủ đối với anh. Nhưng đó là tất cả những gì anh có thể có. Anh có em, có gia đình, và cả thế giới này. Đây là cuộc sống của anh. Em xin lỗi nếu nó chẳng ra gì. Nhưng anh sẽ không phải là người đàn ông đầu tiên đặt chân lên sao Hỏa, anh cũng sẽ không phải là một ngôi sao bóng rổ NBA hay săn lùng bọn Đức Quốc xã. Ý em là anh hãy nhìn lại chính mình đi anh Gus." Anh không đáp lời tôi. "Em không có ý—" tôi vừa định nói thì anh cắt ngang.

"Ừ, ý em là vậy mà!" Tôi định xin lỗi thì anh nói tiếp, "Đừng, anh xin lỗi. Em nói đúng. Chúng ta chơi tiếp đi."

Thế là chúng tôi chỉ chăm chú chơi điện tử.

CHƯƠNG MƯỜI TÁM

Tôi thức dậy khi điện thoại di động của tôi réo rắt một bài của The Hectic Glow. Bài hát yêu thích của anh Gus. Điều đó có nghĩa là anh đang gọi—hoặc ai đó đang gọi từ điện thoại của anh. Tôi liếc nhìn đồng hồ, mới có 2:35 SÁNG. *Anh đã ra đi*, tôi thầm nghĩ. Và mọi thứ trong tôi vỡ vụn.

Khó khăn lắm tôi mới mở lời *"Xin chào?"*

Tôi chờ đợi tiếng của ba mẹ anh hủy hoại mọi ước mơ của tôi.

"Hazel Grace," giọng Augustus cất lên thật yếu ớt.

"Ôi, là anh sao? Cám ơn Chúa. Chào anh. Em yêu anh."

"Hazel Grace, anh đang ở trạm xăng. Có gì đó không ổn, em phải giúp anh."

"Chuyện gì ạ? Anh đang ở đâu?"

"Đường cao tốc chỗ giao lộ Tám mươi sáu và Ditch. Anh đã nghịch gì với ống thông dạ dày và giờ anh không biết làm sao và—"

"Em sẽ gọi chín một một," tôi nói.

"Không không không không không, họ sẽ đưa anh đến bệnh viện. Hazel, nghe anh nè. Đừng gọi chín một một hay ba mẹ anh, anh sẽ không bao giờ tha thứ cho em đâu em đừng gọi mà chỉ cần em đến đây thôi anh xin em cứ đến và sửa giúp cái ống thông chết tiệt này thôi. Anh chỉ, Chúa ơi, chuyện này thật ngu ngốc. Anh không muốn ba mẹ biết là anh đã bỏ đi. Làm ơn đi. Anh có mang thuốc theo; chỉ là anh không thể nạp nó vào. Anh xin em." Anh đang khóc. Tôi chưa bao giờ nghe anh khóc nức nở như thế, ngoại trừ hôm đi Amsterdam ở trước nhà anh.

"Được rồi," tôi nói. "Em đi liền."

Tôi tắt máy thở BiPAP, nối ống trợ thở vào một bình ô-xy rồi móc chiếc bình vào giá đỡ, sau đó xỏ chân vào đôi giày thể thao để đi với quần ngủ màu hồng bằng vải bông cùng chiếc áo thun của đội bóng rổ Butler vốn trước đây là của anh Gus. Tôi chộp lấy chìa khóa từ ngăn kéo bếp, nơi Mẹ thường cất nó và không quên viết vài chữ phòng trường hợp Ba Mẹ thức dậy trong khi tôi đi vắng.

Con đi xem anh Gus. Chuyện quan trọng. Con xin lỗi.
Yêu Ba Mẹ, H

Trên đường đến trạm xăng, lái xe chừng vài dặm thì tôi tỉnh ngủ hẳn và tự hỏi tại sao anh Gus lại rời nhà lúc giữa đêm. Có lẽ anh bị ảo giác hoặc những tưởng tượng khổ sở đã kiểm soát tâm trí anh.

Trên đường Ditch, tôi tăng tốc vượt đèn vàng. Tôi chạy quá tốc độ quy định phần vì muốn sớm đến chỗ anh, phần vì hy vọng cảnh sát sẽ bắt tôi lại và tôi có cớ để nói với một người khác rằng bạn trai đang hấp hối của tôi bị mắc kẹt bên ngoài một trạm xăng cùng với một ống thông dạ dày bị trục trặc. Nhưng cảnh sát đã không xuất hiện để quyết định thay tôi.

Chỉ có hai xe ô-tô đỗ trong bãi. Tôi đậu xe mình cạnh xe anh rồi đến mở cửa xe anh ra, đèn trong xe bật sáng. Và tôi thấy anh Augustus ngồi ở tay lái, giữa một đống nhầy nhụa do anh nôn mửa, tay anh đang ép vào bụng nơi đặt ống thông dạ dày. "Chào em!" Anh thều thào.

"Ôi Chúa ơi, anh Augustus, anh cần phải đến bệnh viện."

"Xin em hãy xem qua nó đã." Tôi bịt miệng để tránh mùi tanh nhưng vẫn cúi xuống kiểm tra phía trên rốn của anh, nơi họ đã phẫu thuật đặt ống thông. Da bụng của anh âm ấm và có màu đỏ tươi.

"Anh Gus à, em nghĩ anh bị nhiễm trùng rồi. Xin lỗi là em không thể làm gì được. Mà sao anh lại ở đây? Sao anh không ở nhà?" Anh lại nôn, lần này không còn đủ sức để quay miệng ra khỏi người anh. "Ôi, anh yêu," tôi thốt lên.

"Anh muốn mua một gói thuốc lá," anh thì thào. "Anh bị mất cái gói cũ rồi, hoặc ba mẹ đã cất nó đi. Anh cũng chẳng biết. Họ hứa sẽ mua cho anh gói mới, nhưng mà anh muốn... tự làm chuyện đó. Tự thân làm cái chuyện nhỏ nhặt đó."

Nói xong, anh nhìn thẳng về phía trước. Tôi lặng lẽ rút điện thoại di động ra và bấm gọi chín một một.

"Em xin lỗi anh," tôi xoa dịu anh. *Chín một một đây, trường hợp khẩn cấp của bạn là gì?* "Xin chào, tôi đang ở Đường cao tốc chỗ giao lộ Tám mươi sáu và Ditch. Tôi cần gọi xe cứu thương. Tình yêu lớn của đời tôi đang gặp sự cố với ống thông dạ dày của anh ấy."

Anh nhìn lên tôi. Thật khủng khiếp. Tôi hầu như không thể nhìn anh. Chàng Augustus Waters với nụ cười nửa miệng và những điếu thuốc lá không khói đã biến mất, thay vào đó là một hình hài tuyệt vọng đang ngồi bẽ bàng dưới chân tôi.

"Thế là hết! Anh thậm chí không còn có thể ngậm thuốc lá được nữa."

"Anh Gus, em yêu anh."

"Còn đâu cơ hội để anh làm Peter Van Houten của ai đó?" Anh yếu ớt đánh vào tay lái, còi xe hú lên khi anh bật khóc. Anh ngửa đầu ra sau, nhìn lên. "Anh căm ghét bản thân mình, anh căm ghét bản thân mình, anh ghét bị thế này anh ghét bị thế này anh ghê tởm bản thân mình anh ghét nó anh ghét nó anh ghét nó hãy để anh chết quách đi cho xong."

Theo lệ thường của dòng tiểu thuyết này, anh Augustus Waters sẽ giữ khiếu hài hước của mình cho đến sau rốt, không một lúc nào nguôi đi lòng can đảm và ý chí quật cường của anh sẽ thăng hoa như cánh chim đại bàng bất khuất hiên ngang cho đến khi chính thế giới này không thể dung nạp được linh hồn hân hoan của anh nữa.

Nhưng đây mới là sự thật, một cậu chàng đáng thương không muốn ai thương hại mình, đang la hét và khóc lóc, bị tổn thương bởi ống thông dạ dày nhiễm trùng vốn giúp anh không chết, nhưng cũng không thể sống.

Tôi lau cằm cho anh và ôm lấy khuôn mặt anh trong tay, quỳ xuống gần anh hơn để có thể nhìn thấy đôi mắt của anh, vẫn còn tinh anh. "Em xin lỗi. Em ước gì mọi chuyện chỉ giống như bộ phim hôm trước, về bọn Ba Tư và chiến binh Sparta."

"Anh cũng vậy," anh đáp.

"Nhưng không phải thế," tôi nói.

"Anh biết," anh đáp.

"Trên đời này không có kẻ xấu."

"Ừ."

"Ngay cả tế bào ung thư cũng không phải là kẻ xấu thực sự: Tế bào ung thư cũng chỉ muốn được sống."

"Ừ."

"Anh sẽ không sao đâu," tôi nói với anh. Tôi có thể nghe thấy tiếng còi cứu thương đằng xa.

"Okay," anh nói. Anh đang dần mất ý thức.

"Gus, anh phải hứa từ nay không cố làm như vầy nữa. Em sẽ giúp anh mua thuốc lá, được chưa?" Anh nhìn tôi, đôi mắt trũng sâu. "Anh hứa với em đi."

Anh hơi gật đầu và sau đó nhắm nghiền mắt lại, đầu ngoẹo về một bên.

"Anh Gus," tôi kêu lên. "Đừng bỏ em."

"Hãy đọc gì đó cho anh nghe," anh nói khi chiếc xe cứu thương chết tiệt lao vụt qua khỏi chúng tôi. Trong lúc chờ đợi họ quay lại và tìm ra hai đứa, tôi đọc bài thơ duy nhất nảy ra trong đầu lúc đó, "Chiếc xe cút kít đỏ" của William Carlos Williams.

> phụ thuộc rất nhiều
> vào
> chiếc xe cút kít
> đỏ
>
> lấp loáng nước
> mưa
>
> cạnh đàn gà
> trắng.

Williams là bác sĩ nên đối với tôi đây giống như một bài thơ của bác sĩ. Bài thơ đã hết, nhưng xe cứu thương vẫn chưa đến nên tôi viết tiếp bài thơ.

Và phụ thuộc rất nhiều, tôi nói với anh Augustus, vào bầu trời xanh bị xé toạc bởi những nhánh cây trên cao. Phụ thuộc rất nhiều vào ống thông dạ dày trong suốt bị trào ngược từ ruột của anh chàng môi tái. Phụ thuộc rất nhiều vào kẻ quan sát vũ trụ này.

Nửa tỉnh nửa mê, anh liếc nhìn tôi và lẩm bẩm, "Vậy mà em nói là em không biết làm thơ."

CHƯƠNG MƯỜI CHÍN

Vài ngày sau anh xuất viện về nhà, mọi tham vọng ấp ủ của anh cuối cùng đã bị cướp mất vĩnh viễn. Bác sĩ phải dùng nhiều thuốc hơn để giúp anh giảm đau. Anh được chuyển lên lầu vĩnh viễn, vào một giường bệnh gần cửa sổ phòng khách.

Tiếp theo là chuỗi ngày mặc toàn đồ ngủ, râu ria rậm rạp, thều thào nhờ vả và miệng không ngừng cảm ơn hết người này đến người kia vì tất cả những gì họ làm giùm anh. Một buổi chiều, anh chỉ vu vơ về phía giỏ đựng quần áo để ở góc phòng và hỏi tôi: "Đó là gì vậy?"

"Đó là giỏ đựng quần áo?"

"Không, bên cạnh nó kìa."

"Em chẳng nhìn thấy bất cứ cái gì bên cạnh nó cả."

"Đó là mảnh tự tôn cuối cùng của anh. Nó rất nhỏ."

...

Ngày hôm sau, tôi tự vào nhà. Mọi người không muốn tôi bấm chuông vì sợ đánh thức anh dậy. Các chị anh đang ở đó cùng những anh chồng làm ngân hàng và ba đứa trẻ, tất cả đều là con trai. Chúng chạy ùa đến tôi và hô vang *cô là ai cô là ai cô là ai*, rồi cứ chạy vòng quanh lối vào như thể phổi chúng là một nguồn tài nguyên tái tạo năng lượng dồi dào. Tôi đã gặp các chị của anh, nhưng chưa từng gặp mấy đứa con hay cha của chúng.

"Cô là Hazel," tôi đáp.

"Cậu Gus có *bạn gái*," một trong những đứa trẻ nói.

"Cô biết cậu Gus có bạn gái," tôi nói theo.

"Cô ấy có 'núi đôi'," một đứa khác nhận xét.

"Vậy sao?"

"Tại sao cô có nó?" Đứa đầu tiên vừa hỏi vừa chỉ vào giá ô-xy của tôi.

"Nó giúp cô thở," tôi trả lời. "Cậu Gus thức chưa?"

"Chưa, cậu còn đang ngủ."

"Cậu đang sắp chết," một đứa nữa nói.

"Cậu đang sắp chết," một đứa khác khẳng định, giọng đột nhiên nghiêm trọng. Không khí chợt chìm vào im lặng và tôi tự hỏi mình cần phải nói ra sao. Nhưng rồi một trong số bọn trẻ đá vào chân đứa khác và chúng lại bắt đầu rượt đuổi nhau, té chồng lên nhau rồi lại chạy vào trong bếp.

Tôi vào chào ba mẹ Gus ở phòng khách và gặp hai ông anh rể của anh, Chris và Dave.

Thú thật là tôi không biết nhiều về hai người chị cùng cha khác mẹ của anh, nhưng cả hai đều ôm tôi. Chị Julie đang ngồi trên mép giường, nói chuyện với anh Gus đang ngủ bằng chất giọng đúng kiểu người ta hay nói với một em bé sơ sinh đáng yêu, "Ôi, Gussy Gussy, em Gussy Gussy bé bỏng của cả nhà." Em Gussy của cả nhà? Liệu họ đã có được anh?

"Chuyện gì vậy, anh Augustus?" Tôi lên tiếng, cố gắng có một hành vi phù hợp.

"Em Gussy đẹp trai của cả nhà," chị Martha nói, nghiêng người về phía anh. Tôi bắt đầu thắc mắc liệu anh thực sự buồn ngủ hay anh đã đặt một ngón tay lên máy bơm truyền thuốc mê để tránh Sự Tấn Công của Hai Bà Chị Sốt Sắng này.

Một hồi sau anh tỉnh dậy và điều đầu tiên anh nói là, "Hazel," khiến tôi lấy làm hạnh phúc, như thể giờ đây tôi cũng là một thành viên trong gia đình của anh. "Chúng ta ra ngoài," anh khẽ khàng. "Được không vậy em?"

Chúng tôi cùng đi. Mẹ anh đẩy xe lăn, các chị, anh rể, ba anh, mấy đứa cháu trai và tôi lần lượt theo sau. Đó là một ngày hè nhiều mây, không có gió và nóng bức. Anh mặc áo thun màu xanh hải quân dài tay và quần dài thể thao bằng vải nỉ. Không hiểu vì sao mà lúc nào anh cũng thấy lạnh trong người. Anh muốn uống nước nên ba anh quay vào nhà lấy cho anh ít nước.

Chị Martha cố gắng bắt chuyện với anh Gus, chị quỳ xuống cạnh anh và nói, "Mắt em lúc nào cũng đẹp như vậy." Anh khẽ gật đầu.

Một trong hai ông anh rể đặt tay lên vai Gus và hỏi, "Sao, có thấy không khí trong lành không?" Anh Gus nhún vai.

"Con có cần uống thuốc không?" Mẹ anh hỏi, cũng quỳ xuống tạo thành vòng tròn vây quanh anh. Tôi lùi lại một bước, ngắm nhìn lũ trẻ chạy băng qua một thảm hoa để đến một bãi cỏ trong khuôn viên sau nhà. Ngay sau đó chúng bắt đầu chơi trò đẩy nhau té xuống đất.

"Mấy con!" Chị Julie lơ đãng mắng.

"Chị chỉ hy vọng rằng," chị Julie nói, quay lại với Gus, "lớn lên chúng sẽ trở thành những chàng trai thông minh, chín chắn như em vậy."

Tôi nén lòng để nói rành rọt từng tiếng. "Anh ấy không thông minh đến mức đó đâu," tôi nói với chị Julie.

"Cô ấy nói đúng đó chị. Hầu hết những người đẹp mã lại ngu ngốc, nên như em là vượt quá mong đợi."

"Phải, chủ yếu là sự nóng bỏng của anh thôi," tôi nói.

"Nóng bỏng mắt luôn đó!" Anh trêu.

"Thế nên anh bạn Isaac mới bị mù," tôi nói.

"Đó là tấn bi kịch khủng khiếp. Nhưng anh có thể làm gì với vẻ đẹp chết người này đây?"

"Anh không thể làm gì hết."

"Bởi vậy nên đây là gánh nặng của anh, khuôn mặt đẹp trai này."

"Chưa kể đến thể hình của em đó," anh rể Dave cũng hùa vào.

"Thật đấy, đừng để em nói đến thân hình nóng bỏng này. Cá là anh không muốn nhìn thấy em cởi đồ ra đâu, anh Dave. Nhìn em khỏa thân là cô em Hazel Grace đây hết thở được luôn," anh nói, hất đầu về phía chiếc bình ô-xy.

"Được rồi, đủ rồi mấy con," ba anh nói. Và đột nhiên ông vòng tay ôm tôi và hôn lên tóc tôi, thì thầm, "Bác tạ ơn Chúa mỗi ngày cho cháu, con gái à."

Dù sao, đó là ngày tốt lành cuối cùng tôi ở bên anh Gus cho đến khi Ngày Tốt Lành Cuối Cùng thực sự đến.

CHƯƠNG HAI MƯƠI

Một trong những lệ thường không đến nỗi nhảm nhí của dòng tiểu thuyết về bệnh nhi ung thư là Ngày Tốt Lành Cuối Cùng, trong đó nạn nhân của căn bệnh ung thư thấy mình bất ngờ có vài giờ mà cơn đau đằng đẵng đột nhiên chững lại và trong một lúc họ có thể chịu đựng được nó. Vấn đề là, tất nhiên, ta không thể nào biết rằng ngày tốt lành cuối cùng của ta chính là cái *Ngày Tốt Lành Cuối Cùng*. Vào thời điểm đó, với ta nó chỉ là một ngày tốt lành khác.

Tôi tạm ngưng không đến thăm anh Augustus một ngày vì thấy trong người không khỏe lắm: không có gì trầm trọng, chỉ là thấy mệt mỏi thôi. Đó là một ngày ảm đạm. Và khi anh Augustus gọi điện thoại sau năm giờ chiều, tôi đã được nối với máy thở BiPAP, nay được kéo ra phòng khách để tôi có thể xem truyền hình với Ba Mẹ.

"Chào anh, Augustus," tôi nói.

Anh trả lời với chất giọng đã khiến tim tôi xao xuyến. "Chào Hazel Grace. Em có thể nào tìm cách đến Trái Tim của Chúa vào khoảng tám giờ tối nay không?"

"Dạ được?"

"Hay quá! Ngoài ra, nếu em không phiền thì nhớ chuẩn bị một bài điếu văn."

"Ừm," tôi đáp.

"Anh yêu em," anh nói.

"Và em cũng yêu anh," tôi trả lời. Sau đó người bên kia cúp máy.

"Ừm," tôi nói. "Con phải đến Hội Tương Trợ vào tám giờ tối nay. Có một cuộc họp khẩn cấp."

Mẹ tắt tiếng ti-vi. "Mọi thứ vẫn ổn chứ con?"

Tôi nhìn Mẹ một thoáng, lông mày hơi nhướng lên. "Con nghĩ đó là một câu hỏi tu từ."

"Nhưng sao lại có—"

"Bởi vì anh Gus cần con vì một lý do nào đó. Được mà mẹ, con có thể lái xe." Tôi nghịch máy thở BiPAP hòng chờ Mẹ đến giúp tôi tháo nó ra, nhưng bà không làm thế, thay vào đó bà bảo. "Hazel, Ba Mẹ cảm thấy như dạo gần đây chẳng mấy khi *gặp* con nữa."

"Đặc biệt là với người đi làm cả tuần như Ba," Ba thêm vào.

"Anh ấy cần con," tôi nói, cuối cùng cũng tự tháo máy thở BiPAP ra.

"Ba Mẹ cũng cần con mà, cưng," Ba tôi nói. Ông nắm lấy cổ tay tôi, như thể tôi là đứa bé hai tuổi ngỗ ngược sắp phóng ra đường nên cần phải giữ nó lại.

"Vậy thì Ba mắc một căn bệnh ở giai đoạn cuối đi, rồi con sẽ ở nhà thường hơn."

"Kìa, Hazel!" Mẹ tôi mắng.

"Mẹ đã từng là người không muốn con chôn chân ở nhà," tôi nói với bà trong khi Ba vẫn giữ chặt tay tôi. "Và bây giờ Mẹ muốn để mặc anh ấy với căn bệnh rồi chết đi để con sẽ trở lại đây, bị trói chặt vào ngôi nhà này, để Mẹ có thể chăm sóc con như trước. Nhưng con không cần như vậy, Mẹ à. Con không cần Mẹ chăm như trước nữa. Mẹ mới là người cần tận hưởng cuộc sống."

"Hazel!" Ba vừa mắng vừa siết mạnh tay tôi hơn. "Xin lỗi Mẹ con mau."

Tôi giật mạnh tay lại nhưng ông không chịu buông ra, và tôi không thể đặt ống trợ thở bằng một tay. Giận thật. Tất cả những gì tôi muốn làm lúc này là một cuộc Biểu Tình Nổi Loạn theo kiểu trẻ con hồi xưa, khi tôi đùng đùng bỏ ra khỏi phòng, đóng sầm cánh cửa phòng ngủ, bật inh ỏi nhạc của nhóm The Hectic Glow và giận dữ viết một bài càm ràm. Nhưng tôi không thể làm gì hết vì tôi không thể thở nổi. "Cái ống trợ thở," tôi rên rỉ. "Con cần nó."

Ngay lập tức Ba thả tay tôi ra và vội vàng nối ống trợ

thở cho tôi. Tôi ghi nhận được cảm giác hối lỗi dâng trong mắt ông nhưng ông vẫn chưa nguôi giận. "Hazel, con xin lỗi Mẹ mau."

"Được rồi, con xin lỗi, nhưng xin Ba Mẹ hãy cho phép con làm việc này."

Cả hai không nói gì hết. Mẹ chỉ ngồi đó khoanh hai tay và chẳng buồn nhìn tôi. Sau một lúc, tôi đứng dậy và đi về phòng mình để viết điếu văn cho anh Augustus.

Cả Ba và Mẹ một vài lần thử đến gõ cửa phòng nhưng tôi chỉ nói rằng tôi đang làm một việc rất quan trọng. Phải lâu thật lâu tôi mới nghĩ ra những gì tôi muốn nói, nhưng thậm chí sau đó tôi cũng không mấy hài lòng với ý đó. Trước khi tôi cơ bản hoàn thành bài điếu, tôi nhận thấy đã 7:40, nghĩa là tôi sẽ đến muộn ngay cả khi tôi *không* thay đồ. Vì vậy cuối cùng tôi mặc luôn cái quần ngủ bằng vải bông màu xanh nhạt, áo thun Butler của anh Gus và mang đôi dép kẹp.

Tôi bước ra khỏi phòng và tảng lờ đi qua chỗ Ba Mẹ, nhưng Ba chợt nói, "Con không được rời khỏi nhà mà không có sự cho phép của Ba Mẹ."

"Ôi trời ơi, Ba ơi là Ba. Anh Gus chỉ muốn con viết một *bài điếu văn* cho ảnh thôi, được chưa? Từ giờ. Đêm nào. Tối nào. Con cũng sẽ ở rịt trong nhà. Bắt đầu từ bây giờ, vào bất cứ ngày nào, Ba Mẹ vừa lòng chưa?" Lời tôi nói khiến ông bà nín lặng.

Trên đường đi tôi mới dần bình tâm lại về chuyện Ba Mẹ lúc nãy. Tôi vòng xe ra phía sau nhà thờ và đỗ trên lối vào hình bán nguyệt, ngay sau xe anh Augustus. Cửa hậu của nhà thờ hé mở nhờ một hòn đá to bằng nắm tay chèn ngang. Bên trong, tôi vừa tính đi lối cầu thang nhưng cuối cùng quyết định chờ cái thang máy cổ xưa ọp ẹp.

Khi cánh cửa thang máy mở ra, tôi bước vào gian phòng hay họp Hội Tương Trợ, mấy chiếc ghế vẫn được sắp theo vòng tròn như trước. Nhưng giờ đây tôi chỉ thấy anh Gus đang ngồi trên xe lăn, ốm tong ốm teo như thầy ma. Anh ngồi ở trung tâm vòng tròn, đối diện với tôi. Hẳn anh đang ngồi chờ cửa thang máy mở ra.

"Hazel Grace," anh thốt lên, "em nhìn đẹp mê hồn."

"Em biết thế mà?"

Chợt tôi nghe thấy tiếng sột soạt trong góc tối của căn phòng. Anh Isaac đứng đằng sau một bục giảng nhỏ bằng gỗ, tay níu lấy nó. "Anh có muốn ngồi không?" Tôi hỏi anh Isaac.

"Không, anh sắp đọc bài điếu. Em đến muộn vậy?"

"Anh đang gì... Em... sao ạ?"

Anh Gus ra hiệu cho tôi ngồi. Tôi kéo một chiếc ghế vào giữa vòng tròn cùng với anh trong khi anh xoay xe lại đối diện với anh Isaac. "Anh muốn tham gia đám tang của mình," anh Gus nói. "Nhân đây, em sẽ phát biểu tại tang lễ của anh chứ?"

"Dạ, dĩ nhiên là thế rồi," tôi nói, ngả đầu vào vai anh.

Tôi vòng tay ra sau lưng anh, ôm chầm cả anh lẫn chiếc xe lăn. Anh nhăn mặt. Tôi buông hai tay.

"Tuyệt quá!" anh bảo. "Anh đang hy vọng lúc đó anh sẽ tham dự với tư cách một linh hồn, nhưng để chắc ăn, anh nghĩ mình nên — à, anh không có ý đẩy em lên sân khấu đâu, nhưng chiều nay anh chợt nghĩ mình có thể tổng duyệt trước lễ tang, và nhận thấy hiện nay tinh thần anh còn khá minh mẫn nên đây là lúc thích hợp nhất cho việc này."

"Làm sao mà anh vào được đây?" Tôi tò mò hỏi.

"Thế em có tin là họ để cửa mở suốt đêm không?" Anh Gus vặn lại.

"Ừm, không," tôi đáp.

"Mà em cũng không nên tin." anh Gus mỉm cười. "Dù gì, anh cũng biết nói vậy là hơi tự đề cao mình."

"Này, mày đang đạo bài điếu văn của tao đó nha," anh Isaac chen vào. "Phần đầu tiên là tao mô tả mày hay tự đề cao bản thân thế nào."

Tôi bật cười.

"Được rồi, được rồi," anh Gus nói. "Mày cứ thong thả đọc đi."

Anh Isaac hắng giọng. "Augustus Waters là một người hay tự đề cao mình. Nhưng chúng ta tha thứ cho anh ấy. Chúng ta tha thứ cho anh không phải vì anh có một trái tim tốt đẹp theo nghĩa bóng trong khi trái tim thật của anh cứ đau lên đau xuống; hay vì anh biết cách ngậm một điếu thuốc trên miệng khéo hơn bất kỳ người không hút thuốc nào trong lịch sử; hay vì anh chỉ sống có mười tám năm trong khi anh xứng đáng được sống lâu hơn."

"Mười bảy thôi mày," anh Gus chỉnh.

"Tao giả định mày sống được thêm ít lâu, thằng quỷ khoái ngắt lời người khác này.

"Để tôi kể cho mọi người nghe," anh Isaac tiếp tục, "Augustus Waters là một thằng nói nhiều đến nỗi hắn sẽ cắt ngang lời bạn tại chính lễ tang của hắn. Và hắn luôn tự kiêu: Ôi Thánh thần thiên địa ơi, thằng đó không bao giờ đi tè mà không nghĩ đến mấy lời ẩn dụ về chất thải của loài người. Mà hắn cũng rất tự đắc: Tôi tin rằng mình chưa bao giờ gặp một kẻ có vẻ bề ngoài hấp dẫn hơn thế, một kẻ có nhận thức cực kỳ sâu sắc về sức hấp dẫn trong diện mạo của mình.

"Nhưng tôi xin nói điều này: Khi các nhà khoa học tương lai xuất hiện tại nhà tôi cùng cặp mắt rô-bốt do họ chế tạo và xin tôi thử mang vào, tôi sẽ yêu cầu họ biến ngay, bởi vì tôi không muốn nhìn thấy một thế giới mà không có Gus."

Đoạn này, tôi bắt đầu thút thít khóc.

"Và sau khi thể hiện quan điểm của mình một cách hoa mỹ, tôi sẽ lắp mắt rô-bốt vào, bởi vì biết đâu với cặp mắt rô-bốt đó ta có thể nhìn xuyên qua được áo con gái và mấy thứ khác. Augustus, bạn của tôi, thượng lộ bình an nhé."

Anh Augustus gục gặc đầu một lúc, môi anh mím lại, và

sau đó giơ một ngón cái lên ý khen anh Isaac. Sau khi đã lấy lại được bình tĩnh, anh nói thêm, "Tao sẽ cắt cái đoạn nhìn xuyên qua áo mấy em gái."

Anh Isaac vẫn còn bám vào bục giảng. Anh bắt đầu khóc. Trán anh tì xuống thành bục và tôi thấy vai anh rung lên từng chập, cuối cùng thì anh cất tiếng, "Thằng chết tiệt, Augustus, mày muốn chỉnh điếu văn của mày ra sao thì tùy."

"Đừng chửi thề trong Trái Tim của Chúa chứ," anh Gus nhắc nhở.

"Thằng chết tiệt!" anh Isaac lại chửi một lần nữa, ngẩng đầu lên và nuốt nước mắt. "Hazel, anh có thể mượn tay em không?"

Tôi quên bẵng đi mất là anh không tự quay trở xuống vòng tròn được. Tôi đứng dậy, đặt tay anh lên tay tôi và từ từ dẫn anh trở lại chiếc ghế bên cạnh anh Gus nơi tôi vừa ngồi. Sau đó, tôi bước lên bục và mở mảnh giấy mà tôi đã dày công viết bài điếu văn trên đó.

"Tên tôi là Hazel. Anh Augustus Waters là tình yêu vĩ đại nhưng bất hạnh của cuộc đời tôi. Chuyện tình của chúng tôi là một bản anh hùng ca mà cứ viết thêm một câu là tôi không khỏi rơi lệ. Anh Gus biết. Anh Gus biết chứ. Tôi sẽ không kể cho mọi người nghe về chuyện tình yêu của chúng tôi, bởi vì — giống như mọi câu chuyện tình yêu đích thực — nó sẽ được chôn vùi cùng với chúng tôi, như lẽ ra phải như thế. Tôi đã hy vọng rằng anh ấy sẽ viết điếu văn cho tôi, bởi vì tôi không muốn ai khác ngoài...." Tôi bắt đầu sụt sịt khóc. "Được rồi, làm sao để không khóc. Làm sao để tôi — bình tĩnh. Bình tĩnh nào."

Tôi hít thở vài cái rồi quay trở lại bài viết. "Tôi không thể nói về câu chuyện tình yêu của chúng tôi, nên tôi sẽ nói về toán học. Tôi không phải là nhà toán học, nhưng tôi biết điều này: Có hằng hà sa số con số tồn tại giữa 0 và 1. Có 0.1 này, 0.12 này, 0.112 này và còn vô số những tập hợp số khác. Tất nhiên, tập hợp số vô hạn giữa 0 và 2, hoặc giữa 0 và một triệu sẽ *lớn hơn*. Như vậy, có những tập hợp số vô hạn lớn hơn những tập hợp số vô hạn khác. Một nhà văn chúng tôi từng yêu thích đã dạy cho chúng tôi biết điều đó. Cho nên, có những ngày, rất nhiều ngày như vậy trong thời gian qua, tôi thấy bực tức với kích thước của tập hợp số ngày nhỏ nhoi của mình. Tôi muốn có nhiều ngày hơn so với lượng thời gian tôi có thể sống, và Chúa ơi, con muốn có nhiều thật nhiều ngày hơn cho anh Augustus Waters yêu dấu. Nhưng anh Gus, tình yêu của em, em không biết nói sao cho anh hiểu là em cảm kích thế nào về lượng thời gian ít ỏi của hai chúng ta. Em sẽ không đời nào đánh đổi nó. Anh đã cho em những giây phút vĩnh viễn trong chuỗi ngày ngắn ngủi này, và em vô vàn biết ơn anh."

CHƯƠNG HAI MƯƠI MỐT

Anh Augustus Waters mất tám ngày sau buổi diễn tập tang lễ đó, tại Bệnh viện Memorial, trong Phòng chăm sóc đặc biệt, khi căn bệnh ung thư, vốn đã di căn toàn bộ cơ thể anh, cuối cùng đã làm tim anh, cũng là một phần cơ thể anh, ngừng đập.

Lúc anh mất có mặt ba anh, mẹ anh cùng hai chị gái. Mẹ anh gọi tôi lúc ba giờ rưỡi sáng. Dĩ nhiên tôi biết ngay là anh đã ra đi. Tôi đã nói chuyện với ba anh trước khi đi ngủ, và ông đã nói với tôi, "Có thể là tối nay đấy!" nhưng đến khi tôi chộp lấy điện thoại trên chiếc bàn cạnh giường ngủ và nhìn thấy dòng chữ *Mẹ anh Gus* trên màn hình, mọi thứ trong tôi đều sụp đổ. Bà chỉ khóc nức nở ở đầu dây bên kia và bảo rằng bà rất tiếc. Tôi cũng nói tôi lấy làm tiếc. Và bà cho tôi biết rằng anh đã hôn mê trong vài giờ trước khi mất.

Sau đó, Ba Mẹ tôi vào phòng, nhìn tôi như thăm dò và tôi chỉ gật đầu. Cả hai quay qua ôm nhau, cùng cảm nhận, tôi đoan chắc thế, nỗi kinh hoàng xâm lấn hai tâm hồn đồng điệu ấy.

Tôi gọi cho anh Isaac, người luôn miệng nguyền rủa từ cuộc sống đến vũ trụ và cả Đức Chúa Trời, rồi bảo tại sao khi cần thì chẳng tìm được chiếc cúp chết tiệt nào để đập vỡ. Sau đó tôi chợt nhận ra rằng không còn ai khác để gọi báo tin, đó là điều đáng buồn nhất. Người duy nhất tôi thật sự muốn kể về cái chết của Augustus Waters lại chính là anh Augustus Waters.

Ba Mẹ tôi ở lại suốt trong phòng cho đến khi trời sáng và cuối cùng Ba hỏi, "Con có muốn được một mình không?" Tôi gật đầu và Mẹ âu yếm nói, "Ba Mẹ ở ngay bên ngoài cửa thôi!" Tôi thầm nghĩ, *con biết mà*.

Thật không thể chịu đựng nổi. Toàn bộ sự việc. Mỗi giây trôi qua lại càng tệ hại hơn so với trước. Tôi cứ nghĩ miên man về việc gọi cho anh, tự hỏi điều gì sẽ xảy ra, liệu có ai trả lời không. Trong những tuần vừa qua, chúng tôi đã dành nhiều thời gian bên nhau để cùng ôn lại kỷ niệm, và điều đó đã để lại một tác động rất lớn: khi anh không còn nữa, tôi đã bị tước đi niềm vui của việc tưởng nhớ, vì giờ đây tôi không còn ai để cùng ôn lại kỷ niệm. Mất đi người cùng ôn chuyện với mình, cảm giác đó cũng đau đớn như là đánh mất chính ký ức đã có với họ vậy, điều đó không khác nào những gì chúng tôi đã trải qua trở nên xa vời và vô nghĩa hơn so với vài giờ trước đó.

Khi bạn được chuyển vào Phòng cấp cứu, một trong những điều đầu tiên các bác sĩ yêu cầu bạn làm là đánh giá mức độ đau của bạn trên thang đo từ một đến mười, và từ đó họ sẽ quyết định sử dụng loại thuốc nào và xử lý nhanh ra sao. Tôi đã được hỏi câu hỏi này hàng trăm lần trong những năm qua, và tôi nhớ có một lần lâu lắm rồi, khi tôi không thể thở được và cảm giác như ngực mình đang bốc cháy, ngọn lửa liếm đến mé trong xương sườn và tìm cách lan ra toàn thân, Ba Mẹ lập tức đưa tôi vào Phòng cấp cứu. Một cô y tá hỏi tôi về mức độ đau đớn và tôi thậm chí không thể cất tiếng nói, vì vậy tôi đã giơ chín ngón tay.

Một hồi sau, khi họ đã can thiệp gì đó cho tôi, cô y tá ấy lại đến và đại loại là vuốt ve tay tôi trong khi đo huyết áp cho tôi và cô âu yếm nói, "Cháu biết vì sao cô gọi cháu là chiến binh không? Vì cháu đã gọi mức mười là chín."

Nhưng sự thật không phải như vậy, tôi gọi mức đó là chín bởi vì tôi để dành con số mười cho riêng tôi. Và giờ đây mới chính thức là nó, cấp độ mười khủng khiếp, cứ dội vào người tôi từng chập từng chập trong khi tôi nằm chết lặng trên giường, một mình, mắt nhìn chăm chăm lên trần nhà. Nó giống như những con sóng hất tung tôi vào đá, sau đó lại kéo tôi trở ra biển để ném tôi một lần nữa vào vách đá lởm chởm, rồi bỏ mặc tôi dập dềnh trên mặt nước, không sao chìm xuống được.

Cuối cùng tôi bấm số điện thoại gọi cho anh. Điện thoại reo năm lần và sau đó chuyển sang chế độ hộp thư thoại. "Bạn đang được chuyển đến hộp thư thoại của Augustus Waters," tiếng anh cất lên, vẫn là chất giọng lanh lảnh đã làm xiêu lòng tôi. "Hãy để lại lời nhắn." Sau đó là tiếng bíp và không khí ở đầu bên kia im ắng đến kỳ lạ. Sau khi anh mất, tôi chỉ muốn quay lại với không gian thứ ba bí mật vẫn thường xuất hiện mỗi khi chúng tôi nói chuyện điện thoại. Tôi chờ đợi cảm giác ấy, nhưng nó đã không bao giờ đến: không khí chết lặng ở bên kia rất bức bối và cuối cùng tôi cúp máy.

Tôi lôi laptop từ dưới gầm giường lên, khởi động máy và truy cập vào trang cá nhân của anh, nay đã tràn ngập vô vàn lời chia buồn. Lời chia buồn gần nhất là:

Tôi yêu cậu, người anh em. Hẹn gặp cậu ở bên kia thế giới.

... Được viết bởi một người mà tôi chưa bao giờ nghe nói đến. Trên thực tế, hầu như tất cả các thông điệp đăng trên này, đến tới tấp bằng với tốc độ đọc của tôi, được viết bởi những người tôi chưa bao giờ gặp mặt và anh cũng chưa bao giờ nhắc đến, những người đang ca ngợi nhiều phẩm chất khác nhau của anh vào ngày hôm nay khi anh đã ra đi, dù tôi biết một thực tế rằng họ đã chẳng gặp anh trong nhiều tháng trời và cũng không hề bỏ công đến thăm anh. Tôi tự hỏi không biết trang cá nhân của tôi sẽ như thế nào khi tôi chết, hoặc giả tôi đã rời khỏi trường học và cuộc sống này đủ lâu để thoát khỏi những hoài niệm mênh mang.

Tôi tiếp tục đọc.

Tôi đã bắt đầu thấy nhớ cậu, người anh em.

Em yêu anh, Augustus. Cầu Chúa ban phúc lành và phù hộ cho anh.

Bạn sẽ sống mãi trong trái tim chúng tôi, anh chàng cừ khôi.

(Câu này đặc biệt khiến tôi tức giận, bởi vì nó ngụ ý về sự bất tử của những người còn sống: Bạn sẽ sống mãi trong ký ức của tôi bởi vì tôi sẽ sống mãi! GIỜ ĐÂY TÔI LÀ CHÚA TRỜI CỦA BẠN, CHÀNG TRAI ĐÃ KHUẤT KIA! BẠN LÀ CỦA TÔI! Mà suy nghĩ rằng mình sẽ không chết lại chính là một tác dụng phụ của việc chờ chết.)

Mày luôn luôn là một người bạn tuyệt vời. Tao xin lỗi đã không gặp mày thường sau khi mày rời khỏi trường, người anh em. Tao cá rằng mày đang chơi bóng rổ trên thiên đường.

Tôi tưởng tượng anh Augustus Waters sẽ phân tích lời chia buồn ấy như sau: Nếu tao đang chơi bóng rổ ở trên thiên đường, tức tồn tại ở đâu đó một địa điểm có thực là thiên đường với những quả bóng rổ có thực ư? Ai làm ra quả bóng rổ nói trên? Có phải là những linh hồn kém may mắn hơn ở trên thiên đường đang làm việc trong một nhà máy sản xuất bóng rổ thiên đường để cho tao chơi không? Hoặc giả một Đấng toàn năng đã tạo ra mấy quả bóng rổ từ những lỗ chân không trong không khí? Liệu thiên đường này có phải là một loại vũ trụ không thể quan sát, nơi mà các định luật vật lý không áp dụng được, và nếu đúng như vậy thì tại làm tao lại chơi môn bóng rổ dở hơi này trong khi tao có thể được bay nhảy, đọc sách, ngắm nhìn mấy cô em xinh đẹp, hay làm bất cứ trò gì khác mà tao thật sự thích? Cái cách mày đang tưởng tượng về linh hồn đã khuất của tao thực chất là nói về chính bản thân mày hơn là nói về con người của tao trước đây hay tao bây giờ.

Ba mẹ anh gọi điện thoại cho tôi lúc giữa trưa để thông báo rằng tang lễ sẽ được cử hành trong năm ngày nữa, vào thứ Bảy. Tôi hình dung ra cảnh nhà thờ đông nghẹt những người toàn nghĩ rằng anh thích bóng rổ, và tôi thấy buồn nôn. Tuy nhiên tôi biết mình phải đến dự vì tôi sẽ phát biểu và vân vân này nọ. Khi tôi cúp máy, tôi quay lại đọc trang cá nhân của anh:

> Vừa nghe tin Gus Waters mất sau một cuộc chiến dài đằng đẵng với bệnh ung thư. Hãy an nghỉ nhé, anh bạn.

Tôi biết những người này thực sự buồn, và thật ra tôi không giận họ. Tôi chỉ giận vũ trụ này. Mặc dù vậy, có một chuyện cứ khiến tôi tức điên: Ta sẽ được tất cả những người bạn này quan tâm khi mà ta không cần bạn bè nữa. Tôi viết đáp lại lời chia buồn trên như sau:

> Chúng ta sống trong một vũ trụ dành cho sự sáng tạo cũng như tẩy xóa nhận thức. Anh Augustus Waters không phải mất sau một cuộc chiến dài đằng đẵng với bệnh ung thư, mà anh qua đời sau một cuộc chiến dài đằng đẵng với ý thức của con người, một nạn nhân — sau này bạn cũng thế — của vũ trụ, vốn có thể tạo ra và đồng thời phá hủy tất cả.

Tôi đăng nó lên và chờ đợi ai đó sẽ trả lời, nên cứ liên tục nhấn refresh để tải lại trang cá nhân của anh. Chẳng có gì. Bình luận của tôi bị lạc mất trong cơn bão của những thông điệp chia buồn mới. Mọi người sẽ nhớ anh rất nhiều. Mọi người đều đang cầu nguyện cho gia đình anh. Tôi nhớ đến lá thư của Van Houten: Viết lách không thể hồi sinh sự mất mát. Thực chất chỉ là chôn vùi.

Sau một lúc, tôi đi ra phòng khách ngồi xem ti-vi với Ba Mẹ. Tôi cũng mơ hồ không biết ti-vi đang chiếu chương trình gì, trong một khoảnh khắc Mẹ tôi chợt hỏi: "Hazel, Ba Mẹ có thể làm gì cho con đây?"

Tôi chỉ lắc đầu và thút thít khóc.

"Ba Mẹ có thể làm gì giúp con đây?" Mẹ hỏi lại.

Tôi nhún vai.

Nhưng Mẹ cứ hỏi hoài như thể bà có thể làm được một điều gì, cho đến khi tôi nằm dài trên chiếc xô-pha dụi đầu vào lòng bà còn Ba tôi thì đến ôm lấy chân tôi. Tôi vòng tay ôm ngang hông Mẹ, cả Mẹ cả Ba cứ ngồi ôm tôi như thế hàng giờ trong lúc từng đợt sóng vẫn nhồi tôi không dứt.

CHƯƠNG HAI MƯƠI HAI

Khi cả nhà tôi mới đến, tôi ngồi ở phía cuối phòng thăm viếng. Đó là một căn phòng nhỏ với bốn vách tường đá nằm cạnh thánh đường thuộc nhà thờ Trái Tim của Chúa Giêsu. Trong phòng xếp khoảng tám mươi ghế ngồi và khách viếng đã ngồi kín hai phần ba số ghế, nhưng cảm giác trống trải của một phần ba số ghế còn lại vẫn lớn hơn.

Trong một lúc, tôi chỉ nhìn mọi người đi lên phía quan tài, được đặt trên một cỗ xe và phủ khăn màu tím. Tất cả những người này tôi chưa bao giờ gặp qua trước đây sẽ đến quỳ xuống bên cạnh anh hoặc đứng và cúi nhìn anh một hồi, có người sẽ khóc, có người sẽ nói gì đó, và sau cùng tất cả đều sẽ chạm tay vào quan tài thay vì vào anh, bởi vì không có ai muốn chạm vào người chết cả.

Ba mẹ anh Gus đang đứng bên cạnh quan tài ôm tất cả những ai đi ngang qua chỗ họ. Nhưng khi nhìn thấy tôi, họ mỉm cười và lê bước về phía tôi. Tôi đứng dậy và ôm chầm lấy ba anh trước, sau đó đến mẹ anh, bà ôm riết lấy tôi như cách anh Gus vẫn hay ôm, siết chặt bả vai tôi. Cả hai trông già hẳn đi — hốc mắt trũng sâu, da chùng xuống trên khuôn mặt mệt mỏi. Họ cũng đã đến đích của cuộc đua vượt rào nước rút rồi.

"Thằng bé yêu cháu rất nhiều," mẹ của Gus nói. "Nó yêu thực sự đó. Không phải là — đó không phải tình yêu kiểu trẻ con đâu," bà nói thêm, như thể tôi không hề hay biết.

"Anh ấy cũng yêu bác rất nhiều," tôi nói khẽ. Thật khó diễn tả cảm giác đó, nhưng nói chuyện với ông bà không khác nào đang đâm họ và bị họ đâm lại. "Cháu rất tiếc!" Tôi nói. Và sau đó ông bà quay sang nói chuyện với Ba Mẹ tôi — nguyên cuộc trò chuyện chỉ toàn những cái gật đầu và mím chặt môi. Tôi nhìn lên phía quan tài thấy không còn ai ở đó nên quyết định đi lên gặp anh. Tôi kéo ống ô-xy ra khỏi mũi và vòng ra sau đầu, tháo ra đưa cho Ba tôi. Tôi muốn chỉ có tôi và chỉ có anh. Tôi giữ chặt chiếc ví nhỏ của mình và bước lên lối đi giữa các hàng ghế.

Quãng đường mới dài làm sao, nhưng tôi nhủ với hai lá phổi của mình là hãy im miệng và mạnh mẽ hơn, rằng chúng có thể làm được điều này. Tôi có thể nhìn thấy anh khi sắp đến gần: tóc anh được rẽ ngôi gọn gàng về phía bên trái theo một cách mà nhìn anh rất kinh hoàng, và khuôn mặt anh đã được liệm bằng kỹ thuật plastic hóa. Nhưng vẫn là anh, chàng Gus cao lêu nghêu và xinh đẹp của tôi.

Tôi muốn mặc bộ đầm đen nhỏ nhắn tôi đã mua vào dịp sinh nhật lần thứ mười lăm, bộ tử phục của tôi, nhưng hiện thời không vừa nữa nên tôi chỉ mặc một chiếc váy đen đơn giản, dài ngang gối. Anh Augustus mặc lại bộ suit có ve áo mỏng mà anh từng diện ở Oranjee.

Khi tôi quỳ xuống, tôi nhận ra rằng họ đã vuốt mắt anh khép lại — dĩ nhiên là phải thế — và rằng tôi sẽ không bao giờ còn được nhìn thấy đôi mắt xanh của anh nữa. "Em yêu anh, hiện tại," tôi thì thầm. Sau đó tôi đặt tay lên giữa ngực anh và vỗ về: "Không sao đâu, anh Gus. Không sao đâu. Ổn rồi, mọi việc ổn rồi, anh có nghe em nói không?" Tôi đã và đang không có chút tự tin nào rằng anh có thể nghe thấy lời tôi. Tôi cúi xuống và hôn lên má anh. "Okay," tôi nói. "Okay."

Hốt nhiên tôi ý thức được rằng tất cả mọi người đang nhìn chúng tôi, và lần cuối cùng rất nhiều người nhìn thấy hai chúng tôi hôn nhau là khi hai đứa đang ở trong Nhà lưu niệm Anne Frank. Nhưng, nói cho đúng hơn, không còn hai chúng tôi để người ta nhìn nữa. Chỉ còn mỗi mình tôi.

Tôi mở ví và lấy ra một hộp Camel Lights. Với hy vọng không ai ở đằng sau trông thấy, tôi nhanh nhẹn nhét hộp thuốc vào khoảng trống giữa người anh và lớp vải bạc sang trọng của quan tài. "Anh có thể châm thuốc," tôi thì thầm với anh. "Em không phiền lòng đâu."

Trong khi tôi chuyện trò với anh, Ba Mẹ đã di chuyển lên hàng ghế thứ hai cùng với bình ô-xy, vì vậy tôi không phải đi nhiều khi quay trở xuống. Ba đưa cho tôi một mẩu khăn giấy khi tôi ngồi xuống. Tôi hỉ mũi vào khăn, quàng ống trợ thở quanh vành tai và đặt các đầu phun ô-xy trở lại vào mũi.

Tôi cứ nghĩ chúng tôi sẽ đi vào khu thánh đường trang trọng phù hợp với một lễ tang thực sự, nhưng tất cả chỉ diễn ra trong căn phòng phụ đó – Cánh Tay của Chúa Giêsu theo nghĩa đen, tôi đoán đó là một phần của thập tự giá nơi Chúa bị đóng đinh. Ngài mục sư đi lên đứng trước quan tài, khiến quan tài trông như cái bục thuyết giáo. Ông nói sơ qua về cuộc chiến kiên cường của anh Augustus và rằng tinh thần chiến đấu anh dũng của anh khi đối mặt với bệnh tật là nguồn cảm hứng cho tất cả mọi người. Tôi bắt đầu phát bực khi ông mục sư kết luận: "Ở trên thiên đường, Augustus cuối cùng sẽ được chữa lành và nguyên vẹn hơn," ngụ ý rằng khi còn sống anh không được nguyên vẹn như mọi người vì bị tháo mất một chân. Tôi đã không thể kìm lại tiếng thở dài chán chường. Ở bên cạnh, Ba bóp gối tôi và lừ mắt tỏ vẻ không hài lòng, nhưng từ hàng ghế sau có tiếng một người nào đó thì thầm bên tai tôi, khẽ đến nỗi tôi gần như không nghe thấy, "Toàn nói tào lao thiên địa, hở, bé con?"

Tôi xoay đầu lại.

Peter Van Houten mặc một bộ suit trắng bằng vải lanh,

được cắt may vừa vặn với thân hình phục phịch của ông ta, bên trong là chiếc áo sơ-mi xanh lơ và chiếc cà-vạt màu xanh lục. Ông ta ăn mặc giống như đang ở xứ thuộc địa Panama, chứ không phải trong một buổi tang lễ. Tiếng ông mục sư vang lên: "Chúng ta hãy cùng cầu nguyện!" nhưng trong khi những người khác cúi đầu, tôi cứ há hốc mồm nhìn Peter Van Houten. Được một lúc, ông ta thì thào: "Chúng ta phải giả vờ cầu nguyện chứ," và cúi đầu.

Tôi quay lên, cố gắng quên đi sự có mặt của ông ta và chỉ chú tâm cầu nguyện cho anh Augustus. Tôi ưu tiên lắng nghe ngài mục sư đang thuyết giảng và quyết không nhìn lại.

Ngài mục sư gọi anh Isaac lên, lần này anh nghiêm trang hơn so với buổi tang lễ thử. "Augustus Waters là Thị trưởng của Thành phố Ung-thư-sinh Huyền bí, và không ai có thể thay thế anh ấy," anh Isaac bắt đầu. "Mọi người có thể kể cho bạn nghe nhiều chuyện khôi hài về Gus, vì đó là một anh chàng hóm hỉnh, nhưng tôi xin kể ở đây một câu chuyện nghiêm túc: Một ngày sau khi tôi phẫu thuật mắt, Gus đã đến bệnh viện. Lúc ấy tôi vừa bị mù hẳn, vừa bị thất tình nên chẳng thiết làm gì cả, thì Gus xông vào và hét to: 'Tao có tin này hay lắm nè!' Và tôi đã phản ứng ỉu xìu kiểu, 'Thật tình bây giờ tao chẳng có tâm trí nào để nghe tin tốt lành hết', và Gus nói, 'Chắc chắn mày sẽ muốn nghe tin này!' nên tôi tò mò hỏi: 'Thôi được, đó là tin gì?' thế là anh ấy tuôn luôn một tràng, 'Từ nay mày sẽ sống một cuộc đời tốt đẹp và lâu dài đầy ắp những

khoảnh khắc tuyệt vời lẫn kinh dị mà mày chưa thể nào
tưởng tượng ra!'"

Anh Isaac không thể đọc tiếp, hoặc có lẽ anh chỉ viết
có bấy nhiêu.

Sau khi một người bạn thời trung học kể vài câu chuyện
về tài năng chơi bóng rổ đáng nể cùng nhiều phẩm chất
tốt đẹp của anh Gus khi còn trong đội, ngài mục sư lại
mời tiếp: "Bây giờ chúng ta sẽ nghe vài lời gởi gắm từ một
người bạn đặc biệt của Augustus, Hazel." *Bạn đặc biệt?* Có
tiếng cười khúc khích từ hàng ghế khách tham dự nên tôi
nghĩ sẽ không sao khi tôi mở đầu bằng cách đính chính với
ông mục sư, "Tôi là bạn gái của anh ấy." Câu đó làm rộ lên
một tràng cười. Rồi tôi bắt đầu đọc bài điếu mà tôi đã viết.

"Có một lời trích rất hay trong nhà anh Gus, một câu
khiến cả anh và cả tôi thấy được an ủi thật nhiều: *Nếu không
có nỗi đau, làm sao chúng ta cảm thụ được niềm vui?*"

Tôi lảm nhảm thao thao bất tuyệt về mấy Lời Động Viên
trong nhà anh Gus trong khi ba mẹ anh, tay trong tay, ôm
chặt nhau và gật gù theo từng lời tôi nói. Đám tang, tôi đã
quyết định rồi, là dành cho người còn sống.

Sau khi chị Julie phát biểu thì buổi lễ kết thúc với phiên
cầu nguyện cho anh Gus được hội ngộ với Chúa, và tôi
nhớ đến những lời anh nói ở Nhà hàng Oranjee, rằng
anh không tin vào lâu đài bằng mây và đàn hạc trên thiên

đường, nhưng anh tin có Kiếp khác với chữ K viết hoa tồn tại nên trong khi cầu nguyện, tôi đã cố gắng tưởng tượng anh đang ở một Thế giới khác với chữ T viết hoa. Nhưng sau đó tôi vẫn thấy khó mà tin rằng anh và tôi sẽ có cơ hội ở bên nhau lần nữa. Tôi từng biết quá nhiều người đã khuất. Tôi biết rằng bây giờ thời gian trôi qua với tôi khác hẳn so với anh — rằng tôi, giống như tất cả mọi người trong căn phòng này, sẽ tiếp tục góp nhặt tình yêu cùng những mất mát trong khi anh thì không. Và đối với tôi, đó là tấn bi kịch cuối cùng và thực sự không thể chịu đựng nổi: Giống như vô số những người đã khuất, anh sẽ một lần và mãi mãi bị giáng bậc từ người đang bị ám ảnh thành kẻ chuyên ám ảnh tâm trí người khác.

Và sau đó một trong hai người anh rể của Gus mang lên một máy cassette cầm tay và bật bài hát mà anh Gus đã chọn — một bài hát buồn và êm dịu mang tên "Người tình mới" của ban nhạc The Hectic Glow. Nói thật là tôi chỉ muốn về nhà. Tôi chẳng biết bất kỳ ai trong số những người đến viếng và tôi thấy gai cả người khi đôi mắt ti hí của ông Peter Van Houten cứ dán chặt vào bờ vai trần của tôi. Sau khi bài hát kết thúc, tất cả mọi người đều đến chỗ tôi khen tôi phát biểu hay và buổi lễ thật đáng yêu. Toàn là những lời dối trá: Đây là một lễ tang và nó giống với mọi lễ tang khác.

Những người hộ tang của anh — anh chị em họ, ba anh, một người chú và bạn bè anh mà trước đây tôi chưa từng gặp — đều đến chỗ anh và bắt đầu đi bộ về phía xe tang.

Khi Ba Mẹ và tôi đã vào trong xe, tôi nói, "Con không muốn đi đâu. Con thấy mệt rồi."

"Hazel," Mẹ gắt.

"Mẹ ơi, ở đó sẽ không có chỗ ngồi còn nghi lễ cứ kéo dài lê thê và con thì kiệt sức."

"Hazel, chúng ta phải đi vì hai bác nhà Waters," Mẹ bảo.

"Chỉ vì..." Tôi định nói nhưng thôi. Không hiểu vì sao tôi thấy mình thật nhỏ bé trên băng ghế sau. Tôi muốn mình *còn* bé. Tôi muốn trở lại như hồi sáu bảy tuổi gì đó. "Thôi được rồi," tôi đầu hàng.

Trong một lúc tôi chỉ chăm chú nhìn ra ngoài cửa sổ. Thật sự tôi không muốn đi. Tôi không muốn nhìn thấy họ đặt anh xuống hố đất mà anh đã chọn cùng với ba mình. Tôi không muốn nhìn thấy ba mẹ anh khuỵu xuống trên thảm cỏ ướt đẫm sương và rền rĩ trong đau đớn. Tôi không muốn nhìn thấy cái bụng béo ụ vì rượu bia của Peter Van Houten căng tròn sau lần áo suit lanh. Tôi không muốn khóc trước mặt nhiều người. Tôi không muốn rải một vốc cát lên mộ anh. Tôi không muốn Ba Mẹ mình phải đứng dưới ánh nắng chiều nghiêng nghiêng giữa bầu trời trong xanh, trong đầu nghĩ vẩn vơ đến ngày này của họ, về đứa con gái cưng và mộ phần của tôi và quan tài của tôi và vốc cát rải lên mộ tôi.

Nhưng tôi đã làm những điều này. Tôi đã làm tất cả các điều kể trên và tệ hơn, bởi vì Ba Mẹ tôi thấy chúng tôi nên làm thế.

...

Sau khi đã chôn cất anh Gus xong, Van Houten bước đến chỗ tôi, đặt bàn tay béo ịch lên vai tôi và nói, "Tôi có thể đi nhờ xe một đoạn không? Xe tôi thuê đậu lại dưới chân đồi rồi." Tôi nhún vai không đáp, và ông ta nhanh nhảu mở cửa sau bên phải ngay khi Ba tôi mở khóa cửa.

Bên trong xe, ông ta chồm người tới khoảng trống giữa hai ghế trước và nói, "Peter Van Houten: Tiểu thuyết gia danh dự và Kẻ phá đám bán chuyên nghiệp."

Ba Mẹ tôi tự giới thiệu. Ông ta bắt tay ông bà. Tôi khá ngạc nhiên khi Peter Van Houten đã bay nửa vòng trái đất để tham dự lễ tang. "Sao ông lại—" tôi vừa mở miệng định hỏi thì ông ta đã cắt ngang.

"Tôi đã dùng mạng Internet quỷ quái của cô cậu để theo dõi các bản cáo phó của Indianapolis." Ông ta thò tay vào áo suit lanh của mình và rút ra một chai rượu whiskey.

"Và ông cứ thế mua một vé và—"

Ông ta ngắt lời tôi lần nữa trong khi mở nắp chai. "Vé hạng nhất tốn mười lăm ngàn đó, nhưng tài chính của tôi đủ mạnh để thực hiện những ý tưởng bất chợt như vậy. Và đồ uống thì miễn phí trong suốt chuyến bay nên nếu mình uống nhiều chút xíu là coi như có thể huề vốn."

Van Houten nốc rượu ừng ực và sau đó nghiêng người về phía trước, đưa chiếc bình cho Ba tôi. Ba từ chối, "À không, cảm ơn anh đã mời." Sau đó, ông ta hất chai về phía tôi. Tôi chộp lấy nó.

"Hazel," Mẹ tôi ngăn nhưng tôi vẫn tháo nắp và nhấm nháp. Nó làm dạ dày của tôi mang cảm giác như phổi của tôi vậy. Tôi đưa chai trả lại Van Houten. Ông ta hớp một ngụm dài sảng khoái rồi nói, "Cho nên. *Omnis cellula e cellula.*"

"Hở?"

"Bạn trai Waters của cô bé và tôi có thư từ qua lại và trong lá thư cuối cùng của cậu ấy—"

"Khoan đã, giờ ông chịu đọc thư của fan hâm mộ rồi à?"

"Không, cậu ấy gửi thư đến thẳng nhà tôi chứ không thông qua nhà xuất bản nên tôi không thể gọi cậu ấy là một fan hâm mộ. Cậu ấy khinh thường tôi. Nhưng dù sao đi nữa, cậu ấy khăng khăng rằng tôi sẽ được xí xóa cho hành vi sai trái của mình nếu đến tham dự lễ tang của cậu ấy và nói cho cô bé biết mẹ của Anna sau này sẽ ra sao. Nên tôi đến đây và câu trả lời của cô bé là: *Omnis cellula e cellula.*"

"Cái gì?" tôi hỏi một lần nữa.

"*Omnis cellula e cellula,*" ông ta lặp lại. "Tất cả các tế bào đều sinh ra từ tế bào. Mỗi tế bào được sinh ra từ một tế bào trước đó, vốn cũng được sinh ra từ một tế bào trước đó nữa. Cuộc sống xuất phát từ cuộc sống. Cuộc sống đem lại cuộc sống đem lại cuộc sống đem lại cuộc sống đem lại cuộc sống, và cuộc sống cứ nối tiếp như vậy."

Chúng tôi đã xuống đến chân đồi. "Được rồi, được rồi," tôi đáp, thật tình tôi không có tâm trạng thảo luận việc này. Peter Van Houten sẽ không oanh tạc lễ tang của anh

Gus. Tôi sẽ không cho phép điều đó. "Cám ơn," tôi nói. "Giờ thì chúng ta đã ở dưới chân đồi."

"Cô bé không muốn tôi giải thích thêm à?" Ông ta hỏi.

"Không," tôi nói. "Tôi ổn mà. Tôi nghĩ ông là một tay nghiện rượu thảm hại thích nói trên trời dưới đất để gây chú ý giống như một ông cụ non mười một tuổi không hơn không kém. Và tôi thật thấy tội cho ông. Tuy nhiên không, ông không còn là người đã viết tác phẩm *Nỗi đau tột cùng* nữa, vì vậy ông không được viết phần tiếp theo ngay cả khi ông muốn. Dù sao vẫn cảm ơn ông và chúc ông có một cuộc sống tuyệt vời."

"Nhưng mà—"

"Cảm ơn ông đã cho tôi uống rượu," tôi nói tiếp. "Còn bây giờ xin ông ra khỏi xe." Nhìn Van Houten bí xị như vừa bị mắng. Ba tôi đã dừng xe hẳn và một phút trôi qua, chúng tôi vẫn đậu ở đó dưới mộ phần anh Gus cho đến khi Van Houten mở cửa và, cuối cùng im lặng, bỏ đi.

Khi Ba lái xe đi, tôi ngoái nhìn qua cửa sổ, thấy ông ta lại tu thêm rượu và giơ cái chai về phía tôi, như thể đang chúc mừng. Mắt ông ta trông rất buồn. Thật lòng, tôi thấy tội cho ông ta.

Cuối cùng chúng tôi về đến nhà vào khoảng sáu giờ, và tôi hoàn toàn kiệt sức. Tôi chỉ muốn ngủ, nhưng Mẹ bắt phải ăn mì ống phô mai dù ít ra bà cho phép tôi ăn trên giường. Tôi ngủ với máy thở BiPAP trong vài tiếng đồng hồ. Lúc thức dậy thật kinh khủng, bởi trong một lúc mất phương hướng tôi đã thấy giống như mọi thứ vẫn ổn rồi sau đó nỗi đau giày xéo tôi một lần nữa. Mẹ tháo máy thở BiPAP cho tôi, tôi buộc cho mình một bình ô-xy di động và ùa vào phòng tắm để đánh răng.

Soi mình trong gương, tôi cứ miên man suy nghĩ là có hai dạng người lớn: Dạng thứ nhất như Peter Van Houten—những sinh linh khốn khổ lùng sục khắp mọi ngõ ngách, tìm nạn nhân nào đó để gây tổn thương. Còn dạng thứ hai giống như Ba Mẹ tôi, những người cứ sống vật vờ như bóng ma, làm bất cứ điều gì cần làm để tiếp tục lay lắt qua ngày.

Chẳng có viễn cảnh nào trong hai tương lai đó khiến tôi đặc biệt mong muốn. Dường như tôi đã được nhìn thấy đủ mọi thứ tinh khôi và tốt đẹp trên thế giới này, và bây giờ tôi bắt đầu nghi ngờ rằng dù không có cái chết xen vào thì tình yêu mà anh Augustus và tôi dành cho nhau cũng không bao giờ trường tồn. *Như bình minh dần tắt thành ngày*, một nhà thơ đã viết. *Không có ánh vàng nào rực rỡ mãi.*

Có ai đó gõ cửa phòng tắm.

"Có người rồi ạ," tôi nói vọng ra.

"Hazel," tiếng Ba tôi. "Ba có thể vào không con?" Tôi không trả lời ông, nhưng một hồi sau tôi mở khóa cửa. Tôi đang ngồi trên nắp bồn cầu. Tại sao hít thở lại là một việc khó khăn như vậy? Ba quỳ xuống bên cạnh, kéo đầu tôi tựa vào vai ông và an ủi, "Ba rất tiếc khi Gus mất." Tôi sắp chết ngạt đến nơi trong chiếc áo thun của ông, nhưng đồng thời lại thấy đỡ hơn khi được ôm chặt như thế, chìm đắm trong hương vị dễ chịu của Ba. Lúc này có vẻ như ông đang bực tức hay sao đó, và tôi thích vậy bởi vì tôi cũng lấy làm tức giận. "Thật vô cùng nhảm nhí!" ông thốt lên. "Toàn bộ sự việc. Gì mà tỷ lệ sống là tám mươi phần trăm và thằng bé nằm trong hai mươi phần trăm còn lại? Vớ vẩn. Thằng bé mới hoạt bát làm sao. Thật nhảm nhí và đáng ghét. Tuy nhiên yêu thằng bé chắc chắn là một đặc ân, đúng không con?"

Tôi gật đầu trong áo ông.

"Ba chỉ muốn nói để con biết Ba thấy tự hào thế nào về con," ông nói.

Ba tôi. Ông luôn biết cần nói gì.

CHƯƠNG HAI MƯƠI BA

Vài ngày sau, tôi thức dậy vào buổi trưa và lái xe đến nhà anh Isaac. Anh tự mở cửa. "Mẹ anh đưa thằng Graham đi xem phim rồi," anh thông báo.

"Chúng ta nên làm gì đó," tôi nói.

"Gì đó có thể là ngồi chơi điện tử dành cho người khiếm thị trên ghế nệm xô-pha không?"

"Đúng rồi, em cũng nghĩ đến chuyện chơi trò đó đó."

Và chúng tôi ngồi lì ở đó trong mấy tiếng đồng hồ, thi nhau nói chuyện với màn hình, len lỏi tìm đường trong một mê cung hang động vô hình mà không có lấy một tí ánh sáng le lói nào. Phần thú vị nhất của trò chơi này tính ra chính là làm sao để máy vi tính xử lý cuộc đàm thoại của chúng tôi theo hướng hài hước:

Tôi: "Chạm tay vào vách hang."

Máy tính: "Bạn chạm tay vào vách hang. Nó ẩm ướt."

Anh Isaac: "Liếm vách hang."

Máy tính: "Tôi không hiểu. Xin lặp lại."

Tôi: "Nạy vách hang ra."

Máy tính: "Bạn thử nhảy lên. Bạn bị đụng đầu."

Anh Isaac: "Không phải *nhảy*. NẠY VÁCH HANG RA."

Máy tính: "Tôi không hiểu."

Anh Isaac: "Anh bạn, tôi đã ở một mình với bóng tối trong hang động này nhiều tuần rồi và tôi cần gọi cứu viện. NẠY VÁCH HANG RA."

Máy tính: "Bạn cố gắng nha—"

Tôi: "Ẩy hông vào vách hang."

Máy tính: "Tôi không—"

Anh Isaac: "Cạ mông vào vách hang."

Máy tính: "Tôi không—"

Tôi: "*THÔI ĐƯỢC*. Men theo lối bên trái."

Máy tính: "Bạn men theo lối bên trái. Đường đi hẹp dần."

Tôi: "Bò."

Máy tính: "Bạn bò được một trăm thước. Đường hẹp dần."

Tôi: "Trườn như rắn đi."

Máy tính: "Bạn trườn kiểu rắn được gần ba mươi thước. Một dòng nước chảy xuống người bạn. Bạn gặp một đống đá nhỏ chắn ngang lối đi."

Tôi: "Bây giờ tôi có thể nạy hang không?"

Máy tính: "Bạn không thể nhảy lên mà không đứng dậy."

Anh Isaac: "Tôi không thích sống trong một thế giới mà không có Augustus Waters."

Máy tính: "Tôi không hiểu—"

Anh Isaac: "Tôi cũng không hiểu. Tạm dừng."

Anh buông bộ điều khiển từ xa xuống chiếc ghế xô-pha giữa hai chúng tôi và hỏi: "Em có biết là nó đau đớn hay sao không?"

"Chắc anh ấy thở rất khó nhọc, em đoán thế," tôi đáp. "Cuối cùng anh ấy chìm vào hôn mê, nhưng chuyện nghe như, ừ, chuyện đó không có gì thú vị cả. Chết chóc chẳng hay ho gì!"

"Ừ," anh Isaac nói. Và sau một hồi lâu im lặng, anh nói tiếp, "Chuyện cứ như không thể xảy ra vậy."

"Vẫn luôn xảy ra mà," tôi nói.

"Hình như em giận," anh nhận xét.

"Dạ," tôi đáp. Chúng tôi chỉ ngồi đó trong im lặng một hồi lâu, như vậy thật tốt. Tôi đang nhớ lại buổi đầu gặp gỡ trong Trái Tim của Chúa Giêsu khi anh Gus chia sẻ rằng anh sợ bị lãng quên. Khi đó tôi đã nói với anh rằng anh đã lo sợ một chuyện rất phổ quát và không thể tránh khỏi, thực ra, vấn đề không phải là chính sự đau khổ hay sự lãng quên mà là tính vô nghĩa của những khái niệm này, tính vô nghĩa của thuyết hư vô hoàn toàn vô nhân đạo về sự khổ đau. Tôi chợt nhớ lời Ba nói với tôi rằng vũ trụ này muốn được chú ý. Nhưng những gì chúng ta muốn là được vũ trụ chú ý, được vũ trụ quan tâm đến những gì xảy ra với chúng ta — không phải là khái niệm chung về cuộc sống nhân sinh mà là từng người trong chúng ta, như những cá nhân riêng lẻ.

"Gus thực sự yêu em, em biết chứ," anh nói.

"Em biết."

"Thằng đó sẽ không ngại ngần khoe chuyện đó đâu."

"Em biết," tôi đáp.

"Vậy cũng bực mình ha!"

"Em không thấy bực mình chuyện đó," tôi nói.

"Thế nó có bao giờ đưa em coi cái thứ nó viết chưa?"

"Thứ gì?"

"Phần tiếp theo hay gì đó cho cuốn sách mà em yêu thích á."

Tôi quay sang anh Isaac. "Cái gì?"

"Nó nói đang viết gì đó cho em, nhưng lại không có năng khiếu viết lách."

"Anh ấy nói điều này khi nào vậy?"

"Anh không nhớ. Khoảng một thời gian sau khi nó trở về từ Amsterdam thôi."

"Là thời điểm nào?" tôi hỏi dồn. Chẳng nhẽ anh đã không có cơ hội để hoàn thành nó? Hay anh đã hoàn thành nó và để trong máy tính hoặc ở đâu đó chăng?

"Ừm," anh Isaac thở dài. "Ừm, anh không biết. Tụi

anh nói chuyện đó ở đây có một lần. Nó đã đến đây, lúc đó — à, tụi anh đã nghịch cái máy đọc email của anh, khi đó, anh vừa nhận được một email từ bà ngoại anh. Anh có thể kiểm tra trên máy nếu em—"

"Dạ, dạ, mà nó ở đâu vậy?"

Anh đã đề cập đến chuyện này một tháng trước. Một tháng. Phải thừa nhận không phải là một tháng tốt lành gì, nhưng dù gì vẫn tròn — một tháng. Vậy là đủ thời gian cho anh viết *một cái gì đó*, chí ít là như vậy. Anh vẫn còn lưu lại một cái gì đó của mình, hoặc ít nhất do anh viết ra, đang lưu lạc ở đâu đó quanh đây. Tôi cần tìm nó.

"Em sẽ đến nhà của anh ấy tìm," tôi nói với anh Isaac.

Tôi vội đi ra chiếc xe tải nhỏ và lôi giá ô-xy lên đặt vào ghế phụ lái, rồi khởi động xe. Một đoạn nhạc hip-hop xập xình phát ra từ dàn âm thanh trên xe. Và khi tôi đưa tay định đổi đài thì có một người nào đó bắt đầu hát rap. Bằng tiếng Thụy Điển.

Tôi quay nhìn xung quanh và thét lên khi thấy Peter Van Houten đang ngồi ở băng ghế sau.

"Tôi xin lỗi vì đã làm cô bé giật mình," Peter Van Houten nói qua lời rap. Ông ta vẫn mặc bộ suit hôm trước, sau gần một tuần. Người ông ta nồng nặc mùi rượu như thể bây giờ mồ hôi của ông ta cũng là rượu. "Cô bé cứ tự nhiên giữ cái đĩa CD," ông ta nói. "Của Snook đó, một trong những ban nhạc lớn của Thụy Điển—"

"Á á á á RA KHỎI XE CỦA TÔI MAU." Tôi tắt luôn dàn âm thanh.

"Đây là xe của mẹ cháu, theo như tôi hiểu là vậy," ông ta nói. "Đồng thời, cửa xe không khóa."

"Ôi, Chúa ơi! Có ra khỏi xe không hay đợi tôi gọi chín một một. Này, bộ ông có *vấn đề* gì hả?"

"Nếu có thì chỉ vì một vấn đề thôi," ông ta trầm ngâm. "Tôi đến đây đơn giản chỉ để nói lời xin lỗi. Cô bé đã đúng khi chỉ ra rằng trước đây tôi là một kẻ nhỏ mọn thảm hại, sống chỉ biết đến rượu. Tôi chỉ có một người quen duy nhất đã dành thời gian ở bên cạnh tôi bởi vì tôi đã trả lương cho cô ấy làm việc — tệ hại hơn là bây giờ, kể từ khi cô ấy nghỉ việc, tôi chỉ còn là một linh hồn chơ vơ không thể tìm được người đồng hành thậm chí thông qua hối lộ. Tất cả đều đúng, Hazel à. Tất cả những điều đó và thậm chí hơn thế nữa."

"Được rồi," tôi nói. Bài phát biểu sẽ cảm động hơn nếu ông ta không nói ngọng nghịu líu nhíu trong hơi rượu.

"Cô bé làm tôi nhớ đến Anna."

"Tôi làm rất nhiều người nhớ đến rất nhiều người khác," tôi đáp xẵng. "Tôi thực sự phải đi."

"Vậy cứ lái đi," ông ta bảo.

"Ông xuống xe mau."

"Không. Cô bé làm tôi nhớ đến Anna," ông ta nói lúng búng một lần nữa. Sau một giây, tôi cài số de và lùi xe lại. Tôi không thể đuổi ông ta ra khỏi xe và tôi cũng không cần phải làm như vậy. Tôi sẽ lái xe đến nhà anh Gus, và ba mẹ anh sẽ đuổi ông ta xuống.

"Cô bé dĩ nhiên là rất quen thuộc," Van Houten nói tiếp, "với Antonietta Meo."

"À, không," tôi đáp. Tôi bật dàn âm thanh và tiếng nhạc hip-hop Thụy Điển lại xập xình vang lên, nhưng Van Houten hét oang oang át cả tiếng nhạc.

"Có lẽ cô bé ấy là đứa trẻ chết vì bệnh nhỏ tuổi nhất từng được phong chân phước bởi Giáo hội Công giáo. Cô bé ấy mắc cùng căn bệnh ung thư như cậu Waters, bị u xương ác tính. Các bác sĩ đã cắt bỏ chân phải của cô bé. Đau đớn tột cùng. Khi Antonietta Meo nằm hấp hối ở độ tuổi chín chắn khi vừa lên sáu do căn bệnh ung thư đầy đau đớn này, cô bé đã nói với cha mình như sau, 'Cơn đau giống như vải vậy: càng dai càng có giá trị.' Có phải như vậy không, Hazel?"

Tôi không nhìn Van Houten trực tiếp mà qua hình ảnh phản chiếu của ông ta trong kính chiếu hậu. "Không," tôi la toáng lên trong tiếng nhạc xập xình. "Thật nhảm nhí!"

"Hóa ra cô bé không cho là vậy!" Ông ta gào lại. Tôi tắt nhạc. "Tôi xin lỗi đã làm hỏng chuyến đi của cô bé. Cô bé còn quá trẻ. Cô bé còn—" Ông ta nức nở. Như thể ông ta có quyền khóc tang anh Gus vậy. Van Houten chỉ là một trong vô số những kẻ khóc tang mà không hề biết anh, một sự than khóc quá muộn màng trên nấm mồ của anh.

"Ông đã không làm hỏng chuyến đi của chúng tôi, ông già tự phụ. Chúng tôi đã có một chuyến đi tuyệt vời."

"*Tôi đang cố gắng,*" ông ta nói. "*Tôi đang rất cố gắng, tôi thề đó.*" Và lúc ấy tôi mới hiểu ra trong gia đình Peter Van Houten đã có một người mất vì bệnh ung thư. Tôi nghĩ đến tính trung thực trong những gì ông ta đã viết về bệnh nhi ung thư; đến chuyện ông ta không thể nói chuyện với tôi ở Amsterdam ngoại trừ đặt ra câu hỏi rằng có phải tôi đã cố tình ăn mặc giống bạn ấy; đến thái độ ti tiện mà ông ta phủ lên đầu tôi và anh Augustus; đến câu hỏi nhức nhối của ông ta về mối quan hệ giữa cơn đau cực điểm và giá trị của nó. Con người ấy chỉ ngồi đó nốc rượu, một ông già say như hũ chìm trong nhiều năm. Tôi chợt nhớ đến một thống kê mà phải chi tôi không được biết: Một nửa các cuộc hôn nhân kết thúc trong vòng một năm sau khi đứa con chung qua đời. Tôi quay lại nhìn Van Houten, đoạn lái xe xuống College, tấp vào phía sau một hàng xe đang đậu và hỏi, "Chú có con qua đời vì bệnh phải không?"

"Con gái tôi," người đồng hành với tôi thốt lên. "Con bé mới lên tám. Chịu đau rất giỏi. Sẽ không bao giờ được phong chân phước."

"Cô bé bị bệnh bạch cầu?" tôi dò hỏi. Van Houten gật đầu. "Giống như bạn Anna," tôi nói.

"Rất giống với Anna, ừ."

"Chú có gia đình?"

"Không. À, không phải vào thời điểm con bé qua đời. Từ trước khi mất con bé rất lâu thì tôi đã là người không chịu đựng nổi rồi. Sự đau buồn thương tiếc không làm thay đổi ta, Hazel à. Nó chỉ bộc lộ bản chất của ta mà thôi."

"Chú đã sống với cô bé?"

"Không, hồi đầu thì không. Mặc dù lúc cuối, chúng tôi đã đưa con bé đến New York, nơi tôi đang sống, để trải qua hàng loạt các thử nghiệm tra tấn vốn chỉ tăng thêm sự đau khổ trong chuỗi ngày còn lại của con bé chứ chẳng tăng thêm được số ngày nào hết."

Sau một giây, tôi nói, "Vậy giống như là chú đã cho cô bé cuộc sống thứ hai trong tiểu thuyết, để cô bé được trải qua tuổi thiếu niên."

"Tôi nghĩ đó sẽ là một đánh giá công bằng," ông ta nói, và nhanh chóng nói thêm, "Tôi cho rằng cô bé có biết đến thực nghiệm tư duy mang tên 'bài toán luân lý với xe lửa mất lái' của Philippa Foot?"

"Và sau đó cháu xuất hiện trước cửa nhà chú, ăn mặc như người mà chú hy vọng là con gái của chú sẽ sống và trở thành như vậy, cho nên chú, giống như chú quá bàng hoàng sửng sốt trước điều đó."

"Có một chiếc xe lửa bị mất lái trên đường ray," ông ta nói.

"Cháu không quan tâm đến thực nghiệm tư duy kì cục của chú," tôi đáp xẵng.

"Thật ra là của Philippa Foot."

"Chậc, của bà ấy cũng thế," tôi nói.

"Con bé không hiểu tại sao chuyện lại diễn biến như vậy," ông ta tiếp tục nói. "Tôi phải nói với con bé rằng nó sắp chết. Nhân viên xã hội của con bé buộc tôi phải nói với

nó. Tôi phải báo với con bé là nó sắp chết, nên tôi bảo là
nó sẽ được lên thiên đường. Con bé bèn hỏi liệu tôi cũng
có mặt ở trên đó không thì tôi bảo rằng không, chưa đến
lúc. Nhưng cuối cùng, vì con bé cứ nói mãi nên tôi đã hứa
là ừ, tất nhiên rồi, sẽ sớm thôi. Rằng trong khi chờ đợi thì
có cả một đại gia đình ở trên đó sẽ chăm sóc nó. Con tôi
hỏi lại là khi nào tôi sẽ lên đó, thì tôi đã trả lời là sẽ sớm
thôi. Vậy mà cũng đã hai mươi hai năm rồi."

"Cháu rất tiếc."

"Tôi cũng vậy."

Sau một lúc, tôi hỏi, "Thế điều gì đã xảy ra với mẹ của
cô bé?"

Ông ta mỉm cười. "Cô bé vẫn đang tìm hiểu phần tiếp
theo của câu chuyện, cô nhỏ tinh quái này."

Tôi mỉm cười đáp lại. "Chú nên về nhà," tôi nói với
ông ta. "Cai dứt rượu. Viết một cuốn tiểu thuyết khác.
Hãy làm những gì thuộc năng khiếu của chú. Không có
nhiều người đủ may mắn để sở hữu năng khiếu trời phú
như vậy đâu."

Ông ta nhìn tôi chằm chằm qua kính chiếu hậu một lúc
lâu. "Được rồi," ông nói ta. "Ừ. Cô bé nói đúng. Cô bé
nói đúng." Nhưng ngay cả khi miệng nói thế, tay ông ta
vẫn rút cái chai whiskey đã gần cạn ra. Ông ta uống, đậy
nắp lại và mở cửa xe. "Tạm biệt, Hazel."

"Đừng căng thẳng quá nhé, chú Van Houten."

Van Houten ngồi bệt xuống lề đường phía sau xe. Khi

tôi dõi theo bóng hình ông ta nhỏ dần trong kính chiếu hậu, tôi thấy ông ta lấy chai rượu ra. Và trong một tíc tắc ngắn ngủi, tôi đã tin rằng ông ta sẽ để nó lại trên vỉa hè. Thế nhưng người đàn ông ấy đã ngửa cổ nốc ừng ực.

Đó là một buổi chiều nóng nực ở Indianapolis, không khí đặc quánh và im ắng như lúc chúng tôi ở giữa một đám mây. Đây là thời tiết xấu nhất đối với tôi, và tôi tự nhủ tất cả là do khí hậu này khi quãng đường đi bộ từ lối vào đến cửa trước nhà anh Gus có vẻ như kéo dài vô tận. Tôi bấm chuông, và mẹ anh ra mở cửa.

"Ồ, Hazel," bà thốt lên, ôm choàng lấy tôi và bật khóc.

Bà làm cho tôi món mì lasagna cà tím — có lẽ nhiều người đã mang đồ ăn đến biếu hay sao đó — để ăn với bà và ba anh. "Cháu khỏe không?"

"Cháu rất nhớ anh ấy."

"Ừ."

Tôi thực sự không biết phải nói gì. Tôi chỉ muốn đi xuống cầu thang và tìm kiếm bất cứ cái gì anh đã viết cho tôi. Thêm vào đó, bầu không khí im lặng trong phòng khiến tôi không được thoải mái. Tôi muốn họ trò chuyện với nhau, an ủi, nắm tay hay làm bất cứ điều gì. Nhưng họ chỉ ngồi đó ăn qua loa món lasagna, thậm chí chẳng buồn nhìn nhau. "Thiên đường cần một thiên thần," ba anh lên tiếng sau một hồi im lặng.

"Cháu biết ạ," tôi nói. Sau đó, các chị của anh cùng đám

cháu nhộn nhạo xuất hiện và ùa vào bếp. Tôi đứng dậy, ôm chào hai chị và sau đó theo dõi mấy đứa nhóc chạy lăng quăng quanh nhà bếp với nguồn năng lượng dồi dào vô cùng cần thiết của tiếng ồn và chuyển động, các phân tử bị kích thích này va vào nhau và la hét ỏm tỏi, "Anh bị không em bị không em bị rồi nhưng em đã bắt được anh em có bắt được anh đâu em bắt hụt mà ở thì giờ em bắt được anh rồi nè thằng ngu thời gian nghỉ mà đâu có tính đâu DANIEL KHÔNG ĐƯỢC GỌI EM CON LÀ THẰNG NGU ủa Mẹ nếu con không được phép sử dụng từ đó thì sao Mẹ hay nói thằng ngu thằng ngu đó," và sau đó là một tràng *thằng ngu thằng ngu thằng ngu thằng ngu*, ở bên bàn ăn ba mẹ anh lúc này đã nắm tay nhau, khiến tôi cảm thấy dễ chịu hơn.

"Anh Isaac nói với cháu là anh Gus đã viết gì đó, một cái gì đó cho cháu," tôi phân trần. Mấy đứa cháu vẫn lải nhải cái điệp khúc thằng ngu ngớ ngẩn của chúng.

"Chúng ta có thể kiểm tra máy tính của thằng bé," mẹ anh nói.

"Anh không dùng máy nhiều trong mấy tuần cuối," tôi giải thích.

"Đúng thế. Bác thậm chí không biết mọi người đã mang nó lên đây chưa. Cái máy vẫn còn ở dưới tầng hầm phải không anh Mark?"

"Anh không biết nữa."

"Dạ," tôi nói, "vậy cháu có thể..." tôi ngoái đầu về phía cửa tầng hầm.

"Nhà bác vẫn chưa dọn dẹp gì," ba anh đáp. "Dĩ nhiên là được, Hazel. Dĩ nhiên là cháu có thể xuống đó."

Tôi đi xuống cầu thang, băng qua chiếc giường bề bộn chưa dọn dẹp của anh, qua mấy chiếc ghế chơi điện tử chỏng chơ bên dưới kệ ti-vi. Máy tính của anh vẫn mở. Tôi nhấp chuột để kích hoạt lại máy rồi tìm kiếm những tập tin được chỉnh sửa gần nhất. Không có gì trong tháng vừa qua. Tài liệu gần nhất là một bài viết phản hồi về tác phẩm *Mắt biếc* của tác giả Toni Morrison.

Có lẽ anh viết tay chăng. Tôi đi đến kệ sách trong phòng, tìm một quyển tạp chí hay một cuốn sổ tay. Nhưng không có gì hết. Tôi lật đi lật lại cuốn *Nỗi đau tột cùng* của anh. Anh đã không để lại một vết tích nào trong đó.

Tiếp theo, tôi bước đến chiếc bàn ở phía đầu giường ngủ. *Mayhem bất tử*, phần thứ chín sau cuốn *Cái giá của Bình minh*, nằm trên cùng bên cạnh cái đèn đọc sách, mép trang 138 được gấp xuống. Anh không bao giờ làm như vậy trong lúc đọc. "Cảnh báo ẩn: Mayhem vẫn sống," tôi nói to như thể anh còn nghe được lời tôi.

Và sau đó tôi bò lên chiếc giường bừa bộn của anh, cuộn mình trong chăn như một cái kén, để mùi của anh bao bọc lấy tôi. Tôi rút ống trợ thở ra để có thể hít sâu hơn mùi của anh, hít hơi anh vào và thở hơi anh ra, mùi hương phai dần ngay cả khi tôi nằm yên ở đó, ngực nóng ran như lửa đốt cho đến khi tôi không thể phân biệt được gì giữa những cơn đau.

Tôi ngồi dậy trên giường sau một lúc và lồng ống trợ thở vào lại, ngồi thở dốc một hồi trước khi đi lên cầu thang. Tôi chỉ lắc đầu để trả lời ánh mắt đầy vẻ mong đợi của ba mẹ anh. Mấy đứa cháu chạy ngang qua chỗ tôi. Một trong hai chị của Gus — tôi không thể phân biệt ai là ai — lên tiếng, "Mẹ ơi, Mẹ có muốn con dẫn chúng ra ngoài công viên chơi không?"

"Không, không, không sao đâu."

"Liệu còn có nơi nào để anh ấy để lại một cuốn sổ tay không hai bác? Chẳng hạn như cạnh giường của anh ấy ở bệnh viện hay nơi nào đó?" Chiếc giường đã được bệnh viện dọn dẹp mất rồi.

"Hazel," ba anh ái ngại nói, "cháu đã ở đây mỗi ngày với gia đình bác. Cháu — thằng bé đã không cô đơn một mình, cháu yêu à. Chắc nó không có thời gian để viết gì đâu. Bác biết cháu muốn... Bác cũng muốn thế mà. Nhưng giờ đây có lẽ những thông điệp mà thằng bé muốn nhắn cho chúng ta được gửi từ trên đó, Hazel à." Ông chỉ tay lên trần nhà, như thể anh Gus đang lơ lửng ngay trên nóc. Biết đâu như thế cũng nên. Tôi không biết nữa, riêng tôi thì không cảm nhận được sự hiện diện của anh ở đâu hết.

"Dạ," tôi nói. Tôi hứa sẽ đến thăm họ trong vài ngày tới.

Tôi không bao giờ còn gặp lại mùi hương của anh nữa.

CHƯƠNG HAI MƯƠI BỐN

Ba ngày sau, vào ngày thứ mười một sau khi anh Gus mất, ba anh gọi cho tôi vào buổi sáng. Lúc đó tôi vẫn còn nối với máy thở BiPAP nên không bắt máy được. Thay vào đó, tôi nằm im lắng nghe ông ghi âm lời nhắn trong hộp thư thoại ngay sau khi tiếng bíp vang lên. "Chào Hazel, bác là ba của Gus đây. Bác tìm thấy, ừm, một cuốn sổ tay Moleskine bìa đen để lẫn trên giá để tạp chí gần giường bệnh của Gus, bác nghĩ nó nằm trong tầm với của thằng bé. Đáng tiếc là không có ghi chép gì trong cuốn sổ đó cả. Tất cả các trang đều trống trơn. Nhưng vài trang đầu tiên — bác nghĩ khoảng ba hay bốn trang gì đó — đã bị xé ra. Gia đình bác cũng đã tìm khắp nhà nhưng không sao tìm thấy mấy trang đó, nên bác không biết có thể kết luận được gì ở đây hay không. Có lẽ đó là những trang Isaac đã đề cập đến? Dù sao, bác hy vọng rằng cháu vẫn khỏe. Gia đình bác cầu phúc cho cháu mỗi ngày, Hazel à. Thế nhé, tạm biệt cháu."

Ba hoặc bốn trang bị xé từ một cuốn sổ tay Moleskine không có ở trong nhà của anh Augustus Waters. Vậy thì anh đã để chúng ở đâu cho tôi? Nhét vào *Bộ xương Thời Đại* à? Không, anh không đủ sức khỏe để đến đó.

Hay Trái Tim của Chúa Giêsu. Có lẽ anh đã để chúng ở đó cho tôi vào *Ngày Tốt Lành Cuối Cùng* của anh.

Thế là hôm sau, tôi đến Hội Tương Trợ sớm hơn hai mươi phút so với thường lệ. Trước đó, tôi lái xe đến nhà anh Isaac, đón anh đi cùng và thẳng tiến về nơi Trái Tim của Chúa Giêsu. Chúng tôi hạ cửa sổ của chiếc xe tải nhỏ xuống, bật album mới bị rò rỉ của nhóm The Hectic Glow, album mà anh Gus sẽ không bao giờ được thưởng thức.

Chúng tôi đi thang máy. Tôi dẫn anh Isaac đến ngồi trong Vòng tròn Tin tưởng, và một mình tôi đi từ từ sục sạo quanh Trái Tim Chúa. Tôi đã kiểm tra khắp nơi: dưới từng chiếc ghế, quanh bục giảng kinh nơi tôi từng đứng đọc điếu văn của mình, dưới chiếc bàn bày bánh trái, trên bảng thông báo in đầy nét vẽ nguệch ngoạc của các em học sinh về tình yêu của Chúa khi chúng đến vào ngày Chủ Nhật. Chẳng có gì cả. Ngoài nhà anh, đó là nơi duy nhất chúng tôi đã ở với nhau trong những ngày cuối cùng, và mấy trang giấy cũng không có ở đây hay tôi bỏ sót chi tiết nào rồi. Có lẽ anh đã để chúng lại cho tôi trong bệnh viện, nhưng nếu như vậy thì gần như chắc chắn là chúng đã bị vứt bỏ sau khi anh qua đời.

Tôi mệt muốn đứt hơi khi ngồi xuống chiếc ghế bên cạnh anh Isaac, và trong khi anh Patrick thao thao bất tuyệt về câu chuyện mất bi của mình, tôi dành toàn bộ thời gian đó nói với hai lá phổi của mình rằng chúng vẫn ổn, rằng chúng có thể thở, rằng có đủ khí ô-xy cho chúng. Hai lá phổi của tôi đã được rút dịch tràn chỉ một tuần trước khi anh Gus mất — tôi đã nằm đó nhìn chất dịch ung thư màu hổ phách được hút lên trong đường ống ra khỏi cơ thể mình — và lúc này có cảm giác như nó đã đầy tràn trở lại. Tôi quá tập trung bảo bản thân mình phải hít thở đến nỗi đã không nhận ra rằng anh Patrick kêu tên tôi đầu tiên.

Tôi nhanh chóng lấy lại tập trung và hỏi, "Dạ?"

"Em khỏe không?"

"Em vẫn khỏe, thưa anh. Em chỉ hơi khó thở."

"Em có muốn chia sẻ kỷ niệm về Augustus với hội không?"

"Em ước gì em chết quách cho xong, Patrick. Đã có bao giờ anh ước mình chết quách cho rồi chưa?"

"Có chứ," anh Patrick đáp ngay, không ngập ngừng như bình thường. "Dĩ nhiên là có. Vậy sao em không thử?"

Tôi ngẫm nghĩ về chuyện đó. Câu trả lời cũ rích của tôi là muốn sống vì Ba Mẹ, bởi vì họ sẽ đau buồn cực độ và không còn đứa con nào sau tôi. Lý do đó ngẫm ra vẫn đúng phần nào nhưng không hẳn như vậy. "Em không biết."

"Vì hy vọng rằng sức khỏe của em sẽ khá hơn phải không?"

"Không," tôi nói. "Không, không phải vậy đâu. Em thật sự không biết. Isaac, anh nghĩ sao?" Tôi đá sang anh Isaac. Tôi mệt mỏi khi nói chuyện.

Anh Isaac bắt đầu nói về tình yêu đích thực. Tôi không thể nói cho mọi người biết những gì đang diễn ra trong đầu mình vì nghe có vẻ ủy mị quá. Nhưng tôi đang nghĩ về chuyện vũ trụ muốn được chú ý, và làm thế nào tôi có thể tập trung cao độ nhất để chú ý đến nó. Tôi cứ có cảm giác mình rằng đang mắc nợ vũ trụ mà chỉ có sự chú ý của tôi mới có thể trả được món nợ đó. Đồng thời tôi cũng mắc nợ những ai không còn làm người nữa và những ai chưa được làm người. Ba tôi đã nói thế với tôi, cơ bản là như vậy.

Tôi ngồi im trong suốt buổi họp còn lại của Hội Tương Trợ và anh Patrick dành một lời cầu nguyện đặc biệt cho tôi, tên anh Gus được đưa vào trong danh sách dài dằng dặc của những người đã khuất — mười bốn cái tên cho mỗi người trong chúng tôi — và chúng tôi hứa sẽ sống thật tốt cho ngày hôm nay, sau đó tôi dẫn anh Isaac ra xe.

Khi tôi về đến nhà, Ba và Mẹ đang ngồi ở bàn ăn bên chiếc laptop riêng của mỗi người. Ngay khi tôi bước qua ngạch cửa, Mẹ đóng ngay laptop lại. "Có gì trong máy tính vậy Mẹ?"

"Chỉ là một số công thức nấu ăn chống ô-xy hóa thôi. Sẵn sàng nối máy thở BiPAP và xem chương trình *Siêu mẫu Mỹ* chưa con?" bà hỏi.

"Con cần đi nằm một chút."

"Con không sao chứ?"

"Dạ, chỉ hơi mệt thôi."

"Vậy thì con phải ăn đã, trước khi con—"

"Mẹ, con hoàn toàn không thấy đói." Tôi tiến một bước về phía cửa phòng nhưng bà đã chặn đường tôi.

"Hazel, con phải ăn. Chỉ cần một chút—"

"Không. Con sẽ đi ngủ"

"Không," Mẹ dứt khoát. "Con không được đi." Tôi liếc nhìn qua Ba, ông nhún vai.

"Đây là cuộc sống của con," tôi nói.

"Con không được nhịn đói đến chết chỉ vì Augustus đã chết. Con phải ăn tối."

Tôi thấy tức thật sự vì một lẽ nào đó. "Con không ăn được mà Mẹ. Con không ăn được. Nha Mẹ?"

Tôi cố gắng đẩy bà sang một bên nhưng bà nắm lấy cả hai bả vai tôi và nói, "Hazel, con sẽ phải ăn tối. Con cần giữ gìn sức khỏe."

"KHÔNG!" Tôi hét lên. "Con sẽ không ăn tối, và con không thể giữ gìn sức khỏe, bởi vì con không có khỏe. Con đang chết dần chết mòn, Mẹ à. Con sẽ chết và để lại Mẹ một mình trên cõi đời này và Mẹ sẽ không có một đứa con gái Hazel thứ hai nào để lảng vảng xung quanh nữa, Mẹ sẽ không còn là một người mẹ nữa, và con xin lỗi nhưng con cũng không thể làm bất cứ điều gì được hết, nha Mẹ?!"

Tôi thấy ân hận ngay khi vừa dứt lời.

"Con đã nghe thấy."

"Sao ạ?"

"Con đã nghe lỏm Mẹ nói chuyện với Ba phải không?" Nước mắt Mẹ tuôn ra ràn rụa. "Có đúng không?" Tôi gật đầu. "Ôi Chúa ơi, Hazel. Mẹ xin lỗi. Mẹ đã sai, con yêu. Chuyện đó không đúng với sự thật. Mẹ đã buông ra những lời nói đó trong một khoảnh khắc tuyệt vọng. Đó không phải là điều Mẹ hằng tin tưởng." Mẹ ngồi lên ghế, và tôi ngồi xuống theo bà. Đáng lẽ tôi nên nôn ra một ít mì ống cho bà thấy thay vì tức giận với bà.

"Vậy thì Mẹ tin tưởng những gì?" Tôi hỏi.

"Khi nào một trong hai mẹ con mình còn sống thì Mẹ vẫn là mẹ của con," bà nói. "Thậm chí con có qua đời, Mẹ—"

"Khi mà," tôi vừa mở miệng.

Bà gật đầu. "Ngay cả khi con qua đời, Mẹ sẽ vẫn là mẹ của con, Hazel à. Mẹ sẽ không ngừng thiên chức làm mẹ đâu. Thế con có ngừng yêu Gus không?" Tôi lắc đầu. "Đó, vậy sao Mẹ có thể ngừng yêu con được?"

"Được rồi Mẹ," tôi nói. Ba tôi lại đang khóc thút thít.

"Con muốn Ba Mẹ có một cuộc sống thật sự," tôi nói. "Con lo là sau đó Ba Mẹ sẽ không còn một cuộc sống nào cả, cả ngày hai người chỉ ngồi quanh quẩn trong nhà mà không còn con để chăm sóc, cứ nhìn chăm chăm vào các bức tường và không muốn vận động gì."

Sau một phút, Mẹ bảo, "Mẹ đang theo học một số lớp. Trực tuyến, liên thông với Đại học Indiana, để lấy bằng thạc sĩ chuyên ngành công tác xã hội. Thật ra Mẹ đã không xem công thức nấu ăn chống ô-xy hóa nào hết, Mẹ đang viết khóa luận."

"Thật à Mẹ?"

"Mẹ không muốn con nghĩ rằng Mẹ đang chuẩn bị cho một cuộc sống mà không còn con sau này. Nhưng nếu Mẹ lấy được bằng Thạc sĩ Công tác Xã hội này, Mẹ có thể tư vấn cho những gia đình đang gặp khủng hoảng hoặc dẫn dắt những nhóm đang phải đối mặt với người thân bị bệnh trong gia đình của họ hoặc —"

"Khoan đã, vậy Mẹ sẽ giống như anh Patrick sao?"

"À, không hẳn vậy. Có rất nhiều loại hình công tác xã hội."

Ba lên tiếng, "Ba Mẹ đều lo lắng là con sẽ cảm thấy bị bỏ rơi. Điều quan trọng con phải biết là Ba Mẹ sẽ *luôn luôn* ở bên con, Hazel. Mẹ con sẽ không đi đâu hết."

"Không, chuyện này rất hay. Thật tuyệt vời!" Tôi cười thật rạng rỡ. "Mẹ sẽ trở nên giống như anh Patrick. Mẹ sẽ là một Patrick trên cả tuyệt vời! Mẹ sẽ làm việc này tốt hơn anh Patrick gấp nhiều lần."

"Cảm ơn con, Hazel. Điều đó có ý nghĩa rất nhiều với Mẹ."

Tôi gật đầu và cũng khóc theo. Tôi không thể diễn tả cảm giác vui mừng như thế nào, ngoài những giọt nước mắt của niềm hạnh phúc thật sự lần đầu tiên trong nhiều năm qua khi tưởng tượng cảnh Mẹ tôi trong vai trò của anh Patrick. Điều đó làm tôi chợt nghĩ đến mẹ của Anna. Cô ấy hẳn cũng là một nhân viên xã hội tốt.

Sau một lúc, chúng tôi bật ti-vi và cùng xem *Siêu mẫu Mỹ*. Nhưng tôi bấm dừng chỉ sau năm giây bởi vì tôi có rất nhiều câu hỏi cần đặt ra với Mẹ. "Vậy bao lâu nữa thì Mẹ học xong?"

"Nếu Mẹ đến Bloomington một tuần vào mùa hè này thì Mẹ có thể hoàn thành chương trình học vào tháng Mười Hai."

"Thế Mẹ giấu con chuyện này trong bao lâu rồi, chính xác á?"

"Một năm."

"Mẹ!"

"Mẹ không muốn làm tổn thương con, Hazel."

Thật đáng kinh ngạc. "Vậy hóa ra mỗi lần Mẹ ngồi chờ con ở ngoài trường MCC, Hội Tương Trợ hay ở bất cứ đâu là Mẹ —"

"Ừ, đang học bài hoặc đọc sách."

"Chuyện này rất tuyệt vời. Nếu con có chết đi, con muốn Mẹ biết rằng con ở trên trời sẽ thở phào nhẹ nhõm mỗi khi thấy Mẹ đề nghị ai đó chia sẻ cảm xúc của họ."

Ba cười nắc nẻ. "Ba sẽ ở đó cùng con, bé cưng," ông cam đoan với tôi.

Cuối cùng, chúng tôi xem tiếp *Siêu mẫu Mỹ*. Ba đã cố hết sức để không ngủ gục vì chán. Ông cứ nhầm lẫn cô này với cô kia và liên tục hỏi, "Hai mẹ con thích cô bé này đó hả?"

"Đâu có, đâu có. Hai mẹ con em *lèm bèm cô nàng* Anastasia này mà. Tụi em thích *Antonia*, cô bé tóc vàng còn lại kia," Mẹ giải thích.

"Tất cả đều cao và kinh dị như nhau," Ba trả lời. "Tha thứ cho anh vì đã không phân biệt được họ." Ba chồm người qua tôi để nắm lấy tay Mẹ.

"Ba Mẹ có nghĩ đến chuyện vẫn sẽ sống bên nhau khi con chết đi không?" Tôi hỏi.

"Hazel, sao chứ? Con yêu." Bà mò tìm chiếc remote và bấm dừng ti-vi lần nữa. "Có chuyện gì vậy?"

"Chỉ là, Ba Mẹ có nghĩ như vậy không?"

"Có chứ, tất nhiên rồi. Tất nhiên là Ba Mẹ vẫn sống với nhau chứ," Ba khẳng định. "Mẹ và Ba yêu nhau, và nếu Ba Mẹ bị mất con thì Ba Mẹ sẽ cùng nhau vượt qua nỗi đau đó."

"Ba thề có Chúa đi," tôi nài nỉ.

"Ba thề có Chúa," ông nói.

Tôi ngoái lại nhìn Mẹ. "Mẹ thề có Chúa," bà cũng hứa. "Tại sao con lại còn lo lắng về chuyện này?"

"Con chỉ không muốn hủy hoại cuộc sống của Ba Mẹ thôi."

Mẹ nghiêng người về phía trước và áp mặt vào mái tóc rối bời của tôi và hôn lên đỉnh đầu tôi. Tôi nói với Ba:

"Con không muốn Ba trở thành một kẻ nghiện rượu khốn khổ, thất nghiệp hay gì đâu."

Mẹ tôi mỉm cười. "Ba con không phải là Peter Van Houten, Hazel. Con rành hơn ai hết là người ta vẫn có thể sống với nỗi đau mà."

"Dạ, được rồi," tôi đáp. Mẹ ôm chầm lấy tôi và tôi không quẩy ra mặc dù trong thâm tâm tôi không muốn được ôm vào lúc này. "Được rồi, Mẹ có thể bật tiếp chương trình," tôi nhắc. Anastasia đã bị loại. Cô nàng nổi điên lên. Ghê quá!

Tôi ăn tối qua quít — vài muỗng mì Ý hình nơ cùng với xốt pesto — và cố giữ không cho thức ăn trào ngược ra ngoài.

CHƯƠNG HAI MƯƠI LĂM

Sáng hôm sau, tôi hốt hoảng choàng tỉnh khi mơ thấy mình bị trơ trọi giữa một cái hồ khổng lồ mà không có lấy một con thuyền nào. Tôi ngồi bật dậy, kéo căng đầu dây nối với máy thở BiPAP, và thấy tay Mẹ vỗ về tôi.

"Chào con, con không sao chứ?"

Tim tôi đập thình thịch, nhưng tôi gật đầu. Mẹ nói, "Kaitlyn đang chờ con trên điện thoại đó." Tôi chỉ vào máy thở BiPAP và bà giúp tôi tháo nó ra, sau đó nối ngay vào Philip và cuối cùng tôi cầm lấy điện thoại di động từ tay Mẹ, "Chào Kaitlyn."

"Mình chỉ gọi để hỏi thăm xíu," nhỏ nói. "Xem bồ dạo này thế nào."

"À, cảm ơn nha," tôi đáp. "Mình vẫn bình thường."

"Bồ vừa gặp vận xui đen đủi nên bình thường vậy *là được rồi*."

"Mình cũng nghĩ vậy," tôi nói. Tôi đã không nghĩ nhiều về thời vận của mình là hên hay xui nữa. Thật tình mà nói, tôi không muốn nói chuyện với Kaitlyn về bất cứ điều gì, nhưng nhỏ vẫn ráng kéo dài câu chuyện.

"Vậy chuyện đó như thế nào?" nhỏ hỏi.

"Chuyện bạn trai mình qua đời đó hả? Ừm, tệ lắm."

"Không," nhỏ nói. "Chuyện yêu và được yêu cơ."

"Ồ," tôi ngại ngùng. "Ờ, thì nó... ở bên cạnh một người thú vị thì rất thú vị. Tuy hai đứa mình rất khác nhau và hay bất đồng ý kiến về rất nhiều thứ, nhưng anh ấy luôn luôn rất thú vị, bồ hiểu không?"

"Trời ơi, mình không được như vậy. Những anh chàng mình quen thì chán ơi là chán."

"Anh ấy không hoàn hảo gì đâu. Anh không phải là týp bạch mã hoàng tử trong chuyện cổ tích. Đôi khi anh ấy cũng cố gắng để được như thế lắm, nhưng thật tình thì mình thích anh nhất là khi anh là chính anh."

"Thế bồ có một album ảnh lưu niệm và thư tình anh ấy viết không?"

"Mình cũng có chụp một số hình, nhưng thư thì anh chưa bao giờ viết cho mình cả. À, ngoại trừ có một số trang bị xé mất từ sổ tay của anh mà có thể là anh viết cho mình, nhưng có lẽ anh đã ném chúng đi hoặc chúng bị thất lạc hay sao đó."

"Có lẽ anh ấy gửi email cho bồ," nhỏ gợi ý.

"Không đâu. Nếu có thì mình đã nhận được ở đây rồi."

"Vậy thì có lẽ chúng không được viết cho bồ đâu," nhỏ suy luận. "Có thể là.... mình không có ý làm bồ buồn đâu nha nhưng có thể anh ấy đã viết chúng cho một người khác và đã gửi chúng —"

"VAN HOUTEN!" Tôi la lên trong điện thoại.

"Bồ ổn chứ? Bộ bồ mới ho hả?"

"Kaitlyn, mình yêu bồ. Bồ quả là một thiên tài. Mình phải đi đây."

Tôi cúp máy, lăn qua bên kia giường, với tay lấy laptop, bật nút khởi động và bắt đầu viết email cho lidewij. vliegenthart.

Chị Lidewij,

Em tin rằng anh Augustus Waters đã gửi một vài trang tài liệu từ cuốn sổ tay của anh ấy cho chú Peter Van Houten ngay trước khi anh (Augustus) mất. Chuyện có ai đó đọc mấy trang này rất quan trọng với em. Dĩ nhiên là em rất muốn đọc, nhưng có lẽ chúng không phải được viết cho em. Dù sao đi nữa, tài liệu này cần được đọc. Phải tìm đọc cho được. Liệu chị có thể giúp em không?

Bạn của chị,
Hazel Grace Lancaster

Chị trả lời vào cuối chiều hôm đó.

Chào Hazel,

Chị không biết là Augustus đã qua đời. Chị rất buồn khi nghe tin này. Cậu ấy là một chàng trai trẻ rất lôi cuốn người khác. Chị rất tiếc và rất buồn.

Chị đã không nói chuyện với chú Peter kể từ khi chị xin nghỉ việc vào ngày chúng ta gặp nhau lần đầu. Hiện thời bên này đang khuya. Nhưng ngay sáng ngày mai chị sẽ qua nhà chú ấy để tìm lá thư và buộc chú phải đọc nó. Thông thường, buổi sáng là thời gian hoạt động tốt nhất của chú ấy.

Bạn của em,
Lidewij Vliegenthart

T.B. Chị sẽ dẫn theo bạn trai phòng trường hợp phải dùng vũ lực để áp chế chú Peter.

Tôi tự hỏi tại sao anh lại viết cho Van Houten trong những ngày cuối đời thay vì cho tôi, rằng Van Houten sẽ được tha thứ nếu như ông ta kể cho tôi nghe phần còn lại của câu chuyện. Có lẽ các trang sổ tay bị xé chỉ lặp lại yêu cầu này đối với Van Houten. Cũng có thể lắm, anh Gus đã tận dụng sự chết chóc của mình để biến giấc mơ của tôi thành sự thật: Phần tiếp theo của *Nỗi đau tột cùng* là một điều nhỏ nhặt không đáng phải hi sinh đến cùng, nhưng đó là điều lớn nhất còn lại đối với anh.

Khuya hôm đó, tôi kiểm tra email liên tục rồi ráng chợp mắt trong vài giờ, sau đó lại kiểm tra vào khoảng năm giờ sáng. Tuy nhiên không có thư nào mới. Tôi thử bật truyền hình để phân tâm bớt, nhưng suy nghĩ của tôi cứ trôi đến Amsterdam, tưởng tượng cảnh chị Lidewij Vliegenthart cùng anh bạn trai đạp xe lòng vòng quanh thị trấn vì sứ mệnh điên rồ là truy tìm bút tích cuối cùng của một đứa trẻ đã chết. Tưởng tượng đến cảnh ngồi sau chiếc xe đạp cứ xóc lên xóc xuống của chị Lidewij Vliegenthart trên nền đường lát gạch sẽ hào hứng thế nào, mấy ngọn tóc loăn xoăn màu đỏ của chị sẽ bay vào mặt tôi, mùi nước kênh quyện với mùi khói thuốc, cảnh mọi người ngồi ngoài hiên quán cà phê nhâm nhi bia, phát âm những chữ r và g theo một cách mà tôi sẽ không bao giờ học được.

Tôi đã bỏ lỡ tương lai. Rõ ràng là tôi biết ngay cả trước khi bệnh của anh Gus tái phát là mình sẽ không bao giờ được trưởng thành bên Augustus Waters. Tuy nhiên cứ nghĩ về chị Lidewij và bạn trai của chị, tôi lại có cảm giác như mình bị cướp đi một thứ gì đó quan trọng lắm. Tôi có lẽ sẽ không bao giờ còn được nhìn thấy biển từ độ cao chín ngàn thước, cao đến nỗi không thể phân biệt được đâu là sóng biển, đâu là tàu thuyền, khi đó đại dương chỉ là một tảng đá nguyên khối vĩ đại và vô tận. Tôi có thể mường tượng ra khung cảnh đó. Tôi có thể nhớ lại hình ảnh đó. Nhưng tôi không còn có thể nhìn lại tận mắt cảnh đó nữa, tôi chợt nhận ra rằng tham vọng tham lam của con người là không bao giờ thấy đủ khi những giấc mơ trở thành sự thật, bởi vì họ luôn có suy nghĩ rằng mọi chuyện đều có thể làm lại và lần sau sẽ tốt hơn lần trước.

Điều đó có lẽ đúng ngay cả khi bạn sống đến chín mươi tuổi — mặc dù tôi ghen tị với những người thọ đến đó và có cơ hội tự tìm hiểu. Bù lại, tôi đã sống lâu gấp đôi con gái của Van Houten. Định mệnh đã không cho ông ta có con qua đời ở tuổi mười sáu.

Đột nhiên Mẹ đứng chắn giữa ti-vi và tôi, chắp hai tay sau lưng. "Hazel," bà nghiêm giọng gọi, khiến tôi cứ ngỡ có chuyện gì đó không ổn.

"Dạ?"

"Con có biết hôm nay ngày gì không?"

"Không phải là sinh nhật con, đúng không?"

Bà bật cười. "Chưa đâu. Hôm nay là ngày mười bốn tháng Bảy, Hazel."

"Vậy có phải là sinh nhật của Mẹ không?"

"Không..."

"Sinh nhật của ảo thuật gia Harry Houdini?"

"Không..."

"Con thật sự thấy mệt khi phải đoán hoài như vậy."

"HÔM NÀY LÀ NGÀY PHÁ NGỤC BASTILLE!" Bà từ từ kéo tay từ sau lưng ra, giơ lên hai lá cờ Pháp tí hon bằng nhựa và hí hửng vung vẩy chúng.

"Cái tên nghe giả giả thế nào ấy. Kiểu như Ngày Nâng Cao Nhận Thức về Bệnh Tả vậy."

"Mẹ đảm bảo với con, Hazel, không có gì là giả về Ngày Phá Ngục Bastille cả. Con có biết rằng hai trăm hai mươi ba năm trước vào ngày này, người dân Pháp đã xông vào nhà tù Bastille để đấu tranh giành tự do không?"

"Oaaa," tôi thốt lên. "Chúng ta nên ăn mừng lễ kỷ niệm quan trọng này."

"Dĩ nhiên phải ăn mừng rồi khi Mẹ vừa lên kế hoạch dã ngoại với Ba con trong Công viên Holliday."

Bà không bao giờ thôi cố gắng, Mẹ của tôi. Tôi đẩy người đứng dậy khỏi ghế và cùng Mẹ gom một số nguyên liệu làm bánh sandwich và chúng tôi tìm thấy một giỏ mây để dã ngoại bám đầy bụi trong tủ đồ ngoài hành lang.

Đó là một ngày khá đẹp trời, khi mùa hè Indianapolis thật sự đã đến, không khí ấm áp và ẩm ướt — kiểu thời tiết nhắc nhở ta sau một mùa đông dài rằng thế giới này được tạo ra không phải cho loài người, mà chính loài người được tạo ra cho thế giới. Trong bộ suit nâu nhạt, Ba đang đứng chờ mẹ con tôi ở khu đậu xe dành cho người khuyết tật và hí hoáy bấm máy tính cầm tay. Nhác thấy hai mẹ con đậu xe, ông vẫy tay và ôm chầm lấy tôi. "Thật là một ngày đẹp trời," ông thốt lên. "Nếu nhà mình sống ở California, mọi ngày đều sẽ nắng đẹp như thế này."

"Ừ, nhưng mà rồi chúng ta sẽ không thích những ngày

như thế đâu," Mẹ nói. Mẹ đã lầm, nhưng tôi không chỉnh lời bà.

Cuối cùng chúng tôi cũng trải tấm phủ dã ngoại bên cạnh tác phẩm Tàn tích, một khối chữ nhật lạ lùng về phế tích La Mã mọc giữa một cánh đồng ở Indianapolis. Tuy nhiên chúng không phải là tàn tích thực: Chúng giống một tác phẩm điêu khắc tái tạo những phế tích được xây dựng cách đây tám mươi năm, nhưng khổ nỗi Tàn tích giả này đã bị bỏ phế khá lâu nên hiện thời chúng nghiễm nhiên trở thành tàn tích thực. Van Houten sẽ thích tác phẩm Tàn tích này. Anh Gus cũng thế.

Và chúng tôi ngồi dưới bóng râm của Tàn tích và ăn trưa nhẹ. "Con có cần kem chống nắng không?" Mẹ hỏi.

"Con không sao," tôi đáp.

Ở đây có thể nghe thấy tiếng gió thổi xạc xào trong lá và âm vang trong đó là tiếng la hét của những đứa trẻ đang chơi đùa trên khoảng sân phía xa, những đứa trẻ đang tìm cách sống và làm chủ thế giới vốn không được tạo ra cho chúng bằng cách làm chủ một sân chơi. Để ý thấy tôi đang nhìn bọn trẻ, Ba ân cần hỏi: "Con thèm được chạy giỡn loanh quanh như thế hả?"

"Dạ, thỉnh thoảng cũng có." Nhưng đó không phải là những gì tôi đang nghĩ. Tôi chỉ cố gắng ghi nhớ tất cả mọi thứ: ánh nắng chiếu xiên trên Tàn tích đổ nát, một em bé mới chập chững tập đi đang khám phá một cây cột ở góc sân chơi, người mẹ không biết mệt mỏi của tôi đang rê

mù tạt ngoằn ngoèo trên chiếc bánh sandwich gà tây của
bà, Ba tôi vỗ nhè nhẹ chiếc máy tính cầm tay trong túi và
ráng kìm lòng không lấy nó ra kiểm tra, một gã tung cái
dĩa nhựa Frisbee ra xa cho chú cún của hắn rồi rít chạy
theo, bắt lấy nó và quay lại trả cho hắn.

Tôi là ai mà dám nói rằng những điều này sẽ không thể
tồn tại mãi mãi? Peter Van Houten là ai mà dám khẳng
định những nỗ lực lao động của con người chỉ mang tính
tạm thời? Tất cả những gì tôi biết về thiên đường và tất
cả những gì tôi biết về cõi chết đều tập trung trong công
viên này: một vũ trụ tao nhã đang không ngừng chuyển
động, tràn ngập những tàn tích đổ nát và trẻ em nô đùa
la hét inh ỏi.

Ba phẩy tay trước mặt tôi. "Tỉnh lại đi Hazel. Con có
nghe không?"

"Con xin lỗi, dạ, sao ạ?"

"Mẹ đề nghị chúng ta đi thăm mộ Gus?"

"Ồ, dạ, dạ được," tôi tán thành.

Thế là sau khi ăn trưa, chúng tôi lái xe xuống Nghĩa trang
Crown Hill, nơi an nghỉ cuối cùng và vĩnh viễn của ba
vị phó tổng thống, một vị tổng thống, và anh Augustus
Waters. Chúng tôi lái xe lên đồi và đỗ lại. Phía sau chúng
tôi, dòng xe cộ lao nhanh vun vút trên Đường Ba mươi
Tám. Rất dễ tìm thấy mộ anh: Ngôi mộ mới nhất. Vẫn
còn là mộ đất và chưa lập bia.

Tôi không cảm thấy sự hiện diện của anh ở đó hoặc bất cứ điều gì, nhưng tôi vẫn lấy một lá cờ Pháp ngớ ngẩn của Mẹ cắm vào nền đất phía dưới chân mộ anh. Có thể mọi người đi ngang qua sẽ nghĩ anh là một người trong đội lính lê dương của Pháp hay là một tay lính đánh thuê anh hùng nào đó.

...

Chị Lidewij cuối cùng cũng trả lời thư vào đúng sáu giờ chiều khi tôi đang nằm dài trên ghế xô-pha vừa xem ti-vi vừa xem phim trên laptop. Ngay lập tức tôi thấy có bốn tập tin đính kèm trong email và tôi muốn mở xem chúng đầu tiên. Thế nhưng tôi ráng nén lòng trước sự cám dỗ và đọc thư trước.

Chào Hazel,

Chú Peter đã say khướt khi bọn chị đến nhà chú vào sáng nay, tuy nhiên điều này đã giúp cho công việc của bọn chị dễ dàng hơn một chút. Bas (bạn trai của chị) giữ cho chú phân tâm trong khi chị lục lọi trong mấy túi rác chứa thư của fan hâm mộ mà chú Peter cứ giữ đó. Nhưng sau đó chị sực nhớ ra là Augustus biết địa chỉ nhà chú Peter. Trên bàn ăn lại có một chồng thư to tướng nên chị tìm thấy lá thư rất nhanh chóng. Chị mở nó ra và thấy rằng nó được viết cho chú Peter nên chị yêu cầu chú đọc nó. Chú từ chối.

Lúc đó, chị rất giận, Hazel ạ, nhưng chị đã không la hét gì hết. Thay vào đó, chị nhẹ nhàng nói với chú rằng vì cô con gái đã qua đời của mình, chú phải đọc lá thư này từ một cậu bé cũng đã qua đời. Rồi chị đưa thư cho chú, sau khi đã đọc toàn bộ những gì đã viết trong đó xong, chú nói với chị rằng — chị xin dẫn nguyên văn lời chú — "Hãy gửi thư này cho cô gái đó và nói với cô ấy rằng tôi không có gì bổ sung."

Chị đã không đọc lá thư, mặc dù mắt chị cũng có lướt qua một số chỗ trong khi scan các trang viết như tài liệu đính kèm đây. Đồng thời chị cũng sẽ gửi chúng qua đường bưu điện cho em, địa chỉ nhà em vẫn không đổi chứ?

Cầu Chúa ban phúc lành và phù hộ cho em, Hazel.

Bạn em,
Lidewij Vliegenthart

Tôi nhấp mở bốn tài liệu đính kèm. Chữ viết tay của anh khá lộn xộn, xiêu vẹo khắp trang giấy, chữ bé chen chữ to, đến màu mực của bút cũng thay đổi lung tung. Hẳn anh đã viết nó trong nhiều ngày với nhiều tâm trạng khác nhau.

Ông Van Houten,

Tôi là một người tốt nhưng là một nhà văn tồi. Ông là một kẻ tồi nhưng lại là một nhà văn tốt. Hợp lại chúng ta có thể là một đội tuyệt vời. Tôi không muốn xin ân huệ gì ở ông hết, nhưng nếu ông có thời gian — và từ những gì tôi quan sát thì ông có rất nhiều thời gian — tôi đang tự hỏi liệu ông có thể viết một bài điếu văn cho Hazel không. Tôi đã ghi đầy đủ các ý nhưng liệu ông có thể sắp xếp chúng thành một câu chuyện hoàn chỉnh và mạch lạc hay sao đó không? Hoặc thậm chí chỉ cần cho tôi biết tôi cần nói theo cách nào khác.

Đây là câu chuyện về Hazel: Hầu như tất cả mọi người bị ám ảnh với việc để lại một dấu ấn trên cõi đời này. Truyền lại một di sản. Khiến cái chết tồn tại lâu hơn. Tất cả chúng ta đều muốn được người khác nhớ đến. Tôi cũng thế. Nên chuyện làm tôi băn khoăn nhất, là bị lãng quên trong cuộc chiến chống lại bệnh tật xưa như Trái Đất và chẳng mấy vẻ vang này.

Tôi muốn để lại một dấu ấn.

Nhưng ông Van Houten này: Dấu ấn mà con người để lại thường là vết sẹo. Ta xây dựng một siêu thị mini cổ quái, giật dây một cuộc đảo chính hoặc cố gắng trở thành ngôi sao nhạc rock và nghĩ rằng, "Họ sẽ nhớ đến mình," nhưng (a) họ không nhớ tới ta, và (b) tất cả những gì ta để lại hậu thế càng giống vết sẹo hơn. Cuộc đảo chính của ta sẽ trở thành một chế độ độc tài. Siêu thị của ta sẽ trở thành một thứ phế phẩm.

(Được rồi, có lẽ tôi không phải là một nhà văn tồi. Nhưng tôi không thể gom các ý tưởng của mình lại với nhau, ông Van Houten ạ. Suy nghĩ của tôi như những ngôi sao rời rạc và tôi không có cách nào gom chúng thành từng chòm được.)

Chúng ta giống như một bầy chó tè bậy lên vòi nước cứu hỏa, đầu độc mạch nước ngầm với thứ nước tiểu độc hại của mình, cố đánh dấu CÁI GỌI LÀ CỦA TÔI lên tất cả mọi thứ trong một nỗ lực lố bịch để vượt qua cái chết. Tôi không thể ngừng tè lên vòi nước cứu hỏa. Tôi biết chuyện nghe thật ngớ ngẩn và vô dụng — vô dụng một cách bi thương với tình trạng hiện tại của tôi — nhưng tôi là một con thú như bất kỳ người nào khác.

Hazel thì khác. Cô ấy đi đứng thật nhẹ nhàng, ông nhà văn ạ. Cô ấy cứ đi lại khoan thai trên hành tinh này. Hazel biết được sự thật rằng: Sức phá hoại của chúng ta đối với vũ trụ này ngang ngửa với khả năng hàn gắn nó, và có vẻ như chúng ta chẳng chịu làm gì.

Mọi người sẽ nói thật buồn khi cô ấy để lại một vết sẹo mờ nhạt hơn, khi ít người nhớ đến cô ấy hơn, khi cô ấy được yêu sâu sắc bởi một số ít người chứ không rộng rãi. Nhưng chuyện đó không đáng buồn, ông Van Houten ạ. Đó mới thực là chiến thắng. Đó mới thực là anh hùng. Chẳng lẽ lại không phải là chủ nghĩa anh hùng thực sự hay sao? Giống như các bác sĩ thường nói: Trước tiên là không được gây hại gì.

Dù sao đi nữa, anh hùng thực sự không phải là người làm nên việc, mà chính là người NHẬN THẤY được sự việc và để ý đến nó. Người phát minh ra thuốc chủng ngừa bệnh đậu mùa đã không thực sự phát minh ra bất cứ thứ gì, ông ấy chỉ đơn giản nhận thấy rằng những người bị bệnh đậu mùa ở súc vật thì miễn nhiễm với bệnh đậu mùa.

Sau khi phim chụp cắt lớp của tôi sáng lên cho thấy tế bào ung thư di căn khắp nơi, tôi đã lẻn vào Phòng chăm sóc đặc biệt ICU và nhìn thấy cô ấy đang hôn mê bất tỉnh. Tôi cứ thế đi theo sau một y tá mang bảng tên và ngồi bên cạnh cô ấy trong khoảng mười phút trước khi bị bắt quả tang. Lúc đó tôi cứ nghĩ rằng cô ấy sẽ chết trước khi tôi có thể nói với cô ấy rằng tôi cũng sẽ chết sớm. Thật tàn nhẫn khi chứng kiến một màn chăm sóc đặc biệt đang không ngừng được máy móc hóa. Chất dịch ung thư sẫm màu được rút ra từ ngực cô ấy. Mắt nhắm nghiền. Khí quản được đặt ống. Nhưng bàn tay cô ấy vẫn vậy, vẫn ấm áp và móng tay gần như bầm đen cả. Tôi ngồi nắm chặt tay cô ấy và cố gắng hình dung ra thế giới này khi không còn hai chúng tôi. Trong khoảng một giây, tôi trở thành người tốt khi hy vọng rằng cô ấy cứ thế nhắm mắt xuôi tay để không bao giờ biết rằng tôi cũng sắp chết. Nhưng sau đó tôi muốn có nhiều thời gian sống hơn, để chúng tôi có thể yêu nhau. Mong muốn của tôi đã thành sự thật, tôi nghĩ vậy. Tôi đã để lại một vết sẹo.

Một chú y tá đến và nói với tôi rằng tôi phải ra ngoài, rằng nơi đó không cho phép khách vào thăm. Tôi hỏi thăm xem cô ấy đã ổn chưa và chú ấy cho biết, "Cô bé vẫn còn bị tràn dịch." Sa mạc phước lành, đại dương đáng rủa.

Còn gì nữa nhỉ? Cô ấy thật xinh đẹp. Ông sẽ không cảm thấy mệt nhọc khi ngắm nhìn cô ấy. Ông sẽ không bao giờ lo ngại chuyện cô ấy có thông minh

hơn mình không: Ông biết câu trả lời mà. Cô ấy khôi
hài chứ chưa bao giờ có ý hằn học ai. Tôi yêu cô ấy.
Tôi thật may mắn khi yêu cô ấy, ông Van Houten
ạ. Trên thế gian này, ta sẽ không lựa chọn nếu biết
mình sẽ bị tổn thương, thưa ông nhà văn, nhưng ta
vẫn lựa chọn một số người mà ta biết là sẽ làm tổn
thương ta. Tôi thích sự lựa chọn của tôi. Tôi hy vọng
cô ấy cũng thích sự lựa chọn của cô ấy.

Em đồng ý, anh Augustus.
Em đồng ý.

LỜI CẢM ƠN

Tác giả xin chân thành bày tỏ rằng:

Căn bệnh và các biện pháp chữa trị trong cuốn tiểu thuyết này đều được hư cấu. Chẳng hạn như không có loại thuốc nào mang tên Phalanxifor. Đó là một cái tên do tôi tự đặt ra với ước mong loại thuốc này sẽ có thật. Những độc giả muốn tìm hiểu về lịch sử thực tế của bệnh ung thư, xin hãy đọc cuốn *Hoàng đế của mọi bệnh tật* (*The Emperor of All Maladies*) của Siddhartha Mukherjee. Tôi cũng xin gửi lời cảm ơn đến Robert A. Weinberg, tác giả của cuốn *Sinh học về ung thư* (*The Biology of Cancer*) cũng như đến Josh Sundquist, Marshall Urist, và Jonneke Hollanders, những người đã chia sẻ với tôi thời gian cùng những kiến thức chuyên môn về y khoa mà tôi dễ dàng bỏ qua khi nảy ra các ý tưởng bất chợt.

Esther Earl, cuộc sống của em là món quà đối với tôi và nhiều người khác. Tôi cũng biết ơn gia đình Earl — Lori, Wayne, Abby, Angie, Graham, và Abe — vì lòng quảng đại và tình bạn của họ.

Được truyền cảm hứng từ Esther, gia đình Earl đã thành lập một tổ chức phi lợi nhuận mang tên Ngôi Sao Không Tắt (This Star Won't Go Out) để tưởng nhớ em. Bạn có thể tìm hiểu thêm tại trang tswgo.org.

Quỹ Văn học Hà Lan, tổ chức đã tạo điều kiện cho tôi viết trong hai tháng ở Amsterdam. Tôi đặc biệt biết ơn Fleur van Koppen, Jean Cristophe Boele van Hensbroek, Janetta de With, Carlijn van Ravenstein, Margje Scheepsma, và Hội Nerdfighter Hà Lan (Hội những người tuyệt cú mèo).

Biên tập viên đồng thời là đại diện xuất bản của tôi, Julie Strauss-Gabel, cô đã gắn bó cùng câu chuyện này nhiều năm với đủ mọi tình tiết ngoắt ngoéo, cũng như đội ngũ xuất sắc tại Nhà xuất bản Penguin. Đặc biệt gửi lời cảm ơn đến Rosanne Lauer, Deborah Kaplan, Liza Kaplan, Elyse Marshall, Steve Meltzer, Nova Ren Suma, và Irene Vandervoort.

Ilene Cooper, người cố vấn kiêm 'thần hộ mệnh' của tôi.

Jodi Reamer, người đại diện của tôi, vì những lời khuyên đã cứu tôi khỏi nhiều thảm họa không kể xiết.

Các Nerdfighter, vì luôn là những cá nhân tuyệt cú mèo.

Catitude, vì chẳng muốn gì khác ngoài việc làm cho thế giới này trở nên đỡ nhàm chán hơn.

Em trai tôi, Hank, người bạn tốt nhất và là người đồng sự thân thiết nhất của tôi.

Vợ tôi, Sarah, không chỉ là tình yêu lớn mà còn là độc giả đầu tiên và đáng tin cậy nhất của tôi. Cùng với con trai tôi, Henry bé bỏng. Ngoài ra còn có bố mẹ tôi, Mike và Sydney Green, và bố mẹ vợ, Connie và Marshall Urist.

Các bạn tôi, Chris và Marina Waters, những người đã giải cứu câu chuyện này ở những thời điểm then chốt, cũng như Joellen Hosler, Shannon James, Vi Hart, Karen Kavett – một người am tường biểu đồ Venn; cùng Valerie Barr, Rosianna Halse Rojas, và John Darnielle.

KHI LỖI THUỘC VỀ NHỮNG VÌ SAO

John Green

Lê Hoàng Lan dịch

Chịu trách nhiệm xuất bản:
Giám đốc - Tổng biên tập NGUYỄN MINH NHỰT
Biên tập và sửa bản in: LÊ TỊNH THỦY
Bìa: NGUYỄN LÊ DUY
Trình bày: VŨ THỊ PHƯỢNG

NHÀ XUẤT BẢN TRẺ
Địa chỉ: 161B Lý Chính Thắng, Phường 7,
Quận 3, Thành phố Hồ Chí Minh
Điện thoại: (08) 39316289 - 39316211 - 39317849 - 38465596
Fax: (08) 38437450
E-mail: hopthubandoc@nxbtre.com.vn
Website: www.nxbtre.com.vn

CHI NHÁNH NHÀ XUẤT BẢN TRẺ TẠI HÀ NỘI
Địa chỉ: Số 21, dãy A11, khu Đầm Trấu, Phường Bạch Đằng,
Quận Hai Bà Trưng, Thành phố Hà Nội
Điện thoại: (04) 37734544
Fax: (04) 35123395
E-mail: chinhanhhanoi@nxbtre.com.vn

CÔNG TY TNHH SÁCH ĐIỆN TỬ TRẺ (YBOOK)
161B Lý Chính Thắng, P.7, Q.3, Tp. HCM
ĐT: 08 35261001 – Fax: 08 38437450
Email: info@ybook.vn
Website: www.ybook.vn

In 5.000 cuốn, khổ 13x20cm tại Xí nghiệp in FAHASA.
774 Trường Chinh, Phường 15, Q. Tân Bình, Tp. HCM.
Số đăng ký KHXB: 776-2016/CXBIPH/49-46/Tre.
Số QĐXB: 969A/QĐ-Tre ký ngày 25/10/2016.
In xong và nộp lưu chiểu quý I năm 2017.